Lam Nguyen & Philippe Ngo

Khởi Nghiệp, Hoạch Định và Kinh Doanh trong Tarot
(Startup, Planning, and Business in Tarot)

NHÂN ẢNH
2021

« định mệnh là khi ta tha thứ »
                              - Philippe Ngo

LỜI BẠT

Là một người nghiên cứu và thực hành trong bộ môn nghệ thuật Tarot này, bản thân tôi thường xuyên cần giúp đỡ khách hàng tháo gỡ những khó khăn trong đời sống. Đặc biệt là trong vấn đề công việc kinh doanh, đầu tư tài chính. Và may mắn cho bản thân tôi vào thời gian của đầu 2016 được cầm trên tay bản thảo về cuốn sách: " KHỞI NGHIỆP, HOẠCH ĐỊNH VÀ KINH DOANH TRONG TAROT" của hai người bạn hữu là Lâm Nguyễn và Philippe Ngo.

Cá nhân tôi nghĩ, thay viết giới thiệu tóm lược về cuốn sách thì tôi sẽ dành phần lời bạt của mình để hướng dẫn những người bạn mới, đầy đam mê cùng nghệ thuật Tarot cách thức sử dụng hiệu quả cuốn sách này. Và phần đọc, chiêm nghiệm cuốn sách sẽ dành cho các bạn.

Đầu tiên, chúng ta cần nhớ lại đôi chút về Tarot. Đây là một hình thức dự đoán, tham vấn, tiên tri xuất phát từ châu Âu trong khoản thế kỷ thứ 14. Trải qua một thời gian dài, được phát triển bởi các hội kín và kết hợp với tâm lý học Carl Jung, các lý thuyết được xây dựng càng đa dạng và phương hướng ứng dụng nhiều màu sắc. Ở các bộ bài thông thường, chúng ta sẽ có 22 lá ẩn chính, 40 lá số và 16 lá mặt. Các lá ẩn chính đại diện cho những sự kiện, nhân vật có ảnh hưởng lớn mà chúng ta sẽ trải qua hay gặp gỡ. Các lá mặt đại diện cho những tính cách của con người, có thể là bản thân chúng ta hay những người xung quanh. Và cuối cùng các lá số, thể hiện cách thức mà chúng ta sẽ phản ứng, hay hành động ra bên ngoài dưới tác động của các sự kiện lớn xảy ra.

Hãy tưởng tượng bản thân chúng ta là lá The Fool, non dại bước vào cuộc hành trình đầy thú vị, sẽ gặp những người và sự kiện có sức ảnh hưởng lớn trong cuộc sống chúng ta (22 lá ẩn chính), rồi chúng ta phát triển, hoàn thiện dần dần trong tính cách, tâm lý bản thân và tương tác hoạt động với các mối quan hệ xã hội (16 lá mặt), và trong hành trình đó, trải qua mỗi hành động tương tác thì chúng ta sẽ nhận được những bài học nhỏ trên con đường trải nghiệm của chúng ta (40 lá số).

Quay trở lại với chủ đề chúng ta đang quan tâm là công việc sự nghiệp, thì không phải lá bài nào trong cỗ Tarot cũng có ý nghĩa liên quan, cũng như bài toán các lá mặt sẽ làm khó những bạn mới trong việc luận giải trải bài. Thì đây chính là lúc bạn cần đến cuốn sách này để bổ trợ cho bạn. Hãy đọc nó trên xe, trong giờ nghỉ, trước khi khởi sự, hay trước lúc trải bài cho khách hàng. Đọc toàn bộ, hoặc từng phần nhỏ. Hãy ghi chú lại những từ khóa giúp bạn ghi nhớ, việc đọc và thực hành sẽ giúp bạn phát triển khả năng của mình.

Tiếp tục, trong trải bài thì chúng ta thường sẽ có vấn đề lớn và phân tích thành các vấn đề nhỏ hơn để giải quyết. Thí dụ như trong một dự án, chúng ta sẽ có những câu hỏi như tình trạng hiện tại, khó khăn, thuận lợi, điều cần biết, xu hướng phát triển. Và mỗi lá bài chúng ta rút sẽ trả lời cho từng câu hỏi đó, sau đó chúng ta sẽ tổng hợp lại và tìm thấy câu trả lời. Bạn có thể tìm trải bài mẫu có sẵn (tập hợp các câu hỏi cho trước), hay tự tạo các trải bài bằng những câu hỏi mà do chính bạn đặt ra.

Và cuối cùng, khi bạn cầm cuốn sách này trên tay thì hãy thử thực hành cùng cỗ Tarot trong tay, ghi chú và chiêm

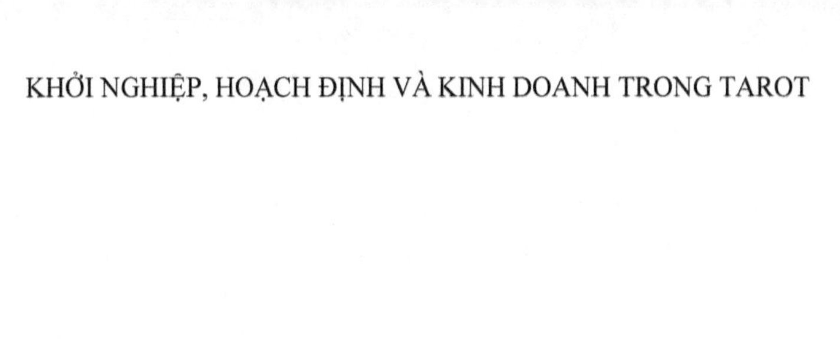

nghiệm. Chỉ có thế, bạn mới thấu hiểu hoàn toàn.

Chúc bạn được ý, quên lời.

Phùng Lâm,
nhà văn, tác giả cuốn truyện tâm linh Tears of Winds.

Cuốn sách được xây dựng nền tảng từ các cuốn kinh điển về tarot bao gồm The Pictorial Key To Tarot (1911) của Waite, The Tarot (1888) của Mathers, Book T của Golden Dawn, Book of Thoth(1944) của Crowley, The Tarot: A Key to the Wisdom of the Ages (1947) của Case.

Cuốn sách sử dụng một số tên viết tắt của các nhà huyền học sau:

- *Waite, viết tắt của Arthur Edward Waite (1857 – 1942), nhà huyền học người Anh, thành viên Hội Tam Điểm Anh (St. Marylebone Lodge No. 1305, London), thành viên hội kín Thập Tự Hồng Hoa (The Societas Rosicruciana in Anglia), hội chủ của hội kín Bình Minh Ánh Kim (Order of the Golden Dawn), tác giả của nhiều cuốn sách kinh điển A New Encyclopaedia of Freemasonry : Their Rites, Literature, and History (1921), Emblematic Freemasonry. (1925). Tác giả cuốn The Pictorial Key To Tarot (1911).*

- *Mathers, viết tắt của Samuel Liddell MacGregor Mathers (1854 - 1918), nhà huyền học người Anh, thành viên Hội Tam Điểm Anh, thành viên hội kín Thập Tự Hồng Hoa (The Societas Rosicruciana in Anglia), sáng lập viên của hội kín Bình Minh Ánh Kim (Order of the Golden Dawn), tác giả của nhiều bản dịch huyền học cổ thuộc loại kinh điển The Book of Abramelin (thế kỷ 14), The Kabbalah Unveiled (1684), Key of Solomon (thế kỷ 14.), The Lesser Key of Solomon (thế kỷ 17), và Grimoire of Armadel (thế kỷ 17). Tác giả cuốn The Tarot (1888).*

- *Crowley, viết tắt của Aleister Crowley, tên thật Edward Alexander Crowley (1875 –1947), nhà huyền học người Anh, thành viên hội kín Thập Tự Hồng Hoa (The Societas Rosicruciana in Anglia), hội chủ của hội kín Bình Minh Ánh Kim (Order of the Golden Dawn), sáng lập viên của hội kín Đền Thánh Phương Đông (Ordo Templi Orientis hay O.T.O.), sáng lập viên của triết phái Thelema. Tác giả của rất nhiều sách ma thuật và thần bí học, thường biết biết dưới tên nhóm sách Libri & Equinox. Tác giả của cuốn Book Of Thoth (1944).*

- *Case, viết tắt của Paul Foster Case (1884 –1954), nhà huyền học người Mỹ, thành viên của hội kín Bình Minh Ánh Kim (Order of the Golden Dawn), sáng lập viên của hội kín Builders of the Adytum (B.O.T.A), tác giả của nhiều cuốn sách kinh điển The True and Invisible Rosicrucian Order (1927), Correlations of Sound & Color (1931), The Highlights of Tarot (1931), The Book of Tokens (1934) . Tác giả của nhiều cuốn luận giải tarot như The Highlights of Tarot (1931), Tarot Fundamentals (1936), Tarot Interpretations (1936), The Tarot: A Key to the Wisdom of the Ages (1947).*

Những chỉ dẫn trong cuốn sách này được dẫn dắt bởi những chỉ dẫn của những người đi trước, những người thiết lập nên hệ thống mật mã của hội kín Bình Minh Ánh Kim. Những tri thức trong cuốn sách này đều được rút trích từ các nền tảng đó.

NỘI DUNG

1 KHỞI NGHIỆP VÀ HOẠCH ĐỊNH

MAJOR ARCANA

0 The Fool:

Đây là lá bài đầu tiên trong các lá Major, thể hiện dấu mốc cho sự khởi đầu hành trình của chàng khờ, tương ứng với vấn đề hoạch định thì nó thể hiện sự khởi đầu trong việc suy nghĩ, đề ra ý tưởng cũng như tính toán trong công việc. Crowley nhắc đến tư tưởng và tinh thần trong lời đoán của mình, chứng tỏ ở giai đoạn này các suy nghĩ tính toán vẫn trong trạng thái hình thành trong tư tưởng của nhân vật, tức là nhân vật đang xây dựng các kế hoạch cho mình chứ chưa tiến hành. Waite thể hiện sự phấn khích cao độ, mô tả trạng thái phấn khởi của nhân vật khi tự mình vạch ra những dự định sẽ tiến hành trong tương lai, trong các dự tính này là ước mơ và những mục đích quan trọng mà nhân vật muốn hướng tới. Mathers nói rõ hơn khi mô tả về sự độc đáo hoặc kì quặc trong tư tưởng, chứng tỏ giai đoạn mở đầu này nhân vật chưa bị ảnh hưởng nhiều từ môi trường xung quanh do vậy những ý tưởng đều mới mẻ và tươi sáng, chứa nhiều tính sáng tạo. Nhìn chung thì viễn cảnh được vẽ ra là khá tích cực và nếu cố gắng phát huy thì nhân vật sẽ có được những bước tiến khả quan trong công việc dựa trên chính những ý tưởng này.

1 The Magician:

Lá bài này thể hiện giai đoạn đầu tiên của hành trình sau sự khởi đầu ở lá The Fool, trong chuỗi sự kiện thì nó mô tả vấn đề kỹ năng trong hành trình thụ pháp của nhân vật. Ở giai đoạn đầu thì nhân vật luôn cần sự tiếp nhận, học hỏi để biết mình đang làm gì trước khi có thể bắt tay vào việc, do đó vấn đề tiếp thu kỹ năng là rất quan trọng, ảnh hưởng trực tiếp đến kết quả công việc. Mathers đưa ra lời đoán về sự nhắm tới mục đích, trí năng và kỹ năng chứng tỏ nhân vật có sự xác định rõ vấn đề muốn học hỏi của mình là để phục vụ cho việc hoạch định các kế hoạch, và do đó mọi thứ liên quan đến vấn đề này nhân vật đều muốn tiếp cận, cả về lý thuyết lẫn thực hành. Case nhắc tới sức sáng tạo và khả năng tạo dựng, thể hiện sự tích cực nối tiếp từ lá trước khi mô tả ở giai đoạn này nhân vật vẫn có những ý tưởng mới lạ và dường như thể hiện một phẩm chất tốt trong khả năng tổ chức ý tưởng cũng như các mô hình giúp ích cho công việc. Đây là lá bài tốt mặc dù nó thể hiện rằng đây vẫn chưa phải lúc để tiến hành các công việc, nhưng nếu muốn thành công thì bắt buộc phải có sự đầu tư học hỏi trước đó một cách thật nghiêm túc, và nhân vật cần phải tập trung vào việc đó trong giai đoạn này.

The High Priestess:

Lá bài thể hiện hình ảnh của nữ thượng tế, mô tả một địa vị mới của nhân vật có phần cao hơn giai đoạn trước để thể hiện chủ đề mới là về vấn đề tri thức. Không thể hoạch định một kế hoạch tốt khi mà nhân vật còn chưa hiểu tường tận bản chất vấn đề cũng như phạm vi liên quan của nó, nên sau khi có những kỹ năng cơ bản rồi nhân vật cần đào sâu hơn vào tri thức như Mathers đã mô tả qua lời đoán của mình là vào những vùng trước đây chưa từng biết hoặc mơ hồ và sự bí ẩn còn giấu kín. Sự khác biệt ở đây là những thứ nhân vật cần tìm kiếm và trang bị cho mình không còn dễ dàng có được như trước mà đã có sự ẩn giấu và nhân vật cần phải bỏ công sức để tìm cho ra nó. Sự thay đổi là yếu tố được hầu hết các lời đoán thể hiện, chứng tỏ việc nhân vật phân tích và chọn lựa ra những thứ phù hợp nhất để giữ lại trong quá trình học hỏi của mình, những thứ không phù hợp sẽ bị loại bỏ. Sự đào sâu về mặt chuyên môn là lời khuyên chủ yếu trong lá bài này vì muốn hoạch định kế hoạch tốt thì khả năng chuyên môn là quan trọng nhất, đồng thời trong quá trình học hỏi phải có sự chọn lọc các yếu tố tốt xấu, là một phần quan trọng để nhân vật có thể đối phó với các sự thay đổi trong công việc sau này.

3 The Empress:

Lá bài này thể hiện hình ảnh nữ hoàng, tương ứng với chủ đề của sự bảo hộ trong hành trình thụ pháp của nhân vật, qua đó cũng phần nào ám chỉ những sự hoạch định của nhân vật giai đoạn này có được những điều kiện thuận lợi để tiếp tục phát triển. Hội Bình Minh Vàng đưa ra lời đoán về vẻ đẹp, hạnh phúc, vui sướng và thành đạt, qua đó mô tả những trạng thái rất tốt đẹp trong cuộc sống mà nhân vật đang có được, và đây chính là những điều kiện tốt nhất mà nhân vật đang có để có thể đưa ra những hoạch định cho tương lai của mình. Waite thêm vào lời đoán của mình ánh sáng và sự thật, mô tả những ý tưởng và hành động của nhân vật đều minh bạch và hướng về điều tốt nên nhận được những sự che chở trong công việc. Mathers thì nói tới sự gia tăng, phát triển và hoạch lợi, khuyến khích nhân vật tiếp tục đưa ra những ý tưởng và kế hoạch nhằm tiếp tục phát triển những sự thành công đang có được. Thời cơ thuận lợi là yếu tố mà lá bài này nhấn mạnh chính vì thế lời khuyên là cần tranh thủ mà đưa ra những kế hoạch tốt nhằm tiếp tục thu được những kết quả tích cực ở giai đoạn sau, hình ảnh tĩnh nhưng bên trong nó lại hàm chứa yếu tố động.

4 The Emperor:

Lá bài này là sự kết nối khá chặt chẽ với lá bài trước, vấn đề quyền lực trong các sự kiện chính của các lá Major được thể hiện ở đây như là kết quả do lá bài trước dẫn tới. Waite đưa ra lời đoán về sự ổn định, quyền lực, lý trí và ý chí thể hiện sự vững vàng chắc chắn trong các ý tưởng và các dự định mà nhân vật đưa ra, có vẻ như nhân vật đã tính toán kỹ càng và định hình trước được kết quả của công việc này. Hội Bình Minh Vàng tiếp nối theo đó với lời đoán về chiến tranh, sự chinh phục, và chiến thắng, dường như khi nắm rõ mọi thứ và có kế hoạch cụ thể thì không có gì ngăn cản được nhân vật đạt được thắng lợi và nắm giữ quyền lực trong tay. Crowley đi sâu vào phân tích nhân vật khi đưa ra lời đoán về năng lực, sự tráng kiện, sự vững tin và ngang bướng, thể hiện nhân vật có đủ khả năng để thực hiện các kế hoạch của mình, nhưng lại nảy sinh vấn đề khi nhân vật quá tự tin dẫn đến việc chỉ làm theo ý mình mà không nghe ai khác, đây là một nguồn gốc phát sinh những mối nguy hiểm về sau. Lời khuyên cho lá bài này là cho dù đã đạt được thắng lợi cũng như đã có những sự tính toán giữ cho mọi thứ ổn định thì bên ngoài vẫn phải có thái độ ôn hòa để giữ cho tình hình diễn biến đúng theo tính toán, tránh sự kiêu ngạo vì dễ nảy sinh kẻ thù từ đó.

5 The Hierophant:

Lá bài này thể hiện hình ảnh đạo sĩ, mô tả sự chuyển đổi hình ảnh từ nhân vật nắm quyền lực trần thế sang nhân vật có quyền lực về mặt tinh thần để ứng với chủ đề tâm linh trong hành trình các sự kiện thụ pháp của nhân vật. Mathers mô tả trực giác trong lời đoán của mình thể hiện sự thay đổi trong con người nhân vật khi mà giờ đây có vẻ những dự tính của nhân vật trong giai đoạn này lại được đưa ra dựa trên cảm tính. Hội Bình Minh Vàng đưa ra lời đoán về trí năng thần thánh, sự minh giải và giảng dạy, dường như thể hiện nhân vật gặp được một sự khơi gợi mới mẻ về mặt tinh thần tạo ra sự thay đổi về mặt nhận thức khiến các kế hoạch của nhân vật cũng có sự thay đổi. Những yếu tố về sự từ tâm cũng như chịu sự giúp đỡ của người trên nằm trong lời đoán của Crowley cũng chỉ ra rằng nhân vật đang bắt đầu hành trình mới của mình và do vậy cần có sự giúp đỡ của người đi trước trong việc khai thông tư tưởng. Nhìn chung lá bài này chỉ ra những yếu tố mới lạ và ở phạm vi tương đối rộng hơn so với hiểu biết của nhân vật do vậy muốn đưa ra được những hoạch định chính xác thì cần dựa vào những sự kết hợp từ xung quanh để có lời khuyên từ người giỏi hơn, cần nhớ rằng mối liên kết phải xây dựng trên sự hòa hợp về tư tưởng là chính.

6 The Lovers:

Lá bài này tiếp tục thể hiện chủ đề đi sâu hơn vào bên trong nhân vật, hình ảnh cặp tình nhân dường như đã thể hiện rất rõ chủ đề tình cảm trong hành trình thụ pháp của nhân vật. Một vấn đề hiển nhiên là khi yêu thì cuộc sống của con người ta nhất định sẽ bị tình yêu đó chi phối và sẽ có sự thay đổi lớn trong các kế hoạch. Mathers thể hiện điều này qua lời đoán về gặp được đối tác, sự quyến rũ yêu thương và sự lựa chọn phải thực hiện, tức là tình yêu mang lại cảm xúc mới mẻ tuyệt vời khiến nhân vật nảy sinh ý tưởng mới và do đó một số dự định cũ sẽ bị thay thế. Hội Bình Minh Vàng thì giải thích lý do đó qua lời đoán về sự phấn khích và động lực, tình yêu đem lại nguồn sức mạnh mới mẻ khiến nhân vật thay đổi về bản chất dẫn tới sự thay đổi mọi mặt khác. Tuy thế Crowley nhắc nhở về các yếu tố tiêu cực như tính trẻ con, sự bồng bột và thiếu quyết đoán, nguyên do là ở đây nhân vật hoàn toàn dựa vào tình cảm mà bỏ qua tất cả các yếu tố cần thiết khác trong việc hoạch định những bước đi trong công việc, do vậy ở đây có thừa nhiệt huyết nhưng thiếu sự khôn ngoan nên cũng rất dễ đi tới những thất bại, các dự án tốt nhất nên có sự kiểm tra lại kĩ trước khi thực hiện.

7 The Chariot:

Chủ đề mà lá bài này nói tới là sự điều hành, quản lí, khá phù hợp với tiêu chí quan trọng trong việc hoạch định là nắm quyền kiểm soát tình hình nhằm hướng tới kết quả mong muốn, vì thế các ý nghĩa của lá này mang ý nghĩa tích cực với chủ đề này. Hội Bình Minh Vàng đưa ra lời đoán về sự chiến thắng, sức khỏe, sự thành công, mô tả nhân vật đã vượt qua được nút thắt khó khăn và đã đưa ra được những tính toán đúng đắn mang lại những thành công trong công việc. Mathers thì đưa ra lời đoán về phương hướng mới, dường như nhân vật cảm thấy mình có đủ năng lực để đưa ra những ý tưởng và kế hoạch theo cách thức khác so với trước đây và có vẻ như sự mới mẻ này mang lại những tín hiệu khả quan cho công việc. Waite thì đưa ra một ý khác là sự quan phòng trong lời đoán của mình, dường như thể hiện một hướng khác trong phương châm làm việc, sự quan phòng có thể giúp xóa đi những sự thù hằn và đối đầu không cần thiết, qua đó làm tăng uy tín cũng như gián tiếp giúp những dự định mới của nhân vật được thực hiện dễ dàng hơn. Lời khuyên cho lá này là cần có sự phối hợp tốt các kỹ năng của mình trong việc hoạch định kế hoạch cho giai đoạn này, cần sự sáng tạo cách thức mới trong thực hiện công việc cũng như cố gắng xóa bỏ những hệ quả xấu còn tồn tại từ giai đoạn trước.

8 Strength:

Lá bài này thể hiện chủ đề sức mạnh trong hành trình thụ pháp của nhân vật, đây là điểm quan trọng trong bất cứ chủ đề nào vì thế ảnh hưởng của lá bài này trong những vấn đề của nhân vật cũng rất cần được chú ý. Hội Bình Minh Vàng đưa ra lời đoán về lòng can đảm, dường như kế thừa sự phát triển định hướng mới, nhân vật nhận ra cần phải có sự dũng cảm trong việc đưa ra những hoạch định đối với những khó khăn ở mức độ cao hơn trên hành trình của mình. Lời đoán về sự thám hiểm những nơi xa lạ trong lời đoán của Mathers càng làm rõ hơn là nhân vật đang dấn thân vào cuộc phiêu lưu mới mẻ, trong những hoàn cảnh không có sự che chở và điều kiện tốt như trước nữa thì bắt buộc nhân vật phải tự dựa vào sức mình để mở ra con đường đi mà thôi. Sự chiêm niệm thần bí trong lời đoán của Crowley cũng thể hiện phần nào sức ảnh hưởng về mặt tâm linh, dường như không bộc phát mãnh liệt như trước nhưng nhân vật vẫn âm thầm tìm kiếm nguồn sức mạnh về tinh thần, có lẽ là điểm tựa quan trọng về lập trường tư tưởng trong các kế hoạch của mình. Lời khuyên là nhân vật cần tập trung mọi nguồn lực mình có vào kế hoạch trước mắt và cố gắng thực hiện cho thành công, đây sẽ là bước ngoặt quan trọng mà thành hay bại sẽ ảnh hưởng trực tiếp tới kết quả cuối cùng, do vậy cần vận dụng cả yếu tố vật chất hay tinh thần, cân nhắc kỹ trước khi ra quyết định cuối cùng và phải có dũng khí thực hiện nó.

9 The Hermit:

Lá bài thể hiện hình ảnh người ẩn sĩ tượng trưng cho chủ đề trí tuệ trong hành trình thụ pháp của nhân vật, đây là chủ đề áp chót trong chuỗi các sự kiện của hành trình nên các vấn đề tương đối mở rộng và khơi gợi con đường tới kết thúc hành trình. Hội Bình Minh Vàng đưa ra lời đoán về trí tuệ nhận được từ trên, dường như tiếp tục thể hiện quá trình nhân vật nhờ tới những người am hiểu hơn khai sáng cho mình khi bước chân vào môi trường mới rộng lớn hơn. Case thì nhắc tới sự khôn ngoan, thận trọng thể hiện tác phong làm việc cũng như thiết lập các phương án giải quyết vấn đề của nhân vật, ở đây nhận thức rõ mức độ của vấn đề nên nhân vật đã biết hướng về dùng trí tuệ, cũng là chủ đề của lá bài để tìm ra giải pháp. Một lời đoán khác là sự tỏa sáng, rạng danh của Mathers, chứng tỏ những sự thành công đạt được nhờ những sự tính toán chính xác và điều đó đem lại sự tin tưởng của người khác vào những hoạch định tiếp theo của nhân vật. Lời khuyên là nhân vật không nên quá phô trương vì thu hút nhiều sự chú ý sẽ gây thêm khó khăn trong giai đoạn này, cần phải đưa ra những hoạch định dựa trên những sự tham vấn cũng như những ý tưởng tốt nhất qua sàng lọc, đồng thời phải hành động một cách cẩn thận và kín đáo để đảm bảo thành công như mong muốn.

10 Wheel of Fortune:

Đây là lá bài đánh dấu sự khép lại của hành trình thụ pháp của nhân vật, đồng thời mở ra con đường chuyển tiếp sang hành trình hành pháp, vì thế ý nghĩa của lá bài đều rất mở. Crowley đưa ra lời đoán về sự đổi thay vận số ám chỉ về những thay đổi của tình hình công việc và có ảnh hưởng lớn tới những hoạch định của nhân vật, như thế nhân vật bắt buộc phải đưa ra sự lựa chọn và thay đổi để bước vào giai đoạn kế tiếp chứ không thể đứng yên như cũ. Chu kỳ liên hoàn và vận may trong lời đoán của Mathers ám chỉ tới việc hoàn thành công việc và trở lại thực hiện một chuỗi tiến trình mới dựa trên nền tảng vừa hoàn thành, đây là lúc nhân vật phải hoạch định lại các bước tiến hành công việc một cách tổng thể, điểm tích cực là kinh nghiệm cũng như may mắn do nền tảng thành công ở chu kỳ trước tạo ra. Số mệnh là ý xuất hiện trong hầu hết các lời đoán, dường như mô tả một trạng thái nhân vật bắt buộc phải trải qua, một quá trình giúp nhân vật nhận thức được những yếu tố tiềm ẩn về mình và qua đó biết được con đường mình phải đi ở giai đoạn sau. Như thế lời khuyên cho lá bài này là nhân vật cần có sự tiếp xúc nhiều với thế giới xung quanh, bám sát các biến cố xảy ra trong từng bước tiến hành những hoạch định của mình để nhận ra được những ưu khuyết điểm nhằm phân tích để hiểu về chính mình cũng như mục đích quan trọng nhất mình cần hướng tới.

11 Justice:

Lá bài này thể hiện hình ảnh một người đang cố gắng điều chỉnh để giữ gìn công lý, tượng trưng cho chủ đề áp dụng kỹ năng trong hành trình hành pháp của nhân vật. Các lời đoán do vậy đều hướng vào việc nỗ lực nhằm gìn giữ cân bằng trong việc hoạch định các hướng đi của nhân vật, Mathers diễn tả nó qua lời đoán về việc cần sự quân bình và tự chủ, nhân vật cần giữ sự ổn định và làm chủ những ý tưởng của mình, tránh bị dao động và ảnh hưởng. Crowley đưa ra lời đoán về sự điều chỉnh, đình hoãn những hoạt động cần được thực thi, có thể nhân vật cảm thấy sự không cân đối trong các kế hoạch mình đề ra nên cố gắng tìm cách sửa đổi trước khi mọi thứ được thực hiện nhằm hướng tới kết quả ổn định hơn. Case thì đưa ra lời đoán về sức mạnh và uy quyền, pháp vụ chứng tỏ nhân vật sử dụng tới quyền lực và pháp luật nhằm giải quyết những trở ngại đang cản trở việc tạo ra sự ổn định trong các phương án, kế hoạch của mình. Lời khuyên cho lá bài là cần xem xét kĩ các hoạch định trước khi thực hiện, chú ý tính khả thi cũng như sự cân bằng cần phải có giữa các phần của kế hoạch, đồng thời khi cần thiết có thể dùng quyền lực và pháp luật để đảm bảo tính công bằng cho hoạch định của mình, tránh bị ảnh hưởng bởi những ý đồ xấu.

12 The Hanged Man:

Lá bài này thể hiện hình ảnh người bị treo ngược, tượng trưng cho chủ đề đi tìm tri thức trong hành trình hành pháp của nhân vật. Hội Bình Minh Vàng đưa ra lời đoán về sự hy sinh miễn cưỡng, sự trừng phạt, mất mát, điều này thể hiện yếu tố dẫn đến sự thay đổi của nhân vật chính là những biến cố xấu xảy đến ngoài tính toán trong các hoạch định, khiến nhân vật phải chịu những tổn thất trong công việc. Chính những điều nằm ngoài dự liệu này đã khiến nhân vật quyết tâm tự cải thiện bản thân mình để trở nên mạnh mẽ hơn để vượt qua thử thách, Mathers thể hiện điều này qua lời đoán về sự đảo nghịch, đây có thể coi là nỗ lực của nhân vật để giải quyết khó khăn, lật ngược tình huống. Sự xét xử và thận trọng trong lời đoán của Waite mô tả việc nhân vật xem xét lại các kế hoạch mình đã đưa ra một cách thận trọng để tìm ra những ưu, khuyết điểm, từ đó có thể tìm ra cách sửa lại những điểm chưa tốt nhằm vượt qua khó khăn. Lời khuyên cho lá bài là cần có thời gian lúc này, nhân vật cần định hình lại một lần nữa các hoạch định, đừng quan tâm đến lợi ích hay thua thiệt trước mắt mà hãy nhìn vào thực chất của vấn đề trong việc đưa ra những ý tưởng trong công việc, hãy biết chấp nhận nếu có những thất bại tạm thời giai đoạn này.

13 Death:

Lá bài này thể hiện sự chuyển đổi từ con đường cũ sang con đường mới, tượng trưng cho sự chủ động thay đổi bản thân để đạt tới trạng thái mới tốt hơn. Mathers đưa ra lời đoán về sự thay đổi và cải tiến, sự khởi đầu mới, thể hiện sự liên kết với lá bài trước khi nhân vật đã quyết định đưa ra những ý tưởng mới và thực hiện những sự thay đổi trong việc thiết lập những dự án của mình. Case thì đưa ra lời đoán về điều trái ngược, sự thay đổi bất ngờ mô tả những khó khăn mà nhân vật gặp phải khi quyết định nêu ra những sự thay đổi này, đây là lúc các thế lực chống đối sẽ ra mặt và tìm cách ngăn cản nhân vật đến với con đường đúng. Sự chết và sự sa đọa trong lời đoán của Waite thì thể hiện mặt tiêu cực của vấn đề, đó là khi nhân vật không tìm ra được lối thoát đúng đắn cho khó khăn của mình và không thể đưa ra được kế hoạch hợp lý, khi đó nhân vật sẽ tiếp tục trượt dài trên sự thất bại và có thể là sự chấm dứt của công việc. Như vậy lời khuyên của lá bài này là nhân vật cần phải có được sự tin tưởng vào chính bản thân mình trong việc vượt qua khó khăn, khi nhận thất bại thì phải đứng lên tìm cách thay đổi, nếu chỉ cam chịu số phận thì sẽ có nguy cơ không thể phát triển thêm được nữa.

14 Temperance:

Lá bài này thể hiện sự nỗ lực nhằm đem lại sự cân bằng, tương ứng với chủ đề vận dụng quyền lực trong hành trình hành pháp của nhân vật. Waite thể hiện tính kinh tế, sự ôn hòa, điều hành, thích ứng trong lời đoán của mình, chứng tỏ mục đích quan trọng nhất mà nhân vật hướng tới ở đây không phải là sự tiến vọt nhanh cũng không phải các khoản lợi lớn mà là sự hòa hợp ổn định, điều đó sẽ là nhân tố chính để hoạch định các kế hoạch. Crowley thì đưa ra lời đoán về hành động dựa theo tính toán chính xác, thành công sau khi thực hiện kỹ lưỡng, chứng tỏ nhân vật đã có đủ kinh nghiệm về cách thức thiết lập và thực hiện những hoạch định của mình một cách cẩn thận nhất có thể để đạt tới thắng lợi. Sự kết hợp mọi sức mạnh trong lời đoán của Hội Bình Minh Vàng chỉ ra yếu tố dẫn đến thành công là sự liên kết với những người thích hợp để tập trung sức mạnh vượt qua khó khăn vì khi hành trình tiến xa thì một mình đối đầu với khó khăn là điều phải tránh. Lời khuyên cho nhân vật là cần lắng nghe ý kiến của những người có liên quan khi muốn hoạch định phương án cho một vấn đề nào đó, các hoạch định đưa ra do đó cũng cần cố gắng đảm bảo lợi ích hài hòa cho các bên, đó chính là thành công ở giai đoạn này.

15 The Devil:

Lá bài này thể hiện sự chủ động đi sâu vào các vấn đề tâm linh trong hành trình hành pháp của nhân vật, ám chỉ một bước chuyển tiếp mới trong công việc với những vấn đề và kế hoạch thay đổi so với trước. Hội Bình Minh Vàng đưa ra lời đoán về tính vật chất, sự cám dỗ về vật chất và sự ám ảnh như là nguồn động lực chính dẫn dắt nhân vật trong giai đoạn này, lợi ích cho bản thân sẽ là mục đích cao nhất trong các kế hoạch ở đây. Sự phấn khích mù quáng, tham vọng cuồng nhiệt trong lời đoán của Crowley thể hiện trạng thái tinh thần bị kích động bởi viễn cảnh sẽ đạt tới, điều này sẽ khiến việc hoạch định bị thay đổi theo đó, vì thế các kế hoạch trong giai đoạn này đều mang hơi hướng mạnh mẽ và mãnh liệt hướng vào mục đích. Điều này tuy đem lại tính chủ động và tích cực trong việc thúc đẩy công việc tiến lên và lôi kéo những người ủng hộ, nhưng lại có nhược điểm là dễ mang tính nóng vội nên có thể vướng phải những sai lầm trong tính toán phương hướng sách lược cũng như sự bất chấp hậu quả. Sự kích động mù quáng và ảo ảnh trong lời đoán của Mathers thể hiện rõ mặt trái của vấn đề và nhân vật cần phải có sự tỉnh táo trong tư tưởng của mình, phân biệt rõ về những ý niệm thiên về thực tế, khả thi trong việc đưa ra kế hoạch, tránh dựa hoàn toàn vào trực giác khi đưa ra các quyết định quan trọng.

16 The Tower:

Lá bài này thể hiện trạng thái chủ động về mặt tình cảm trong hành trình hành pháp của nhân vật, ứng với các hoạch định đưa ra nhằm có được những mục tiêu đặt ra trong tình cảm. Sự xung đột, tai họa không lường trước trong lời đoán của Case thể hiện rõ yếu tố tiêu cực như trong hình ảnh lá bài, giai đoạn này các dự định của nhân vật sẽ gặp nhiều thử thách. Sự đối nghịch, lừa gạt torng lời đoán của Waite phần nào thể hiện những dự tính mà nhân vật vạch ra trong chuyện tình cảm không có được sự đồng tình, dẫn tới những sự mâu thuẫn đối đầu nhau và đi tới cả sự lừa dối, như vậy hai mặt tình cảm và các kế hoạch đều trở nên xấu đi. Mathers còn đưa ra lời đoán về sự mất an toàn cũng như ảo ảnh tan biến, chứng tỏ nhân vật mất đi sự che chở đang có, và khi tiến sâu vào mối quan hệ đã phát hiện ra bản chất chuyện tình cảm này không được như mình mong đợi. Lời khuyên cho lá bài này là nhân vật cần có sự tỉnh táo trong quan hệ tình cảm, đừng cố gắng kiểm soát và gò bó vào khuôn khổ mà hãy để nó phát triển tự nhiên để tránh gây ra những bất hòa, mâu thuẫn ảnh hưởng tới công việc, nên có sự rạch rời trong hoạch định cho công việc và tình cảm.

17 The Star:

Lá bài này thể hiện sự chủ động trong hoạch định các vấn đề liên quan đến sự kiểm soát và quản lý, là một mục tiêu rất quan trọng mà nhân vật luôn cần tính tới trong công việc của mình. Mathers đưa ra lời đoán về khải huyền, niềm hy vọng và tin tưởng, sự minh bạch và thấu hiểu mô tả một trạng thái tươi mới trong tinh thần của nhân vật, có thể là khi nhận được một sự giúp đỡ khai sáng hoặc tìm ra cách thức mới tốt đẹp hơn để cải thiện tình hình. Crowley tiếp nối lời đoán đó bằng các ý về dự hiện thực hóa những điều có thể và sự minh mẫn, chứng tỏ nhân vật đã lại có được đủ các yếu tố cần thiết để thực hiện các ý tưởng của mình, đây là sự thay đổi lớn so với lá trước. Case thêm vào đó lời đoán về ảnh hưởng tới tha nhân, chứng tỏ nhân vật lúc này đã phần nào khẳng định được vị thế của mình cao hơn giai đoạn trước và do vậy các suy tính phải tính đến mức độ rộng hơn và xem xét những sự ảnh hưởng tới người khác. Lời khuyên cho lá bài là nhân vật cần cố gắng xem xét mọi mặt của vấn đề và nên nhìn theo một hướng rộng hơn trước, cố gắng sử dụng những sự giúp đỡ từ bên ngoài và cũng nên thiết lập kế hoạch vì những lợi ích tổng thể chứ không nên chỉ tập trung cho cá nhân mình.

18 The Moon:

Lá bài này thể hiện sự ngưỡng vọng sức mạnh của nhân vật trong hành trình hành pháp, tương ứng với nó là những hoạch định nhằm hướng tới năng lực, sức mạnh tuyệt đối mà nhân vật muốn có để vượt qua mọi khó khăn. Mathers đưa ra lời đoán về cuộc đấu tranh từ từ nhưng cam go, bên bờ của sự thay đổi quan trọng chứng tỏ nhân vật đang ở vào trạng thái khó khăn trong công việc và đang tìm đường thoát ra, lá bài này thể hiện chính là giai đoạn nhân vật đi trong ánh sáng lờ mờ của mặt trăng để tìm ra ánh sáng thật sự. Sức mạnh huyền bí và sự thường biến trong lời đoán của Waite còn thể hiện những yếu tố xung quanh tác động đến nhân vật trong giai đoạn này cũng khá bất định và do vậy làm ảnh hưởng đến các kế hoạch của nhân vật nhắm tới sức mạnh, bản thân nguồn sức mạnh này cũng còn nằm trong bức màn bí ẩn. Crowley thì chỉ ra sự ảo tưởng, lẫn lộn trong lời đoán của mình để thể hiện việc nhân vật không thể xác định được đúng con đường mình cần phải đi và do vậy lạc lối, điều này ắt sẽ là tiền đề của những thất bại. Lời khuyên cho lá bài là nhân vật cần phải nỗ lực trong việc đưa ra các kế hoạch của mình, có thể giai đoạn này sẽ có nhiều khó khăn và cả thất bại nhưng cần phải giữ lập trường kiên định và tránh bị lôi kéo theo những ý tưởng không thực, phải bình tĩnh suy xét kĩ các đề nghị trước khi quyết định đưa ra ý kiến của mình.

19 The Sun:

Lá bài này thể hiện hình ảnh khá tươi sáng mang lại ý nghĩa tích cực, chủ đề của nó hướng vào sự chủ động trong việc vận dụng trí tuệ - là sự kiện áp chót trong hành trình hành pháp, tương ứng với việc hoạch định lá này cũng đem lại kết quả tốt cho nhân vật. Case đưa ra lời đoán về sự giải thoát và lợi lộc, ám chỉ việc các ý tưởng của nhân vật đã vượt qua sự khó khăn và đem lại sự thành công cho nhân vật, là kết quả tốt đẹp của trạng thái dò tìm ở lá trước. Sự chân thành, chân lý và sự tự hào trong lời đoán của Crowley chỉ ra những phẩm chất tốt đẹp của nhân vật trong công việc cũng như mục đích đúng đắn trong các kế hoạch nên đã nhận được sự tán đồng và ủng hộ của những người xung quanh, là tiền đề cho thành công. Waite còn đưa ra lời đoán về cuộc hôn nhân môn đăng hộ đối, chứng tỏ một hàm ý về sự thành công trong chuyện tình yêu của nhân vật, có thể là thành quả thêm vào từ những dự án và kế hoạch thành công. Lời khuyên cho lá bài là cần bám sát con đường mình đã chọn và cố gắng đơn giản hóa những kế hoạch của mình để càng có sức ảnh hưởng tới nhiều người và do đó càng có điều kiện thực hiện thành công hơn.

20 Judgement:

Đây là lá bài cuối cùng trong các lá Major thuộc về hành trình hành pháp, thể hiện sự kiện liên quan đến định mệnh đánh dấu sự chấm dứt chuỗi sự kiện chính mà các lá Major thể hiện. Mathers nhắc đến quyết định cuối cùng, thoát khỏi những kiềm chế và sự thay đổi vai trò, chứng tỏ đây là mốc quan trọng mà nhân vật đưa ra phán quyết cuối cùng, có thể quyết định thành bại của vấn đề, đồng thời cũng thể hiện sự kết thúc và chuyển sang vai trò mới của nhân vật. Case nói tới việc có khả năng làm mới lại, dường như nhấn mạnh tới việc kết thúc của quá trình và lúc này nhân vật có thể suy nghĩ về những dự tính mới trong tương lai khi không còn vướng bận gì ở hiện tại. Sự phán xét và kết án trong lời đoán của Hội Bình Minh Vàng là thể hiện kết quả của công việc theo một hướng khác, có thể không mấy tích cực cho nhân vật khi bị đưa ra luận xét và lúc này những ý tưởng đúng hay sai đều sẽ nhận lại kết cục tương ứng. Như vậy ở đây có hai vấn đề nhân vật cần lưu tâm là kết quả mà những hoạch định ở các giai đoạn trước đem lại mà nhân vật không thể tránh và phải tiếp nhận, điều còn lại là con đường mới đang chuẩn bị mở ra và nhân vật cần suy nghĩ, chuẩn bị trước cho điều này.

21 The World:

Lá bài này là lá bài cuối cùng trong các lá Major, tạo thành cặp tương ứng với lá The Fool nhằm thể hiện bước cuối cùng trong việc hòa nhập với vũ trụ của nhân vật. Hội Bình Minh Vàng đưa ra lời đoán về vật chất, sự tổng hòa, thế giới, vương quốc, chứng tỏ tư tưởng, ý nghĩ của nhân vật lúc này đã vượt khỏi phạm vi cá nhân để dung hòa với thế giới và có sự ảnh hưởng rộng rãi. Để có được sự ảnh hưởng này điều tất yếu là nhân vật phải có được thành công, Mathers với lời đoán về sự thành công và thống trị đã thể hiện rõ điều này, càng lên cao và qua nhiều dự án thành công thì những ý tưởng của nhân vật càng phát triển hơn. Sự thay đổi địa vị trong lời đoán của Case mô tả đến những vai trò và vị thế mới mà nhân vật có được trong giai đoạn này, rõ ràng sự kết thúc giai đoạn ở lá trước đã tạo sự thay đổi lớn ở lá này. Lời khuyên là nhân vật cần có sự bình thản và kiên trì trong hoạch định các kế hoạch và chờ đợi thời cơ để thực hiện, lúc này dường như không có những sự thúc ép nào đáng kể nên nhân vật hoàn toàn có thể thong thả vận hành mọi thứ theo đúng ý mình mong muốn.

34

PENTACLES

Ace of Pentacles:

Đây là lá bài đầu tiên trong các lá Minor hệ sao, thể hiện trạng thái vật chất và sở hữu tương ứng với các hoạch định trong công việc của nhân vật ở chuyên đề này. Sự hoạch lợi và hoạch định phương án trong lời đoán của Mathers thể hiện rõ đây chính là giai đoạn khởi đầu trong việc lên kế hoạch cho dự định của nhân vật, ở đây nhân vật có thể vừa có được một khoản lợi và muốn sử dụng nó để tiếp tục làm nảy sinh lợi lộc. Lợi lộc vật chất trong lời đoán của Case chính là đặc điểm trung tâm mà các hoạch định, dự án của nhân vật trong giai đoạn này hướng tới, mục đích của nhân vật rất thực tế nên các kế hoạch cũng có sự tập trung cao. Sự hoàn toàn mãn nguyện trong lời đoán của Waite thể hiện nhân vật có trạng thái tinh thần thỏa mãn, có thể do khoản lợi lộc thu được ở đây hoặc là sự hài lòng về những phương án làm lợi mà mình vạch ra được. Dù sao thì lá bài cũng mang nghĩa tích cực và ta có thể thấy nhân vật có được những sự hỗ trợ trong việc hoạch định các kế hoạch cho công việc, đặc biệt là về vấn đề tăng thêm thu nhập về mặt tiền bạc vật chất.

Two of Pentacles:

Lá bài này thể hiện trạng thái học tập và sử dụng tri thức trong các vấn đề liên quan đến vật chất của nhân vật, là sự tiến bộ hơn so với giai đoạn trước. Crowley thể hiện sự thay đổi trong lời đoán của mình, chứng tỏ nhân vật có được tri thức và đã có thể xem xét lại các dự tính, kế hoạch của mình nhằm chỉnh sửa những điểm chưa hợp lý. Case thêm vào đó là sự hài hòa trong quá trình thay đổi, như vậy không đơn giản là thay đổi thông thường mà nhân vật còn phải tính toán sao cho những thay đổi đó không làm mất đi những lợi thế cũng như sự ổn định đang có được ở giai đoạn hiện tại, nếu thay đổi mà làm xáo trộn kế hoạch sẽ làm giảm đi khả năng thành công. Sự đây đó hoặc di dời nơi cư ngụ được Mathers thể hiện nhằm ám chỉ nhân vật cần sự hành động, đi chuyển nhằm tìm ra địa điểm phù hợp nhất nhằm đầu tư vật chất của mình, như vậy ở đây công việc cũng như môi trường hiện tại có thể chưa thật phù hợp nên nhân vật cần tính toán đến sự thay đổi cho mình. Lời khuyên ở đây là nhân vật cần suy tính kĩ lưỡng trước khi đưa ra các hoạch định liên quan đến tiền bạc của mình, mọi thứ phải được xem xét một cách khoa học nhất, tuyệt đối tránh sự nóng vội cũng như vì những lợi ích nhỏ trước mắt.

Three of Pentacles:

Đây là lá bài thể hiện trạng thái tiếp diễn cho giai đoạn trước khi thể hiện nhân vật đang thực hiện những dự án đã được đề ra. Sự xây dựng được thể hiện trong lời đoán của Case chứng tỏ đây là lúc nhân vật chốt lại những ý tưởng của mình bằng những kế hoạch chi tiết, cụ thể, là phần quan trọng nhất trong hoạch định các kế hoạch. Lao động có kỹ năng là lời đoán của Waite, thể hiện việc nhân vật đã qua quá trình học hỏi rèn luyện và có đủ kỹ năng cũng như bản lĩnh để đối phó với các vấn đề ở giai đoạn này, đây là yếu tố trợ giúp rất nhiều trong việc xây dựng các phương án làm việc của nhân vật. Mathers còn nhắc tới công việc mang tính sáng tạo, có lẽ tiếp nối với sự chuyển đổi thể hiện ở lá bài trước, ở đây nhân vật có những hoạch định mới mẻ trong môi trường làm việc mới có nhiều hứa hẹn về thành công hơn ở giai đoạn trước. Lời khuyên là nhân vật nên có sự quyết đoán trong việc tiến hành đầu tư cũng như lên các kế hoạch về các vấn đề vật chất, không nên để lỡ cơ hội tốt ở giai đoạn này, ngoài ra cũng cần chú ý tới các nguồn vốn của mình nhằm tránh việc quá đà trong chi tiêu, luôn cần có sự dự trữ nhất định.

Four of Pentacles:

Lá bài này thể hiện trạng thái chấm dứt ở giai đoạn đầu của

hành trình trong vấn đề vật chất của nhân vật, trong hoạch định thì ứng với việc có kết quả của những kế hoạch đầu tiên và là lúc tạm ngưng nghỉ của nhân vật. Mathers đưa ra lời đoán về mãnh lực của đồng tiền, quà tặng bằng hiện kim và cất giấu tài sản, tiếp tục nhấn mạnh vị trí hàng đầu của tiền bạc vật chất trong các hoạch định của nhân vật, ở đây dường như nhân vật tập trung vào mục tiêu đảm bảo tài sản của mình và cố gắng tích trữ thêm càng nhiều càng tốt. Quyền lực trần thế trong lời đoán của Hội Bình Minh Vàng và Crowley là mặt liên kết không thể thiếu với vấn đề tài sản, để đảm bảo tài sản không bị xâm hại thì nhân vật bắt buộc phải nhờ tới quyền lực hoặc tự mình đạt tới quyền lực, điều này khiến cho quyền lực trở thành đích ngắm trong các kế hoạch của nhân vật. Như vậy ở đây trạng thái được thể hiện là khá tốt khi nhân vật vừa có được tài sản và quyền lực, hai thứ này liên kết chặt chẽ với nhau giúp vị thế của nhân vật vững vàng và có thể thoải mái trong việc đề ra các kế hoạch của mình, không phải e ngại nhiều như giai đoạn trước về vốn. Lời khuyên ở đây là nhân vật cần tránh việc phung phí quá nhiều tiền vào những vấn đề không cần thiết và xa xỉ, điều này sẽ ảnh hưởng tới tiền bạc dự trữ cũng như uy tín của nhân vật và sẽ làm giảm đi lợi thế của nhân vật khi bắt đầu giai đoạn sau, do đó trong hoạch định tuy thoải mái hơn giai đoạn trước nhưng nên tập trung vào những nhu cầu cần thiết của mình mà thôi.

Five of Pentacles:

Lá bài này thể hiện sự chuyển đổi trạng thái từ tốt thành xấu, đây là bước suy giảm đáng chú ý trong hành trình các lá Minor hệ sao. Mathers đưa ra lời đoán về sự mất tiền hay địa vị, sự lo lắng và cẩn trọng trong vấn đề tiền bạc, chứng tỏ giai đoạn này sẽ xảy ra những tổn thất về mặt tiền bạc, gây ảnh hưởng xấu tới các dự tính, kế hoạch của nhân vật, gây ra trạng thái tinh thần lo lắng của nhân vật. Sự nghèo túng được Waite thể hiện cũng giống với lời đoán của Mathers nhưng chỉ ra mức độ nghiêm trọng của tình hình, ở giai đoạn trước nhân vật còn đang rất ổn định về vấn đề tiền bạc mà ở đây đã chuyển thành trạng thái thiếu thốn và khó khăn, chứng tỏ ở giai đoạn này sẽ xảy ra những biến cố rất xấu và nhân vật cần đề phòng. Crowley nhắc tới sự lo lắng như một kết quả tất yếu của những khó khăn xảy tới, khiến nhân vật rơi vào trạng thái tinh thần suy giảm và sẽ ảnh hưởng đến việc đưa ra những phương án trong giai đoạn này. Như vậy ở đây dường như kế hoạch của nhân vật bị một sự tác động không như ý làm cho thất bại và ảnh hưởng xấu đến mặt vật chất, tinh thần cũng bị ảnh hưởng nên việc hoạch định kế hoạch cho giai đoạn sau bị trì hoãn và gặp nhiều khó khăn.

Six of Pentacles:

Sau giai đoạn sự giảm về vật chất ở lá bài trước thì đến đây có vẻ như nhân vật đã khôi phục lại được sự ổn định cho mình. Mathers đưa ra lời đoán về thành công sau nhiều nỗ lực thể hiện sự cố gắng của nhân vật trong việc vượt qua khó khăn, trở lại thành công như giai đoạn trước, đây chính là mục tiêu lớn nhất trong các dự tính của nhân vật ở giai đoạn này. Ngoài ra Mathers còn nhắc tới quyền thế, sự ảnh hưởng và tiếng tăm để thể hiện mức độ ảnh hưởng của nhân vật trong môi trường làm việc, nhân vật đã khôi phục được vị thế của mình trong mắt mọi người và do đó các phương án, hoạch định của nhân vật sẽ được mọi người tin cậy và ủng hộ, dẫn tới việc làm và nghề nghiệp ổn định cho nhân vật, điều này cũng là ý cón lại trong lời đoán của Mathers. Các lời đoán còn lại đều thể hiện sự phát triển về vấn đề tiền bạc như sự thành đạt trong lời đoán của Crowley hoặc sự thịnh vượng trong lời đoán của Case, chứng tỏ nhân vật sẽ có giai đoạn bội thu, không phải lo lắng về vấn đề tiền bạc như trước. Lời khuyên ở đây là nhân vật cần tập trung vào công việc và cần xác định những kế hoạch phát triển lâu dài cho công việc, mục đích chính là gây dựng được vị trí cũng như sức ảnh hưởng của mình trong môi trường làm việc để có thể dễ dàng hơn trong việc thực hiện các dự tính nhằm thu về lợi ích tiền bạc như mong muốn.

Seven of Pentacles:

Lá bài thể hiện một bước biến chuyển mới trong vấn đề phát triển vật chất của nhân vật, là bước chuẩn bị cho sự thăng tiến lên mức cao nhất trong hành trình của nhân vật. Hội Bình Minh Vàng mô tả điều chưa toại nguyện trong lời đoán của mình, chứng tỏ các hoạch định của nhân vật ở đây không đem lại kết quả như ý muốn, tuy không đến nỗi thất bại nhưng nó cũng khiến cho nhân vật phải xem xét lại nếu muốn tiếp tục phát triển. Waite mô tả rõ hơn khi đề cập tới nguyên nhân lo lắng là do vấn đề tiền bạc, chứng tỏ đây vẫn là mục đích lớn nhất trong các kế hoạch của nhân vật và chính sự thu hoạch không như ý khiến nhân vật lo lắng và phải xem lại tính toán của mình. Case đưa ra lời đoán về sự việc chưa hoàn tất, chứng tỏ nhân vật chưa hoàn thành được những công việc như mình đã dự kiến, hoặc có thể là chủ động tạm ngưng vì thấy không hiệu quả như dự kiến. Như vậy trạng thái vật chất ở đây có sự chững lại hoặc chỉ phát triển ở mức độ ít, vì thế nhân vật cần phải xem xét lại kế hoạch nhằm điều chỉnh, đồng thời bám sát quá trình thực hiện, đây là lúc nhân vật cần thể hiện năng lực của mình nhằm lèo lái mọi thứ đi đúng hướng.

Eight of Pentacles:

Lá này thể hiện sự thay đổi công việc qua hình ảnh trên chuỗi hành trình của các lá Minor hệ sao, ứng với chủ đề sức mạnh trong hành trình của các lá Major. Waite đưa ra lời đoán mô tả việc giỏi về thủ công nghiệp còn Case thì nói là giỏi về việc làm ăn, thực tế cả hai lời đoán này đều có điểm giống nhau ở chỗ thể hiện nhân vật biết mình đang làm gì và có đủ khả năng để thành công ở lĩnh vực mới này, như vậy cũng thể hiện nhân vật đã có những quyết định, kế sách thay đổi trong công việc so với giai đoạn trước. Sự cẩn trọng trong lời đoán của Crowley và Hội Bình Minh Vàng thể hiện nhân vật đã có nhiều kinh nghiệm từ trước nên ở đây đã hành động trong sự tính toán kỹ lưỡng, như vậy các dự tính, kế hoạch ở đây đóng vai trò quyết định cho thành công, nhân vật sẽ không hành động nếu chưa thấy việc đó mang lại lợi ích cho mình. Mathers còn nhắc tới nỗ lực đều đặn và sự kiên trì, đây là lúc nhân vật cần phải có những hoạch định lâu dài và mang tính bền vững nên không thể nóng vội chạy theo những lợi ích nhỏ mà phải kiên nhẫn đợi thời cơ. Như vậy lời khuyên ở đây là nhân vật cần phải có được tầm nhìn xa trong hoạch định các phương án trong công việc, nhất là trong những sự thay đổi và những kế hoạch mới, vấn đề vật chất thì không nhất thiết phải có lời lớn nhưng cần quan tâm tới sự ổn định lâu dài.

Nine of Pentacles:

Đây là lá bài áp chót trong các lá Minor hệ sao, ứng với chủ đề trí tuệ trong hành trình các sự kiện chính được các lá Major thể hiện, đây là bước đệm cuối cùng hướng tới kết thúc trong hành trình. Sự thận trọng vẫn được Case thể hiện trong lời đoán của mình như là sự tiếp nối với lá bài trước, nhân vật vẫn chưa tới được đích đến của mình do vậy vẫn cần giữ được sự thận trọng trong việc tiến hành những dự định của mình. Dù thế thì hầu hết các lời đoán đều thể hiện trạng thái khá tích cực và dự đoán những kết quả khả quan mà nhân vật sắp có được, Mathers nói về sự thanh thản, an toàn và yên tâm vững chí, qua đó thể hiện nhân vật không còn chịu những ràng buộc và áp lực về mặt tinh thần mà đã đủ trí tuệ và khả năng để tự mình giải quyết các khó khăn cũng như lên kế hoạch phát triển cho tương lai. Sự hoạch lợi cũng xuất hiện trong hầu hết các lời đoán thể hiện sự gia tăng về vật chất mà nhân vật có được do sự nỗ lực ở giai đoạn trước đem lại và chính nguồn lợi này lại tạo điều kiện để nhân vật tiếp tục phát huy và có thêm những lợi ích ở giai đoạn sau. Lời khuyên ở đây là nhân vật cần phải giữ vững tinh thần và tiếp tục kiên trì thực hiện những kế hoạch của mình, phải biết vận dụng tốt các nguồn lực vật chất có được để đẩy mạnh công việc nhằm đạt thắng lợi cao nhất.

Ten of Pentacles:

Đây là lá bài cuối cùng trong các lá Minor hệ sao, thể hiện trạng thái kết thúc trong hành trình phát triển về vật chất của nhân vật, cũng là kết quả của các hoạch định mà nhân vật đưa ra trong chuyên đề này. Sự giàu có trong lời đoán của Crowley cũng như sự thịnh vượng trong lời đoán của Case đã thể hiện rõ sự thành công mà nhân vật đạt được thông qua trạng thái dồi dào về vật chất, điều này cũng gián tiếp thể hiện những hoạch định của nhân vật đã thành công mĩ mãn. Mathers còn thể hiện sự khôn khéo trong giao dịch tiền bạc, chứng tỏ nhân vật ở đây không những sở hữu nhiều hơn về tiền bạc mà còn tài ba hơn trước nhiều trong việc sử dụng, điều này cho thấy chiều hướng tiếp tục gia tăng vật chất trong tương lai. Đây là lúc thuận tiện nhất khi nhân vật không bị ràng buộc cả về tinh thần lẫn vật chất nên không có giới hạn gì trong việc đưa ra các hoạch định cho tương lai và nhân vật có thể hướng tới những ước mơ mà mình chưa làm được. Lời khuyên ở đây là cần tránh sự xa hoa phung phí cũng như đề phòng sự ganh ghét và lợi dụng của người khác với tiền bạc của mình, càng sở hữu nhiều tiền thì càng cần sự tỉnh táo và khôn ngoan trong việc sử dụng và hoạch định kế hoạch cho hợp lý..

Page of Pentacles:

Đây là lá bài đầu tiên trong các lá Court thuộc hệ sao, chủ yếu thể hiện về vấn đề vật chất trong các hoạch định của nhân vật. Mathers đưa ra lời đoán về sự thụ động, thâm tâm chứng tỏ nhân vật còn đang trong quá trình lên kế hoạch, mọi thứ diễn ra vẫn chỉ trong suy nghĩ chứ chưa được thể hiện ra một cách rõ ràng. Case mô tả sự siêng năng, cẩn thận và chín chắn trong hành động để nhấn mạnh nhân vật rất chú trọng sự an toàn và vững chắc trong các kế hoạch của mình, điều này là hợp lý vì lá Page thể hiện bản chất của nhân vật trong giai đoạn khởi đầu, lúc này sở hữu vật chất của nhân vật chưa nhiều nên cần tránh sự chi tiêu không cần thiết và không chắc chắn khoản lợi thu về. Waite mô tả sự nghiên cứu, ứng dụng, quản trị và thống lĩnh chứng tỏ nhân vật tập trung vào rèn luyện những kĩ năng để nắm bắt và kiểm soát tốt những khía cạnh trong công việc trước rồi mới vạch ra những kế hoạch phát triển về vật chất. Lời khuyên là nhân vật cần hướng sự chú ý vào quá trình chuẩn bị và chỉ bắt tay vào thực hiện khi thật sự chắc chắn về kết quả, ngoài ra còn phải chú trọng đến việc củng cố nguồn vốn để chuẩn bị cho các dự án về sau của mình.

Knight of Pentacles:

Đây là lá bài thứ hai trong các lá Court thuộc hệ sao, lá bài này thể hiện sự thay đổi bản chất của nhân vật khi hành trình rơi vào khoảng chuyển tiếp từ giai đoạn nghỉ sau khi hoàn thành phần thứ nhất và trạng thái bắt đầu ở phần tiếp theo. Hội Bình Minh Vàng đưa ra lời đoán về sự siêng năng, khôn khéo, kiên nhẫn trong tạo dựng sự nghiệp chứng tỏ nhân vật vẫn tiếp tục quá trình xây dựng những nền tảng vững chắc cho mình, triết lý của nhân vật là các kế hoạch chỉ có thể thực hiện khi có những điều kiện cụ thể nhất, nên trước khi hoạch định chuyện gì nhân vật đều tính toán chuẩn bị kỹ những yếu tố cơ bản nhất. Waite thể hiện sự hữu dụng cũng như trách nhiệm cao chứng tỏ nhân vật đã trưởng thành hơn và luôn cố gắng hoàn thành những việc mình phụ trách, dù có thể không phải kế hoạch của mình nhưng những điều này sẽ giúp nhân vật có được niềm tin cũng như sự ủng hộ của người khác. Quan trọng nhất vẫn là mục tiêu về vật chất được thể hiện trong lời đoán của Mathers, các nguồn lợi về vật chất vẫn là tư tưởng chủ đạo chi phối tất cả các kế hoạch cũng như hành động của nhân vật ở giai đoạn này. Lời khuyên là nhân vật nên có những quyết định về mục đích lâu dài cho mình, không nên chỉ loay hoay với các nhu cầu vật chất hiện tại, ngoài ra thì điều quan trọng không kém vẫn là tích lũy vốn để có thể thực hiện những mơ ước của mình.

Queen of Pentacles:

Đây là lá bài thứ 3 trong các lá Court thuộc hệ sao, trạng thái của lá bài thể hiện sự trưởng thành của giai đoạn khi đi từ vấn đề tâm linh, tình cảm chuyển sang các vấn đề quản lí và sức mạnh. Hội Bình Minh Vàng thể hiện trong lời đoán của mình các yếu tố liều lĩnh, thông minh chứng tỏ sự phát triển nhanh hơn về vật chất do nhân vật đã tích lũy được nhiều kiến thức trong việc vạch ra kế hoạch. Sự quảng đại, nghiêm túc trong lời đoán của Waite chỉ ra sự rộng rãi hơn trong chi tiêu về vật chất, khác biệt so với hai giai đoạn trước, tuy nhiên về bản chất thì các vấn đề sử dụng tiền bạc này đều nằm trong kế hoạch lớn của nhân vật nhằm hướng tới những mục đích của mình. Dù vậy Mathers có nhắc tới sự thiếu quyết đoán và dễ thay đổi, mô tả một trạng thái hay gặp khi nhân vật sở hữu nhiều vật chất hơn ở giai đoạn trước, những tính toán sẽ dễ bị các yếu tố bên ngoài tác động hơn dẫn tới không kiên định và thường có suy nghĩ thay đổi trong các dự án. Lời khuyên là nhân vật cần giữ được sự tỉnh táo và đừng bị ám ảnh quá nhiều về vật chất, càng suy nghĩ việc giữ số tiền lớn thì càng dễ đánh mất nó và nhân vật cần mạnh dạn đầu tư vào những dự định mới thì mới có thể tiếp tục thu về lợi nhuận được.

King of Pentacles:

Đây là lá bài cuối cùng trong các lá Court hệ sao, thể hiện trạng thái đạt tới bản chất hoàn thiện nhất trong hành trình về vật chất của nhân vật. Hội Bình Minh Vàng đưa ra các lời đoán về sự gia tăng vật chất và gia tăng thiện, ác mô tả một sự phát triển lên cao sự đấu tranh trong nội tâm nhân vật, khi tiếp tục sở hữu nhiều vật chất thì vấn đề hoạch định làm sao để phát triển là câu hỏi khó, ngoài ra việc có nhiều tiền dẫn tới việc chọn lựa giữa các yếu tố thiện ác trong cuộc sống, rõ ràng người giàu dễ sa ngã hơn người nghèo. Crowley thì đưa ra lời đoán về người có nhiều năng lực, điềm tĩnh, thành thật, đây là những phẩm chất tốt giúp mang lại những kế hoạch hợp lý cho nhân vật, không cần phải quá mạnh bạo nhưng chính sự từ tốn trong suy tính lại tạo ra thành công về vật chất cho nhân vật. Tuy thế những điểm yếu cố hữu thì dường như nhân vật vẫn không bỏ được, Mathers thể hiện trong lời đoán của mình yếu tố dễ nóng nảy khi bị khiêu khích, chứng tỏ nhân vật không có được sự tỉnh táo cũng như kiểm soát tinh thần tốt và có thể bị những kẻ thù lợi dụng, sự nóng nảy còn dễ khiến nhân vật đưa ra các quyết định sai lầm trong thiết lập kế hoạch. Do vậy lời khuyên ở đây là nhân vật cần phải cố găng tập trung tránh để lộ suy nghĩ để không bị kẻ thù khai thác, trong việc lập kế hoạch cần có sự chắc chắn và sáng suốt trong suy nghĩ cũng như trình độ chuyên môn, tránh việc làm theo cảm xúc nhất thời.

Ace of Pentacles
Two of Pentacles
Three of Pentacles
Four of Pentacles
Five of Pentacles
Six of Pentacles
Seven of Pentacles
Eight of Pentacles
Nine of Pentacles
Ten of Pentacles
Page of Pentacles
Knight of Pentacles
Queen of Pentacles
King of Pentacles

SWORDS

Ace of Swords:

Đây là lá bài đầu tiên trong các lá Minor hệ kiếm, thể hiện vấn đề quan hệ và giao tiếp trong việc hoạch định các phương án trong công việc của nhân vật. Sự kiện đầu tiên được thể hiện trong hành trình của các lá Major là kỹ năng cũng được mô tả rõ ràng ở đây thông qua lời đoán của Mathers về việc nhờ vào sức mạnh bản thân cũng như ý tưởng và hướng tư duy mới, như vậy sự xuất hiện của nhân vật cùng năng lực và các ý tưởng sáng tạo đã mang lại làn gió mới trong công việc. Điều đó chứng tỏ tuy là giai đoạn mới bắt đầu trong các mối quan hệ nhưng những dự tính, kế hoạch của nhân vật ở đây vẫn có điều kiện khá tốt để thực hiện so với các trạng thái khởi đầu ở những hệ khác. Sự cân xứng uy lực trong lời đoán của Crowley thì nhắc nhở vấn đề cần giữ sự cân bằng trong môi trường làm việc, nhân vật không nên quá chuyên chú vào lợi ích cũng như những sự thăng tiến của mình mà cần đưa lợi ích chung của các bên vào trong những kế hoạch nhằm có được những sự ủng hộ cũng như giữ sự hòa hợp trong các mối quan hệ. Lời khuyên ở đây là nhân vật cần tích cực trong các mối quan hệ nhằm tìm kiếm sự ủng hộ cho các dự định của mình, đồng thời cần có sự năng nổ khi tiến hành công việc cũng như nên đưa ra những ý kiến sáng tạo của mình, quan trọng nhất vẫn là duy trì lợi ích cân bằng cho các bên trong quan hệ.

Two of Swords:

Đây là lá bài thứ hai trong các lá Minor hệ kiếm, thể hiện mối liên kết giữa vấn đề quan hệ, giao tiếp với các hoạch định của nhân vật. Ở đây có thể thấy sự gia tăng của các yếu tố bất ổn trong các mối quan hệ và đòi hỏi nhân vật phải có sự nỗ lực nhiều hơn trong giải quyết những xung đột cạnh tranh này trong các kế hoạch của mình, điều này đã được Hội Bình Minh Vàng thể hiện rõ qua lời đoán về sự tái lập thanh bình. Case thì nhắc tới lực lượng tương xứng, chứng tỏ nhân vật đang nằm giữa những mối quan hệ mang lại những lợi ích cân bằng, do vậy khiến nhân vật khó khăn trong việc đưa ra quyết định nghiêng về một phía nào đó và có lẽ giai đoạn này nhân vật chỉ có thể đứng giữa trong các cuộc xung đột này mà thôi. Mathers thì nói tới sự chấm dứt tranh cãi, chân lý và điều sai thể hiện vai trò quan trọng của nhân vật trong việc giải quyết các bất đồng trong các mối quan hệ về ý tưởng, kế hoạch, nhân vật sẽ phải chỉ ra những ý tưởng đúng hay sai và thuyết phục các bên hướng tới mục đích chung. Như vậy ở đây ta thấy chìa khóa giải quyết chính là tri thức được thể hiện trong hành trình của các lá Major, chỉ có tri thức mới giúp nhân vật đứng vững giữa các ý tưởng đấu tranh với nhau mà chọn lựa ra những phần đúng đắn nhất mà mình nên làm theo.

Three of Swords:

Đây là lá bài thứ 3 trong các lá Minor hệ kiếm, là quá trình phát triển tiếp nối với hai lá trước về các tính toán, dự định của nhân vật trong các mối quan hệ công việc. Sự xa lánh trong tâm tưởng được thể hiện trong lời đoán của Waite chỉ ra sự khó khăn ở đây dường như trầm trọng hơn ở giai đoạn trước khi mà nhân vật không thể tìm được sự đồng thuận trong các ý tưởng, kế hoạch ở trong các mối quan hệ của mình. Nỗi muộn phiền xuất hiện trong hầu hết các lời đoán chính là tâm trạng của nhân vật khi không thể đưa những ý tưởng của mình vào công việc, sự bất đồng vừa khiến nhân vật không có được thành công như mong muốn và cũng khiến tinh thần bị tác động dẫn tới những trạng thái cảm xúc khá tiêu cực. Sự chấp thuận hơn đối kháng trong lời đoán của Mathers còn ám chỉ đến việc nhân vật không đủ sức để thay đổi tình thế cũng như thuyết phục mọi người, dường như nhân vật bị cô lập và do vậy chỉ có thể làm theo những sự sắp xếp của người khác nếu không muốn trở thành mục tiêu công kích trực tiếp. Lời khuyên ở đây là nhân vật cần cố gắng hết sức để tránh những hiểu lầm trong các mối quan hệ, phải dùng tình cảm để thuyết phục mọi người nhằm tìm kiếm sự thông cảm và ủng hộ trong các mối quan hệ để có thể thoát ra khỏi tình trạng khó khăn này, như vậy mới có điều kiện để nhân vật thực hiện các dự tính mình đang ấp ủ.

Four of Swords:

Đây là lá bài hiếm hoi trong hành trình các lá Minor hệ kiếm thể hiện sự bình yên trong các mối quan hệ giao tiếp, ứng với vấn đề hoạch định lá bài này cũng thể hiện trạng thái dễ dàng hơn cho nhân vật so với các lá trước. Mathers đưa ra lời đoán về cuộc hoãn binh, thoát ra khỏi xung đột, thoải mái, nghỉ ngơi và thư giãn, chứng tỏ nhân vật đã thoát khỏi trạng thái bị cô lập cũng như bị các mối quan hệ gây áp lực như ở lá bài trước, thay vào đó là sự nhẹ nhàng tự do và có thể nghỉ ngơi, tránh khỏi áp lực công việc. Tuy vậy cần lưu ý là trạng thái nghỉ ngơi ở đây không phải là đã giải quyết vấn đề mà chỉ là nhân vật tìm ra được cách đứng ngoài sự xung đột nên không bị ảnh hưởng, điều này cũng có nghĩa là các hoạch định của nhân vật cũng sẽ khó có thể thực hiện được trong giai đoạn này. Sự thoái lui trong lời đoán của Waite còn đưa ra một chiều hướng xấu hơn là nhân vật đang có xu hướng dần rút lui trong các cuộc xung đột và các dự án cũng sẽ chịu ảnh hưởng theo, có thể có nguy cơ bị hủy bỏ. Lời khuyên ở đây là nhân vật cần biết tận dụng trạng thái yên ổn hiếm hoi này để xem xét lại các kế hoạch của mình cho thật tốt, đồng thời tranh thủ vun đắp tốt những mối quan hệ cần thiết để chuẩn bị cho giai đoạn kế tiếp khi những khó khăn quay trở lại.

Five of Swords:

Đây là lá bài thứ 5 trong hành trình các lá Minor hệ kiếm, trạng thái của nó tương ứng với sự chuyển đổi quan trọng từ quyền lực sang tâm linh trong hành trình các sự kiện chính được các lá Major thể hiện. Sự bại trận được thể hiện trong hầu hết các lời đoán là dấu hiệu khá tiêu cực của lá bài này, thể hiện các hoạch định của nhân vật không thành công như ý muốn và mang lại sự tổn thất trong các mối quan hệ về công việc. Mathers chỉ ra trong lời đoán của mình yếu tố nhận thức sai, chứng tỏ nhân vật đã không nhìn rõ được bản chất trong từng mối quan hệ do vậy đã có những đánh giá sai lầm, từ đó đã dẫn đến những tính toán kém hiệu quả, gây mất lòng tin và cuối cùng dẫn đến đổ vỡ các mối quan hệ. Tuy thế trong lời đoán này cũng chỉ ra yếu tố chấp nhận sự phê phán như một cách thức để cứu vãn tình thế, khi nhận thấy mọi thứ diễn ra không như ý muốn thì cần dũng cảm nhận trách nhiệm cũng như dùng sự chân thành để giữ lại niềm tin làm cơ sở trong các mối quan hệ. Lời khuyên ở đây là nhân vật cần phải biết mở lòng mình để tiếp thu các ý kiến trong các mối quan hệ, sự cố chấp chỉ càng khiến bản thân bị mọi người xa lánh và càng lún sâu vào thất bại, thay vào đó sự nhún nhường và chân thành giúp giữ được những mối quan hệ trong thất bại và sẽ là cơ sở cho sự phát triển sau này.

Six of Swords:

Đây là lá bài thứ 6 trong các lá Minor hệ kiếm, thể hiện trạng thái chuyển đổi từ chủ đề tâm linh sang tình cảm trong hành trình thụ pháp và hành pháp của nhân vật, ý nghĩa chung của lá bài thể hiện nỗ lực vượt qua khó khăn của nhân vật. Case thể hiện rõ sự thành công sau nhiều lo toan, chứng tỏ nhân vật sẽ phải sử dụng mọi nguồn lực mình có và tính toán các kế hoạch rất cẩn thận trong các mối quan hệ thì mới có thể đạt được mục đích mong muốn trong công việc. Mathers mô tả rõ hơn trong lời đoán của mình sự minh bạch, thấu hiểu và tập trung cũng như sự nghiên cứu và chú tâm hết mức, như vậy việc cụ thể phải làm là nhân vật cần tỏ rõ mục đích trong sáng trong các mối quan hệ cũng như có sự quan tâm tới những người này nhằm hiểu rõ được họ, trong công việc thì cần thể hiện sự tập trung chuyên môn cao độ, như thế tất sẽ tạo ra được niềm tin đối với mọi người. Nếu hội tụ được đầy đủ những yếu tố thì nhân vật sẽ dễ có được sự thành đạt như lời đoán của Hội Bình Minh Vàng, dù khó khăn nhưng phần thưởng lại xứng đáng và nhân vật sẽ vượt lên sau rất nhiều khó khăn trải dài từ đầu hành trình. Lời khuyên ở đây là nhân vật không được nản chí cũng như ích kỷ trong các mối quan hệ, khi hoạch định kế hoạch phải đặt mục tiêu chuyên môn lên hàng đầu và quan tâm đến lợi ích của các cộng sự, như thế từ từ nhân vật cũng sẽ nhận được những lợi ích cho mình, một điều quan trọng là nhân vật cần phải tìm kiếm sự hỗ trợ đích thực từ các mối quan hệ của mình vì một mình sẽ rất khó để vượt qua tất cả những khó khăn.

Seven of Swords:

Đây là lá bài thứ 7 trong các lá Minor hệ kiếm, thể hiện trạng thái tương ứng với chủ đề về sự quản lý, kiểm soát trong hành trình thụ pháp và hành pháp của nhân vật, đây cũng là mục tiêu quan trọng mà nhân vật hướng tới trong các mối quan hệ của mình. Tuy vậy nhưng các lời đoán cho lá bài này lại mang ý nghĩa không mấy tích cực, Waite đưa ra lời đoán về các kế hoạch có thể thất bại, dường như việc cố gắng nắm quyền kiểm soát, điều chỉnh các mối quan hệ vẫn nằm ngoài khả năng của nhân vật nên khó có thể thực hiện được. Sự nỗ lực không bền được Case và Hội Bình Minh Vàng nhắc đến chứng tỏ nhân vật ở giai đoạn này thiếu đi sự kiên trì cũng như năng lực bám sát các dự án đến cùng như ở lá trước, đây chính là nguyên nhân dẫn đến những thất bại có thể thấy được trước mắt. Mathers nhắc đến phương pháp không chính thống, cũng là điều trái ngược với những tính toán khoa học và rõ ràng của nhân vật ở giai đoạn trước, ở đây dường như nhân vật bất chấp tất cả để đạt tới mục đích nhưng ngược lại làm thế chỉ càng đánh mất vị thế của mình trong các mối quan hệ. Vấn đề ở đây là nhân vật cần cố gắng điều chỉnh và kiểm soát bản thân mình tốt trước khi muốn kiểm soát bất cứ thứ gì khác, mọi trở ngại ở đây hầu hết là do nhân vật có sự đánh giá sai trong suy nghĩ và cách thức hành động cũng sai theo dẫn đến việc làm tổn thương các mối quan hệ và đi đến thất bại, nếu nhân vật không sớm nhận ra thì hậu quả sẽ ngày càng to lớn và khó khắc phục.

Eight of Swords:

Lá bài này tiếp nối chủ đề quản lý, kiểm soát bằng chủ đề sức mạnh trong chuỗi sự kiện chính mà các lá Major thể hiện, hình ảnh cũng thể hiện sự tương phản rõ rệt giữa sức mạnh hiện tại của nhân vật và sức mạnh nhân vật muốn đạt được. Sự ngăn cản được Crowley thể hiện trong lời đoán của mình nhằm ám chỉ việc nhân vật sẽ gặp nhiều trở ngại trong thực hiện các hoạch định của mình, các mối quan hệ dường như lại một lần nữa khiến nhân vật không thể tiến hành công việc cách thuận lợi. Waite thậm chí còn thể hiện sự đối nghịch trong lời đoán của mình, chứng tỏ nhân vật lại vấp phải những ý tưởng chống đối ở nơi làm việc và lại một lần nữa bị rơi vào thế cô lập, không thể triển khai ý tưởng được. Điều này có thể bắt nguồn từ những sai lầm mà nhân vật mắc phải từ lá bài trước khiến nhân vật đánh mất vai trò của mình trong các mối quan hệ và dần bị gạt ra khỏi những kế hoạch lớn trong công việc. Mathers còn nhắc tới sự dè dặt trước cái mới chứng tỏ nhân vật còn quá bảo thủ, không chịu tiếp nhận những ý kiến mới dẫn tới chậm chạp trong việc bắt kịp tiến độ công việc, nếu cứ tiếp diễn thì nhân vật sẽ rất dễ thất bại và có thể ảnh hưởng tới sự nghiệp nên cần phải nhanh chóng tìm kiếm sự giúp đỡ nhằm thoát khỏi những sự ngăn cản từ các mối quan hệ, đồng thời nhân vật phải tự nâng cao sức mạnh của bản thân để hoàn thành tốt những dự định mình đã đề ra.

Nine of Swords:

Đây là lá bài kế cuối trong các lá Minor hệ kiếm, thể hiện chủ đề trí tuệ trong các sự kiện chính của hành trình thụ pháp và hành pháp của nhân vật, sự chuyển đổi từ sức mạnh sang trí tuệ cũng là bước trưởng thành đáng chú ý của nhân vật. Chịu sự ảnh hưởng từ các giai đoạn trước nên trí tuệ của nhân vật ở đây cũng được thể hiện khá tiêu cực, sự tuyệt vọng xuất hiện trong hầu hết các lời đoán thể hiện việc nhân vật đã bất lực trong việc tìm kiếm giải pháp cho những khó khăn mà mình đang gặp phải. Dường như lúc này nhân vật đã không còn có được những sự sáng suốt cũng như không có được những kế hoạch tốt để tháo gỡ những khó khăn trước mắt, có lẽ do sự cô lập và áp lực mà nhân vật phải chịu đựng trong các mối quan hệ của mình trải dài trong suốt các giai đoạn trước đó. Các lời đoán của Mathers về sự chán nản, thiếu quyết đoán và vâng phục mù quáng đều thể hiện đúng trạng thái này, ở đây nhân vật không còn có thể làm theo ý mình mà chỉ có thể chấp nhận chịu sự chi phối của người khác, chứng tỏ vị thế trong công việc đã xuống thấp và ảnh hưởng tiêu cực tới tinh thần cũng như vật chất của nhân vật. Lời khuyên ở đây là nhân vật cần cố gắng bình tĩnh và khôn ngoan trong các mối quan hệ, cần chấm dứt những quan hệ mang lại ảnh hưởng xấu một cách nhẹ nhàng cũng như vun đắp những mối quan hệ có ích để nhận được sự che chở, nếu không thể tự hoạch định kế hoạch thì có thể làm theo sự sắp đặt của người trên nhưng cũng phải suy xét kĩ càng trước khi thực hiện.

Ten of Swords:

Đây là lá bài cuối cùng trong các lá Minor hệ kiếm, thể hiện trạng thái kết thúc trong hành trình về vấn đề vật chất của nhân vật, ứng với sự kết thúc hành trình thụ pháp cũng như hành pháp. Trong các trạng thái kết thúc của các hệ thì hệ kiếm mang ý nghĩa tiêu cực nhất, xét ra cũng là kết quả hợp lý nếu phân tích dọc theo hành trình của nó, những dấu hiệu tiêu cực xuyên suốt các lá bài trước đó dường như đã thể hiện trước đây là kết cuộc không thể tránh khỏi được. Sự lụi tàn được thể hiện trong hầu hết các lời đoán đã thể hiện cái kết không mấy tốt đẹp trong các mối quan hệ công việc của nhân vật, sự tàn lụi này đến trực tiếp từ thất bại trong các hoạch định của nhân vật, thất bại dẫn đến sự đổ vỡ trong quan hệ là điều hoàn toàn có thể đoán trước. Ý tưởng ngông cuồng được Mathers thể hiện những nỗ lực cuối cùng của nhân vật nhằm cứu vãn tình thế, tuy nhiên trong tình hình điều kiện vật chất và tinh thần đều không có, các mối quan hệ cũng không mang lại sự ủng hộ cần thiết thì những ý tưởng này của nhân vật là quá xa vời và không thể thực hiện, trái lại sẽ chỉ mang đến những sự đau lòng khi thất bại xảy đến. Lời khuyên ở đây là nếu đã cố gắng hết sức mà vẫn không thành thì nhân vật hãy biết chấp nhận thất bại để khép lại những mối quan hệ cũ và rút ra những bài học kinh nghiệm cho mình trước khi lại tiến bước trên hành trình mới..

Page of Swords:

Đây là lá bài đầu tiên trong các lá Court hệ kiếm, chủ yếu thể hiện về các mối quan hệ giao tiếp, trong chuyên đề này tương ứng với sự giao tiếp trong hoạch định các kế hoạch. Hội Bình Minh Vàng đưa ra lời đoán về sự thông minh, tráng kiện, tháo vát, uy nghi, lanh lợi mô tả trạng thái rất tích cực, chủ động trong kết giao quan hệ ở giai đoạn này, điều này là rất cần thiết ở giai đoạn đầu tiên khi nhân vật chưa có kinh nghiệm nhiều trong hoạch định kế hoạch. Waite đưa ra lời đoán về sự nhạy bén với điều lạ, quan sát kỹ, xem xét tường tận thể hiện sự cân nhắc kỹ lưỡng trước khi đưa ra quyết định của nhân vật, như vậy dù có thể tạo lập nhiều mối quan hệ nhưng nhân vật cần có sự tính toán cẩn thận trong việc tiếp nhận những lời khuyên cũng như sự giúp đỡ. Mathers còn nhắc tới sự thay đổi quy trình hành động một cách sâu sắc, nói lên việc dấn thân vào các mối quan hệ giúp nhân vật nhận ra nhiều thứ, dẫn tới sự thay đổi trong suy nghĩ và hành động trong các kế hoạch của mình. Lời khuyên ở đây là nhân vật cần phát huy những phẩm chất tốt của mình nhằm thu hút thiện cảm và sự trợ giúp từ các mối quan hệ, nhưng khi quyết định chuyển từ suy tính sang thực hiện thì cần phải thận trọng, lí do vì đây là giai đoạn chuyển giao từ sự tiếp thu tri thức sang bước đầu thực hiện nên nhân vật vẫn chưa có nhiều kinh nghiệm trong xử lí các khó khăn phát sinh.

Knight of Swords:

Đây là lá bài thứ hai trong các lá Court hệ kiếm, là sự phát triển về bản chất từ lá Page lên Knight, lá này thể hiện sự chuyển giao giữa trạng thái quyền lực sang tâm linh ứng với hành trình sự kiện của các lá Major. Waite đưa ra các lời đoán về tài năng, can đảm, phòng vệ, gây chiến, tàn phá, chứng tỏ nhân vật tiếp tục có vai trò chủ đạo trong các mối quan hệ mình tham gia cũng như trong việc nêu ý kiến để thiết lập các kế hoạch, nhưng lại có khuyết điểm là nhân vật quá ích kỷ, chỉ suy nghĩ cho lợi ích bản thân nên dễ gây ra bất hòa trong quan hệ. Mathers cũng nhấn mạnh điểm này qua lời đoán về người chỉ biết có mục đích trong đời, ngoài ra còn có sự khôn khéo, tinh tế và thích áp đặt chứng tỏ nhân vật rất biết cách sử dụng các mối quan hệ của mình nhằm đạt được mục đích mình đã hoạch định. Crowley thì đưa ra lời đoán về sự năng nổ, khôn khéo, tài giỏi nhưng thiếu quyết đoán, thể hiện nhân vật có đủ năng lực nhưng lại không tự tin với các quyết định cuối cùng trong các mối quan hệ của mình, điều này cũng dễ khiến nhân vật vướng vào các rắc rối trong quan hệ. Lời khuyên ở đây là nhân vật cần cố gắng gìn giữ các mối quan hệ, tránh gây bất hòa vì các mối quan hệ sẽ giúp ích rất nhiều trong việc thực hiện kế hoạch, trong hành động cũng cần phải dứt khoát.

Queen of Swords:

Đây là lá bài thể hiện sự chuyển giao giữa hai giai đoạn then chốt trong hành trình của nhân vật, từ chủ đề tình cảm sang chủ đề quản lí và sức mạnh, sự chuyển biến này là bước trưởng thành quan trọng nhằm hướng tới mục đích của nhân vật. Hội Bình Minh Vàng đưa ra lời đoán về sự tiếp nhận mạnh mẽ, quan sát tinh tường, nhanh trí, thể hiện sự kế thừa những phẩm chất tốt trong các mối quan hệ của nhân vật, điều này nói lên rằng nhân vật đã hiểu được cách thức tận dụng các mối quan hệ trong thực hiện kế hoạch của mình. Crowley mô tả rõ hơn khi chỉ ra sự nhanh nhạy trong nắm bắt ý tưởng cũng như tự tin khi hành động nhưng lại có vấn đề khi nhân vật chỉ hướng tới những mục đích tầm thường, điều này chứng tỏ trong quá trình tiếp xúc nhân vật đã bị ảnh hưởng không tốt nên đã có sự chuyển biến nhận thức, không hướng tới những mục đích lớn như trước nữa. Mathers còn đưa ra lời đoán mạnh hơn khi nhắc tới sự thiếu ổn định và không đáng tin cậy, như vậy sự không rõ ràng trong mục đích khiến các mối quan hệ thiếu đi sự gắn kết thực chất và dễ dẫn tới đổ vỡ, ảnh hưởng xấu tới các kế hoạch của nhân vật. Do đó lời khuyên ở đây là nhân vật cần có sự minh bạch rõ ràng trong các dự tính của mình và có sự chân thành thẳng thắn trong giao tiếp để củng cố vững chắc niềm tin trong các mối quan hệ của mình, cần phải loại trừ những suy nghĩ lưỡng lự thiếu quyết đoán cũng như các toan tính nước đôi trong các mối quan hệ.

King of Swords:

Đây là lá bài cuối cùng trong các lá Court hệ kiếm, thể hiện trạng thái trưởng thành nhất trong sự phát triển về bản chất của nhân vật, là sự chuyển giao giữa giai đoạn giải quyết những khó khăn cuối cùng trước khi đạt tới mục đích của mình. Waite đưa ra lời đoán về quyền uy, thế lực chứng tỏ nhân vật có sự ảnh hưởng lớn trong các mối quan hệ của mình và do vậy có thể dễ dàng hướng các mối quan hệ theo hướng có lợi nhất cho những mục tiêu mình hướng tới. Crowley thì mô tả trong lời đoán của mình người có tri thức và những lý tưởng cao đẹp nhưng lại xa rời thực tế và chóng thay đổi, như vậy nhân vật đã khắc phục được nhược điểm ở giai đoạn trước về mục đích, nhưng lại vướng phải khuyết điểm mới là không kiên định với mục tiêu của mình và đề ra mục tiêu không thực tế. Case thì có những lời đoán tích cực hơn khi nhắc tới những ý tưởng lạ và sáng tạo, sự quan sát kỹ lưỡng và thận trọng cao độ nhằm thể hiện sự trưởng thành của nhân vật kể cả trong suy nghĩ và hành động, đủ khả năng giải quyết những khó khăn trong các mối quan hệ. Lời khuyên ở đây là nhân vật cần tích cực sử dụng những lợi thế mình đang có để thực hiện những hoạch định lớn, điều mà ở các giai đoạn trước không có điều kiện thực hiện, nhưng cũng cần chú ý lên kế hoạch sao cho vừa sức và cũng cần lưu ý kiểm soát tốt những mối quan hệ mình đang có để đảm bảo sự thành công cuối cùng.

Ace of Swords

Two of Swords

Three of Swords

Four of Swords

Five of Swords

Six of Swords

Seven of Swords

Eight of Swords

Nine of Swords

Ten of Swords

Page of Swords

Knight of Swords

Queen of Swords

King of Swords

WANDS

Ace of Wands:

Lá bài này thể hiện trạng thái khởi đầu của các lá Minor hệ gậy, thể hiện về mặt tư tưởng trong hoạch định các vấn đề của nhân vật. Rõ ràng nhắc tới hoạch định thì trước tiên phải xảy ra trong suy nghĩ của nhân vật nên bản chất hệ này đã thể hiện cho bước khởi đầu của các hoạch định, lá Ace lại càng rõ hơn, sự khởi đầu của doanh nghiệp trong lời đoán của Waite thể hiện hình ảnh bước đi đầu tiên trên con đường công danh của nhân vật. Crowley và Hội Bình Minh Vàng đều đưa ra lời đoán về cội nguồn sức mạnh của lửa chứng tỏ yếu tố mãnh liệt về mặt tinh thần của nhân vật chiếm vai trò quyết định trong hoạch định các vấn đề liên quan đến công việc. Năng lực trong lời đoán của Case thể hiện nhiệt huyết lớn lao này một phần đến từ khả năng của nhân vật, sự nắm vững về công việc đang làm càng khiến nhân vật có động lực trong việc hoạch định các bước đi cho mình. Lời khuyên cho lá bài là nhân vật nên tập trung vào hoạch định những bước đầu tiên cho công việc, tránh việc quá hăng hái mà đi xa hơn vì dù sao đây mới chỉ là bước khởi đầu và do vậy cần tránh việc đi sâu khi chưa cần để tránh những rắc rối sớm.

Two of Wands:

Đây là lá bài thứ hai trong các lá Minor hệ gậy, thể hiện trạng thái tiếp thu và vận dụng các tri thức trong việc hoạch định các kế hoạch cho mình. Lời đoán hầu hết đều hướng về sự thống trị như để thể hiện khả năng kiểm soát tốt của nhân vật về các vấn đề tri thức cần thiết cho công việc. Sự thống trị còn thể hiện khả năng làm chủ trong tinh thần cũng như nắm bắt rõ tình hình công việc để có thể đưa ra những phương hướng sách lược phù hợp nhất nhằm giải quyết vấn đề. Những ý tưởng này đều xuất hiện trong lời đoán của Mathers nhằm giải thích cho sự thống trị, qua đó còn chứng minh vai trò quan trọng của tri thức trong việc giúp ích phát huy thế mạnh về tư tưởng và giúp cho việc hoạch định được thuận lợi hơn rất nhiều ở giai đoạn này. Do đó lời khuyên là nhân vật cần phải tập trung học hỏi cho tốt trước khi thiết lập kế hoạch vì sẽ tiết kiệm được nhiều thời gian và công sức mà lại có thể đảm bảo hiệu quả hơn nhiều so với cứ hăm hở lao vào công việc mà thiếu đi sự tính toán dài hạn.

Three of Wands:

Đây là lá bài thứ 3 trong các lá Minor hệ gậy, trạng thái của lá bài tương ứng với sự bảo hộ trong tiến hành công việc, chứng tỏ các ý tưởng, phương án của nhân vật trong giai đoạn này nhận được sự đồng tình và khuyến khích tiến hành. Sức mạnh ổn định và quyết định đúng đắn trong lời đoán của Mathers chứng tỏ trạng thái ổn định và rõ ràng trong suy nghĩ của nhân vật, có vẻ nhân vật đã sử dụng rất tốt các kỹ năng học được từ các giai đoạn trước trong việc hoạch định ở đây. Quyền lực chân chính được Waite thể hiện như một sự đảm bảo về vị thế của nhân vật trong công việc, đây là kết quả của những nỗ lực trước đây mang lại và nó sẽ đảm bảo cho việc thực thi những dự tính của nhân vật trong giai đoạn này. Đức hạnh được Crowley bổ sung thêm trong lời đoán của mình nhằm nhắc nhở nhân vật cần giữ những phẩm chất tốt để tiếp tục có được thiện cảm và sự ủng hộ của mọi người xung quanh với những hoạch định của mình. Như vậy lời khuyên ở đây là nhân vật cần tiếp tục nỗ lực dựa trên những nền tảng có được từ trước, thêm vào đó là vận động những sự giúp đỡ đang có được nhằm giúp cho những dự định của mình trở nên hoàn thiện hơn và có thể dễ dàng thực hiện.

Four of Wands:

Lá bài này thể hiện trạng thái tạm nghỉ sau khi kết thúc chặng đường đầu tiên của cuộc hành trình trong hệ gậy, lúc này nhân vật đã thu được những thành quả đầu tiên của mình. Hội Bình Minh Vàng đưa ra lời đoán về sự thành tựu, chứng tỏ nhân vật đang có tinh thần rất tốt vì đã thu được kết quả khả quan với những ý tưởng của mình. Sự hoàn tất công việc được thể hiện trong hầu hết các lời đoán chứng tỏ đây là giai đoạn mà các ý tưởng được thực hiện xong và nhân vật chỉ việc đợi chờ kết quả của nó, do đó ở đây nhân vật không còn chịu áp lực về tinh thần mà có thể nghỉ ngơi cũng như suy nghĩ tới những thứ khác cho cá nhân mình. Mathers còn nhắc tới những kết luận rút ra từ kiến thức thu thập trước đó, chứng tỏ đây là lúc nhân vật cần nhìn lại quá trình trước đó để rút ra kinh nghiệm cho chính mình, nâng cấp tư tưởng trước khi bắt đầu cuộc phiêu lưu mới. Như vậy đây là giai đoạn khá yên ả và dường như không có vấn đề gì lớn lao khiến nhân vật phải hoạch định nhiều, nhưng đây chỉ là giai đoạn tạm thời nên nhân vật cần tranh thủ học hỏi tích lũy thêm nhiều điều bổ ích để rèn luyện bản lĩnh cho chính mình.

Five of Wands:

Lá này thể hiện sự chuyển biến trong giai đoạn mới mà nhân vật dấn thân vào, chủ đề cũng có sự chuyển đổi từ quyền lực sang tâm linh trong các lá Major. Sự chuyển biến này được thể hiện không mấy yên ả trong tâm trí nhân vật, thực tế thì đó là cuộc tranh giành cam go mà Waite thể hiện trong lời đoán của mình, không dễ gì để thay đổi lối suy nghĩ quen thuộc của mình và của cả người khác trong công việc. Chính vì thế Mathers mới đưa ra sự nỗ lực trong lời đoán của mình, nhân vật phải dùng tất cả khả năng của mình để thuyết phục những người xung quanh rằng suy nghĩ của mình là hợp lý và chỉ có nương theo đó thì mới có thể giải quyết được khó khăn mọi người đang phải đối mặt. Tuy vậy sự chống đối cũng được thể hiện kèm theo nỗ lực của nhân vật chứng tỏ giai đoạn này cuộc tranh luận về mặt ý tưởng vẫn chưa thể được giải quyết và đi theo đó là các hoạch định của nhân vật sẽ khó có thể được hoàn thiện và công nhận. Như vậy ở giai đoạn này tốt nhất nhân vật không nên tập trung vào những thành quả ở xa mà phải lo giải quyết những khúc mắc trong công việc trước, các sách lược đưa ra do vậy chỉ nên tập trung vào ngắn hạn, đồng thời phải giải quyết những mâu thuẫn cá nhân và tìm cách thuyết phục mọi người tin tưởng các ý tưởng, kế hoạch của mình.

Six of Wands:

Đây là lá bài thể hiện sự lên cao nhất về trạng thái tinh thần, tư tưởng trong các lá Minor hệ gậy, mô tả việc nhân vật đã vượt qua được những thử thách ở giai đoạn trước đó.

Case đã thể hiện rõ điều này qua lời đoán của mình về chiến thắng sau xung đột cam go, tức là lúc này các ý tưởng và phương án của nhân vật đã nhận được sự ủng hộ của hầu hết mọi người và mang lại kết quả tốt đẹp trong thực tế công việc. Quyền hành và sự thành công trong lời đoán của Mathers thể hiện vai trò và vị thế của nhân vật đã có sự tăng tiến sau khi đạt được những thành công trong giai đoạn này, đây là điểm tích cực và có thể tiếp tục thúc đẩy nhân vật phát huy tiếp những ý tưởng sáng tạo của mình. Chủ đề tình cảm trong các lá Major cũng cho thấy mặt tình cảm của nhân vật tốt đẹp, như vậy các mặt liên quan đến tinh thần đều có dấu hiệu tốt, nhân vật cần tận dụng tốt những thời cơ này để vươn tới những ước mơ lớn của đời mình. Lời khuyên là nhân vật nên dựa vào uy tín của mình nhờ sự thành công để nhanh chóng thực hiện những ý tưởng lớn tiếp theo, giai đoạn này phù hợp cho sự phát triển về tinh thần nên cần nhất là nhân vật quan tâm kỹ lưỡng tới toàn bộ các mặt đời sống tinh thần của mình chứ không riêng gì vấn đề công việc.

Seven of Wands:

Nối tiếp ngay sau sự kết thúc thắng lợi của giai đoạn trước là sự dấn bước vào giai đoạn phát triển mới trong tư tưởng hoạch định của nhân vật. Lòng dũng cảm xuất hiện trong hầu hết các lời đoán thể hiện sự phát triển khó lường của công việc, ở đây có nhiều yếu tố mới, chưa xác định tác động tới các dự tính của nhân vật, như vậy khi lựa chọn để đưa ra các quyết định đều đòi hỏi nhân vật phải có đủ can đảm. Sự can đảm là nhân tố quyết định để vượt qua khó khăn ở đây khi hình ảnh lá bài chỉ ra sự đơn độc của nhân vật trong khi những vấn đề phải đương đầu lại nhiều và phức tạp hơn, có vẻ như nhân vật ở đây đã quyết định bắt đầu tiến vào lĩnh vực mới trước đây mình không làm bao giờ. Điều đó tất yếu dẫn tới những khó khăn trở ngại mà Mathers mô tả trong lời đoán, dù vậy sự can đảm của nhân vật trong việc đương đầu với chúng cũng được thể hiện, chứng tỏ nhân vật đã lường trước được những khó khăn nên sẵn sàng để đối phó một cách chủ động nhất. Mathers vẫn đề cập tới những thắng lợi nhỏ như để thể hiện rằng một khi đã biết trước khó khăn và cẩn thận trong các tính toán của mình thì nhân vật vẫn sẽ thu về những kết quả có lợi dù đây là giai đoạn khá khó khăn khi phải hoạch định các kế hoạch.

Eight of Wands:

Lá bài này thể hiện đà phát triển tiếp theo trên hành trình của nhân vật sau khi vượt qua được sự trở ngại lớn ở lá trước, hình ảnh ở đây không cho thấy sự ngăn trở nào quá lớn với nhân vật. Sự nhanh nhẹn được nhắc đến trong hầu hết các lời đoán thể hiện quá trình hoạch định các phương án giải quyết vấn đề một cách nhanh chóng của nhân vật, dường như nhân vật đã trở nên quen thuộc với các vấn đề này so với giai đoạn trước. Mathers còn đưa ra lời đoán về quan điểm mới và sự dâng trào sức mạnh như mô tả trạng thái tinh thần khá tốt của nhân vật khi không những giải quyết được các khó khăn hiện tại mà còn có thể đề xuất được những ý tưởng sáng tạo và tràn đầy năng lượng để thực hiện những ý tưởng này. Như vậy dường như các ý tưởng của nhân vật đã chứng tỏ sự phù hợp với công việc ở giai đoạn sau này hơn giai đoạn trước, do đó càng lên cao thì nhân vật càng thể hiện tốc độ phát triển tốt và hoạch định những kế hoạch hiệu quả hơn nhiều. Đây là một lá bài mang ý nghĩa tích cực hơn nhiều so với lá trước vì nó chỉ ra sự hoạch định nhanh chóng và hiệu quả cao trong việc thực hiện các kế hoạch mà nhân vật đang ấp ủ.

Nine of Wands:

Đây là lá bài kế cuối trong các lá Minor hệ gậy, thể hiện sự liên kết với chủ đề trí tuệ trong các lá Major nhằm mở ra nút thắt cuối cùng nhân vật cần tháo gỡ trước khi tới đích. Sự sẵn sàng trong lời đoán của Case cũng như sự mạnh mẽ trong đối đầu mà Waite thể hiện đều nói đến những ưu điểm mà nhân vật vẫn giữ được sau khi trải qua các giai đoạn trước, điều này giúp tinh thần nhân vật không bị ảnh hưởng nhiều khi những khó khăn bất ngờ xuất hiện. Nội lực và sự tự tin là yếu tố được thể hiện trong lời đoán của Mathers, minh chứng cho việc nhân vật đã trưởng thành và có được đầy đủ những yếu tố cần thiết để đối phó các khó khăn, chỉ là cần phải biết cách sử dụng chúng cho đúng lúc mà thôi. Yếu tố này có sự liên kết mạnh mẽ với chủ đề trí tuệ trong hành trình của các lá Major vì càng lên cao thì càng cần tới sự khôn ngoan để xử lý các tình huống đa dạng, nhất là trong hoạch định các kế hoạch. Lời khuyên ở đây là nhân vật cần giữ được sự bình tĩnh và trạng thái tự tin khi đưa ra các kế hoạch, chỉ cần giữ không để bị dao động bởi những yếu tố tiêu cực từ bên ngoài tác động vào thì những hoạch định của nhân vật sẽ có cơ hội thành công cao hơn nhiều.

Ten of Wands:

Đây là lá bài cuối cùng trong các lá Minor hệ gậy, thể hiện sự kết thúc trong hành trình tư tưởng liên quan đến các hoạch định của nhân vật. Điểm đáng lưu ý ở đây là lá này thể hiện sự đi xuống sau sự đi lên ở các lá trước, mô tả một trạng thái kết thúc không mấy tốt đẹp như mong muốn của nhân vật. Sự áp bức được thể hiện trong hầu hết các lời đoán chứng tỏ các ý tưởng và tinh thần của nhân vật bị một thế lực lớn hơn khống chế và không thể phát huy được như ở những giai đoạn trước. Sự suy thoái cũng như lạc hướng, mất cứu cánh trong lời đoán của Mathers nhấn mạnh thêm vào sự đi xuống trong công việc do nhân vật không thể đưa ra được những kế hoạch, phương án có tính hiệu quả như trước để giữ sự ổn định. Lời khuyên cho lá bài này là nhân vật cần tìm cách tháo bỏ những áp lực đang đè nặng lên tinh thần của mình, trước tiên phải giải phóng về mặt tư tưởng thì mới có đủ sự sáng suốt để xử lý những khó khăn đang tồn tại trong công việc, có thể cần bàn giao công việc một thời gian nếu cảm thấy bản thân không có những ý tưởng tốt nhất thời gian này..

Page of Wands:

Đây là lá bài đầu tiên trong các lá Court thuộc hệ gậy, thể hiện sự chuyển biến về bản chất của nhân vật giữa các giai đoạn quan trọng trên hành trình. Lá Page thể hiện trạng thái chuyển đổi bản chất từ học hỏi tri thức sang bắt tay vào tiến hành dưới nền tảng vững chắc và có sự che chở, bảo hộ, trong vấn đề hoạch định thì lá này thể hiện việc bước đầu nêu ra những ý tưởng mà trước đây chỉ ấp ủ trong đầu của nhân vật. Việc công khai thể hiện những ý tưởng này chính là sự tuyên bố những mục đích chính và cũng là để các kế hoạch được vạch ra tiếp theo sẽ có sự thống nhất về kết quả cuối cùng. Về lá bài này Mathers đưa ra lời đoán về sự nóng nảy hoặc quá nhiệt tình, người sáng trí, liều lĩnh và vị kỷ, qua đó thể hiện nhân vật có ý tưởng tốt và hiểu được con đường mình phải đi nhưng lại có nhược điểm là quá tự tin dẫn đến kiêu ngạo và ích kỷ, điều này sẽ khiến nhân vật gặp nhiều trở ngại trong việc thực hiện các kế hoạch của mình. Lời khuyên ở đây là nhân vật nên cố gắng giữ sự tỉnh táo trong suy nghĩ trước khi hành động, việc thiết lập dự án dựa trên những suy nghĩ nóng vội nhất thời sẽ gây ra những hậu quả to lớn và nhân vật phải suy nghĩ kỹ trước khi hành động, khi hành động cũng phải chú ý xem xét tình hình nhằm tránh mắc phải những sai lầm do thiếu kinh nghiệm gây ra.

Knight of Wands:

Đây là lá bài thứ hai trong các lá Court thuộc hệ gậy, mô tả trạng thái chuyển đổi bản chất từ Page sang Knight của nhân vật, ứng với giai đoạn chuyển tiếp từ sự ổn định sau khi hoàn thành giai đoạn đầu tiên tới sự khởi đầu ở giai đoạn tiếp theo trên hành trình. Sự năng động, mạnh mẽ được Hội Bình Minh Vàng nhắc tới trong lời đoán của mình thể hiện trạng thái tích cực về mặt tinh thần khi nhân vật hoạch định các bước đi của mình ở giai đoạn này, tuy nhiên lời đoán còn nhắc tới sự liều lĩnh và nhẫn tâm, chứng tỏ nhân vật vẫn thiên nhiều về cảm tính khi đưa ra các quyết định và chỉ quan tâm đến lợi ích của mình. Mathers đưa ra lời đoán về sự hành động không suy tính trước chứng tỏ nhân vật thiếu đi lí trí dẫn đường và chỉ phản ứng theo bản năng khi gặp khó khăn, thiếu đi các phương án dự phòng trong công việc. Crowley còn nhắc đến tính cách mạng trong lời đoán của mình nhằm mô tả những sự thay đổi mang tính bước ngoặt của nhân vật, những sự thay đổi này gần như là bắt buộc để hướng tới mục đích tốt hơn mà nhân vật đã xác định trong tư tưởng của mình. Như vậy lời khuyên ở đây là nhân vật cần phải kiểm soát được tinh thần của mình, đừng vì những thành công vừa qua mà đánh mất cảnh giác và coi thường những khó khăn trước mặt, ngoài sự tự tin thì trong hoạch định kế hoạch cũng phải tiếp thu những ý kiến hay để tránh việc tiến nhanh mà không vững chắc.

Queen of Wands:

Đây là lá bài thứ 3 trong các lá Court thuộc hệ gậy, thể hiện giai đoạn chuyển tiếp giữa việc xử lí những khó khăn trong các vấn đề tình cảm chuyển sang các vấn đề về quản lí và sức mạnh, ứng với chủ đề hoạch định thì thể hiện trạng thái thay đổi về cách xử lí vấn đề trong nhận thức của nhân vật.

Tính thích ứng và sự cai trị ổn định trong lời đoán của Hội Bình Minh Vàng thể hiện nhân vật đã có sự trưởng thành hơn về tinh thần, sự tiếp thu và hòa nhập nhanh chóng với môi trường làm việc xung quanh chứ không chỉ nhanh nhẹn trong hành động như trước, tuy thế lời đoán còn thể hiện sự dữ và độc đoán, chứng tỏ sự phát triển mạnh mẽ về tinh thần càng khiến nhân vật chỉ tin vào bản thân mình trong các quá trình hoạch định kế hoạch, đây là sự kế thừa tính tiêu cực từ lá trước. Crowley mô tả năng lực bền bỉ và quyền hành ngầm, chứng tỏ cách xử lý vấn đề của nhân vật có khác trước, không vồn vã trực diện mà thay vào đó là những kế hoạch lâu dài và gián tiếp nhằm hướng tới mục tiêu cách âm thầm, tuy thế lời đoán còn nhắc tới chuyện dễ bị gạt nhằm nhắc nhở nhân vật cẩn thận với những dự án mờ ám và không chắc chắn. Sự thân thiện và thành công trong lời đoán của Case thể hiện sự tích cực nếu nhân vật thể hiện được sự ôn hòa trong tư tưởng và trong các dự án của mình, ít ra là ở bên ngoài, điều đó sẽ giúp công việc tiến triển tốt hơn. Lời khuyên ở đây là nhân vật cần học cách kiểm soát tốt hơn nữa tinh thần và ý chí của mình, cần có sự khôn khéo và mềm dẻo trong hoạch định các kế hoạch, thay thế sự đơn giản và trực tiếp bằng những kế hoạch dài hạn và gián tiếp nhắm vào mục đích của mình.

King of Wands:

Đây là lá bài cuối cùng trong các lá Court hệ gậy, thể hiện trạng thái phát triển cao nhất trong bản chất nhân vật qua hành trình của mình, là sự chuyển tiếp từ giai đoạn tìm kiếm nguồn sức mạnh đích thực tới vận dụng sức mạnh cũng như trí tuệ để giải quyết khó khăn và hướng tới đích đến cuối cùng. Mathers thể hiện lời đoán về trung tâm của sự chú ý, chứng tỏ vai trò quan trọng của nhân vật trong việc đưa ra các kế hoạch ở nơi làm việc, đây là sự phát triển lên cao so với giai đoạn trước, dù vậy lời đoán còn vẫn nhắc tới sự hấp tấp, hơi mạnh bạo, chứng tỏ tuy đã khắc phục nhưng tinh thần mạnh mẽ của nhân vật đôi khi vẫn vượt ra khỏi sự kiểm soát. Sự sáng trí và can trường trong lời đoán của Case thể hiện các dự tính của nhân vật đều mang tính trí tuệ cao và có cả những sự sáng tạo mà cần can đảm để thực hiện nó, đây là tính chất cần thiết dành cho vị trí lãnh đạo. Hội Bình Minh Vàng còn nhắc đến những phẩm chất tốt khác như ngay thẳng, quảng đại, quý phái để thể hiện nhận thức của nhân vật trong cách hành xử đã thay đổi để phù hợp với vị trí mới của mình, điều này tất yếu dẫn tới sự thay đổi về tính chất của những kế hoạch. Lời khuyên là nhân vật cần cân nhắc tới vị trí của mình khi ra kế hoạch để điều chỉnh quy mô cho phù hợp, phải có tầm nhìn xa và biết trưng dụng những sự giúp đỡ xung quanh, đồng thời sử dụng yếu tố quyết định là trí tuệ trong việc hoạch định những bước đi cho mình.

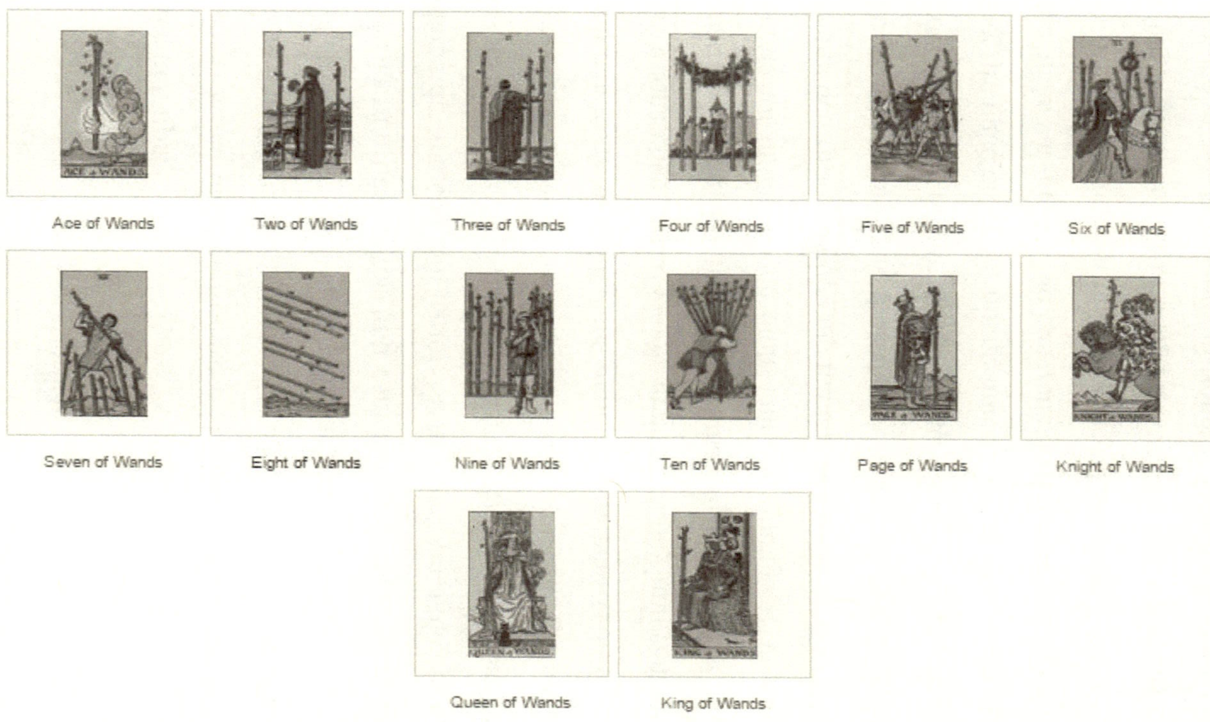

Ace of Wands
Two of Wands
Three of Wands
Four of Wands
Five of Wands
Six of Wands
Seven of Wands
Eight of Wands
Nine of Wands
Ten of Wands
Page of Wands
Knight of Wands
Queen of Wands
King of Wands

CUPS

Ace of Cups:

Đây là lá bài đầu tiên trong các lá Minor hệ cốc, thể hiện trạng thái tình cảm ảnh hưởng tới các hoạch định của nhân vật, trong cuộc sống ta vẫn dễ dàng nhận thấy dù không biểu lộ trực tiếp nhưng tình cảm luôn tác động mạnh tới những dự tính của mỗi người. Sự màu mỡ, phì nhiêu trong lời đoán của Case thể hiện tình cảm là nền tảng khởi đầu tốt đẹp mà nhân vật có thể dùng để hoạch định những bước đi đầu tiên trong sự nghiệp của mình. Waite thêm vào đó yếu tố về lòng chân thật, ở giai đoạn đầu tiên này tình cảm của nhân vật mang đặc tính đơn sơ chân thành và nó sẽ ảnh hưởng tới những hoạch định, làm cho những dự án cũng không quá rườm rà phức tạp mà tập trung vào sự đơn giản, hướng tới những mục đích đẹp đẽ mà nhân vật hằng mơ ước. Mathers còn nói đến cảm xúc và ảo ảnh tình yêu, ý này tuy nghe có vẻ tốt nhưng thực ra không hoàn toàn như thế, nhân vật quá tin vào bức tranh do tình cảm của mình vẽ ra nên hoàn toàn dồn hết tâm ý đeo đuổi và mọi suy nghĩ cũng như dự tính đều hướng về mục tiêu này. Điều này có thể không gây ra hậu quả gì trong giai đoạn này nhưng về lâu dài nó khiến cho sự nghiệp của nhân vật bị phụ thuộc và nếu tình cảm gặp trục trặc thì mọi dự tính và tiến độ công việc sẽ bị ảnh hưởng theo.

Two of Cups:

Đây là lá bài thứ hai tiếp sau sự khởi đầu về mặt tình cảm ở lá bài trước, thể hiện chủ đề tình yêu trong hành trình của các lá Minor hệ cốc. Tình yêu hiển hiện rất rõ qua hình ảnh và các lời đoán cho lá bài này, cũng chứng tỏ tình yêu là tâm điểm và là mục tiêu trung tâm trong các dự tính của nhân vật ở giai đoạn này. Gương soi hay sự phản chiếu được Mathers thể hiện trong lời đoán của mình chỉ ra lý do nhân vật tập trung toàn bộ vào tình yêu, đó là vì đối tượng thể hiện được những tính cách ẩn sâu của nhân vật, hai người trở thành hai mặt của đồng xu nên rất ăn ý với nhau trong mọi suy nghĩ và dự tính trong cuộc sống và công việc. Sự tương hỗ trong lời đoán của Case tiếp nối ý kiến của Mathers và chỉ ra những ích lợi của việc giúp đỡ lẫn nhau trong việc giải quyết các khó khăn và hoạch định các phương án cho tương lai của cả hai người. Điểm cần lưu ý ở đây là nhân vật cần phải biết cân bằng giữa những sự khác biệt của hai người và chú ý tạo ra sự hài hòa về lợi ích vì những hoạch định trong tình yêu đều hướng tới những mục đích chung chứ không phải cho riêng mình như trước nên ở đây một số lợi ích cá nhân cần phải được xếp phía sau.

Three of Cups:

Lá bài này thể hiện sự phát triển tiếp theo trong chuỗi tăng tiến về mặt tình cảm, liên kết về sự bảo hộ che chở để phát triển trong hành trình của các lá Major. Sự thỏa mãn của các giác quan được Waite thể hiện mô tả trạng thái được thỏa mãn đầy đủ các nhu cầu của cá nhân, nhất là trong chuyện tình cảm, điều này là một cơ sở rất tốt để nhân vật tiếp tục phát triển lên cao các ý tưởng của mình. Niềm vui và tính hiếu khách trong lời đoán của Mathers mô tả sự sẻ chia về mặt ý tưởng một cách rộng rãi và mong muốn có thêm nhiều người cùng tham gia vào mục đích của mình và dự phần trong các kế hoạch nhân vật vạch ra. Sở dĩ có sự thay đổi này là do sự dư dật được Crowley thể hiện, đây là tiền đề khiến nhân vật cảm thấy mình cần phải mang lại niềm vui này cho nhiều người khác nữa, vì thế những hoạch định của nhân vật ở giai đoạn này sẽ có phạm vi rộng mở hơn và nhắm vào nhiều đối tượng chứ không giới hạn ở tình cảm cá nhân như giai đoạn trước. Lời khuyên ở đây là nhân vật cần phải bám sát vào tính chân thành trong quan hệ tình cảm cũng như trong tất cả các dự định phát triển của mình, tình cảm rất dễ bị cám dỗ đi sai hướng vì những mục đích đen tối, ngoài ra cũng cần cẩn thận tránh để bản thân bị lợi dụng.

Four of Cups:

Đây là lá bài ở vị trí thứ 4 trong hành trình các lá Minor hệ cốc, tương ứng với nó là chủ đề quyền lực địa vị trong hành trình sự kiện chính mà các lá Major thể hiện. Nhìn vào có thể thấy được tình cảm và quyền lực địa vị có sự kết hợp cũng như tương phản khá rõ rệt với nhau, nếu là sự kết hợp tốt thì sẽ có biểu hiện là sự sang trọng và nỗi vui sướng như trong lời đoán của Mathers. Trạng thái tốt đẹp này thường xuất hiện khi những hoạch định dựa trên liên kết tình cảm của nhân vật thành công và mang lại những lợi ích tốt đẹp về vật chất, đó chính là trạng thái ổn định tuyệt vời khi nhân vật sở hữu cả vật chất và tình cảm. Nếu sự kết hợp không mấy suôn sẻ thì sẽ dẫn tới sự suy niệm như Case mô tả, lúc này nhân vật bắt đầu không còn đầy mãnh liệt mà đã có sự dừng lại suy ngẫm về những mục đích, kế hoạch trước đây của mình nhằm tìm lại giá trị thật trong cuộc sống. Dù theo hướng nào thì trạng thái ở đây vẫn là tĩnh, như vậy không có quá nhiều biến động lớn trong cuộc sống và nhân vật cũng ít vương vào những vấn đề nghiêm trọng hoặc bắt buộc phải có những hoạch định cụ thể nào ở giai đoạn này.

Five of Cups:

Lá bài này thể hiện bước ngoặt đi xuống đầu tiên trong hành trình các lá Minor hệ cốc, tương ứng với sự chuyển đổi sự kiện chính từ quyền lực sang tâm linh trong các lá Major. Mathers đưa ra lời đoán về sự thất vọng, đánh mất niềm vui sướng, cảm xúc không được đáp ứng thể hiện trạng thái thiếu hụt về mặt tình cảm so với giai đoạn trước là nguyên nhân chính ảnh hưởng đến tinh thần và các hoạch định của nhân vật. Sự thiếu hụt này có thể là do nhân vật tiến quá sâu vào mặt tình cảm nên đã phát hiện ra bản chất thật sự ẩn sâu dưới lớp bên ngoài và nhận ra mình không phù hợp với nó, hoặc là phát hiện ra có người muốn lợi dụng quan hệ tình cảm với mình vì mục đích khác, dù thế nào thì nó cũng sẽ mang lại sự thất vọng. Tuy nhiên Waite đưa ra lời đoán về sự mất mát nhưng còn lại đôi chút, vì sự việc gây thất vọng này là do nhân vật phát hiện ra nên đã tiếp nhận những sự mất mát một cách chủ động chứ không phải là nạn nhân, do đó vẫn còn có thể giữ lại cho mình một ít niềm tin và hy vọng. Đây là điểm quan trọng vì những thất bại là do các yếu tố bên ngoài gây ra chứ không phải xuất phát từ nhân vật và sẽ là điểm tựa để nhân vật có thể hoàn thiện hơn các hoạch định sau này của mình, những thất bại này vì thế sẽ không uổng phí.

Six of Cups:

Lá bài này thể hiện sự đi lên trong trạng thái tình cảm, có lẽ là do tương ứng với chủ đề tình cảm trong các sự kiện chính của các lá Major. Waite thể hiện sự hạnh phúc trong lời đoán của mình để khẳng định tinh thần của nhân vật đã trở về với sự vui vẻ thỏa mãn trước đây, chứng tỏ nhân vật đã vượt qua sự thất vọng ở giai đoạn trước. Niềm hoan lạc được cả Hội Bình Minh Vàng và Crowley nhắc tới, chứng tỏ nhân vật đã tìm ra được niềm vui và những thứ mình cần hướng tới trong các kế hoạch của mình, những hoạch định mang lại niềm vui chính là điểm nhấn ở đây khi nhân vật chuyển hướng sang vun đắp về mặt tình cảm là chính trong hành trình của mình. Case mô tả sự khởi đầu của lợi lộc đều đặn chứng tỏ song song với tình cảm thì các lợi ích vật chất cũng có dấu hiệu tích cực trở lại, đây cũng là điều dễ hiểu vì khi tâm trạng ổn định trở lại thì các suy tính của nhân vật cũng sẽ sáng suốt hơn và sẽ mang về những kết quả khả quan trong công việc. Như vậy ở lá này thể hiện việc nhân vật cần có sự chuyển trọng tâm trong các dự tính của mình, tập trung vào sự ổn định lâu dài về mặt tình cảm để làm nền tảng phát triển cho sự nghiệp, đây là bước khởi đầu tuy không có những lợi ích to lớn nhưng về lâu dài sẽ chứng tỏ giá trị của nó.

Seven of Cups:

Lá bài này thể hiện một chiều hướng khác biệt so với lá trước, vẫn là trạng thái chuyên chú vào tình cảm nhưng đây lại là chiều hướng tiêu cực chứ không tích cực như ở lá trước. Khát vọng trong lời đoán của Waite thể hiện nhân vật vẫn tràn đầy tình cảm và vẫn hướng tất cả các dự án, kế hoạch của mình để đạt tới những nhu cầu mà tình cảm đưa ra. Tuy nhiên vấn đề ở đây lại nằm trong chính những khát vọng đó mà Case đã mô tả là sự thành đạt ảo, chứng tỏ sự lẫn lộn giữa thực tế và mơ ảo của nhân vật trong giai đoạn này. Có thể nhận thấy rằng việc dựa vào tình cảm để đề ra kế hoạch và đạt tới thành công đã khiến nhân vật hoàn toàn đặt cược vào sự mơ mộng của mình và tự vẽ ra những viễn cảnh không thực và không bao giờ đạt tới được, tất nhiên việc chỉ chạy theo những điều này sẽ khiến nhân vật hao tâm tổn sức mà không thu về được gì. Vì thế điều quan trọng ở đây là nhân vật cần phải tỉnh táo và phân biệt rõ ràng đâu là những tình cảm chân thật và những mơ ước, hy vọng đúng đắn phù hợp, còn những thứ hão huyền không thực thì phải kiên quyết gạt ra, nếu để tâm trí mình bị ảnh hưởng thì các hoạch định sẽ không có được tính thực tế và không có sức thuyết phục người khác, dẫn đến việc không thể thực hiện thành công được.

Eight of Cups:

Lá bài này thể hiện trạng thái ứng với chủ đề sức mạnh ở hành trình thụ pháp và hành pháp của các lá Major, có nét tương đồng với hệ gậy ở chỗ đều thể hiện trạng thái chuyển đổi quan trọng trong hành trình nhằm hướng tới đích đến cuối cùng của nhân vật. Mathers đưa ra lời đoán về việc quên quá khứ để làm cho hiện tại tốt đẹp, ám chỉ việc nhân vật cần dứt khoát đoạn tuyệt với những thất bại cũng như ảnh hưởng tiêu cực đến tinh thần trong quá khứ, có lẽ là hậu quả từ lá bài trước để lại, chỉ có thể mới có thể mở ra các ý tưởng mới cho tương lai tươi sáng hơn. Sự hủy bỏ giao ước của Waite có sự liên hệ với chủ đề sức mạnh vì nhân vật cần có đủ dũng khí và nghị lực để ra quyết định từ bỏ những kế hoạch có thể do chính mình đưa ra hoặc đã và đang thực hiện vì giờ đây nhân vật đã nhận ra đó là những hoạch định không phù hợp và không nên tiếp tục nữa. Crowley thì đưa ra lời đoán đáng lo ngại về sự biếng nhác, rõ ràng đó là điều không nên tiếp diễn vì nhân vật cần phải có hoạt động mạnh mẽ trong giai đoạn này nhằm hoạch định những tính toán quan trọng nhất của cuộc hành trình. Do đó lời khuyên là nhân vật cần phải nắm được sức mạnh và phát huy tất cả trong việc định ra kế hoạch ở giai đoạn này, nếu cần thiết phải sẵn sàng loại bỏ những ý tưởng lỗi thời và chính cả phong cách suy nghĩ và hành động của mình nếu nó là trở lực cho sự phát triển.

Nine of Cups:

Đây là lá bài kế cuối trong hành trình các lá Minor hệ cốc, hình ảnh của lá bài thể hiện mối liên hệ khá rõ ràng với chủ đề trí tuệ trong chuỗi sự kiện chính của các lá Major. Mathers đưa ra lời đoán về sự an nhiên tự tại và chế ngự cảm xúc, mô tả trạng thái trưởng thành hơn so với giai đoạn trước của nhân vật, lúc này tình cảm đã được kiểm soát và không gây ra ảnh hưởng làm biến động nhiều tới những hoạch định của nhân vật nữa. Sự thành đạt về vật chất thể hiện sự thành công của nhân vật với các kế hoạch của mình và với sự thành công này nhân vật sẽ dễ dàng hơn nhiều trong việc lập ra những tính toán cho giai đoạn cuối cùng của hành trình đang đến gần. Hạnh phúc trong lời đoán của Crowley thể hiện sự thỏa mãn và kết quả xứng đáng sau những nỗ lực của nhân vật trên hành trình tình cảm, nhất là sau những khó khăn thể hiện ở các lá ngay trước. Như vậy đây là lá bài mang ý nghĩa tích cực, ở giai đoạn này nhân vật không cần phải vội vàng trong các dự định mà có thể thong thả suy nghĩ chu toàn, chờ đợi các thời cơ hội tụ đầy đủ rồi mới hoạch định các phương án cho mình, sự tốt đẹp về mặt tình cảm khiến nhân vật không cần phải lo lắng như ở các giai đoạn trước nữa.

Ten of Cups:

Đây là lá bài cuối cùng trong các lá Minor hệ cốc, thể hiện trạng thái kết thúc trong vấn đề tình cảm, cũng đánh dấu thành quả cuối của các hoạch định mà nhân vật đặt ra trên hành trình của mình. Waite đưa ra lời đoán khá tích cực về sự mãn nguyện, chứng tỏ nhân vật đã có được kết quả như ý muốn trong các hoạch định trên hành trình tình cảm của mình, hình ảnh của lá bài cũng mô tả khá rõ trạng thái mãn nguyện của nhân vật. Sự thành công trọn vẹn được Hội Bình Minh Vàng thể hiện nhằm nói rõ rằng ở đây không chỉ là mặt tình cảm mà mặt vật chất cũng như danh tiếng của nhân vật cũng được bảo đảm, tình cảm ở đây đích thực đã trở thành chỗ dựa vững chắc giúp nhân vật có được những thành công ở các khía cạnh còn lại. Sự dư dật mà Crowley thể hiện cũng như sự thành công lâu dài mà Case nhắc tới chứng tỏ nhân vật hoàn toàn có thể yên tâm với trạng thái hiện tại của mình và cả về tương lai vì những thứ nhân vật đang có được là rất bền vững. Lúc này điều nhân vật cần làm là bù đắp những mất mát về mặt tình cảm trước đây của mình cũng như chăm lo tốt cho các mối quan hệ tình cảm trong hiện tại và tương lai, hưởng thụ hạnh phúc chính là phần thưởng mà nhân vật có được sau hành trình này..

Page of Cups:

Đây là lá bài đầu tiên trong các lá Court hệ cốc, thể hiện trạng thái tình cảm trong các tính toán, hoạch định của nhân vật. Lá Page thể hiện trạng thái đầu tiên trong nội tâm nhân vật khi vừa bắt đầu bước vào con đường tình cảm nên các tính toán ở đây phần nhiều vẫn còn mang nét đơn giản, ngây thơ của người còn thiếu kinh nghiệm trong chuyện tình cảm. Mathers đưa ra lời đoán về người lãng mạn và dễ ưng thuận, chứng tỏ nhân vật dễ bị tác động về mặt tình cảm và thường có xu hướng nghe theo những xu hướng tình cảm phù hợp với mình, điều này giúp nhân vật dễ dàng hơn nếu có quan hệ tình cảm với những người có ý tốt, nhưng ngược lại thì cũng khiến nhân vật dễ bị những kẻ có ý đồ xấu dẫn dụ. Ngoài ra lời đoán còn nhắc tới người sống trong thế giới ảo, như vậy nhân vật ở giai đoạn này hoàn toàn bị tình cảm che mất lí trí trong mọi suy tính, hoạch định nên các kế hoạch rất dễ hướng tới những mục đích viển vông, không thực tế. Lời khuyên là nhân vật cần xác định rõ ràng về mặt tình cảm, và hiểu rõ tình cảm là động lực trong việc vạch ra các kế hoạch nhưng nếu để tình cảm hoàn toàn chi phối sẽ là một sự mạo hiểm trong khi nhân vật chưa đủ bản lĩnh để đối đầu với những khó khăn.

Knight of Cups:

Đây là lá bài thứ hai trong các lá Court hệ cốc, thể hiện sự trưởng thành từ lá Page lên lá Knight, là sự chuyển tiếp từ kết thúc giai đoạn đầu sang sự khởi đầu của giai đoạn sau. Mathers đưa ra lời đoán về tìm kiếm tình yêu hoặc sự phấn khích tinh thần, chứng tỏ mục đích trong các kế hoạch của nhân vật giai đoạn này vẫn là hướng tới nhu cầu tình cảm của mình, thậm chí còn mãnh liệt hơn giai đoạn trước. Waite đưa ra lời đoán về sự phong phú của trí tưởng tượng, sự tiếp cận, tiến trước, chứng tỏ phong cách trong các kế hoạch của nhân vật là chú trọng vào những sự mở rộng trong suy nghĩ, sẽ chứa đựng nhiều ý tưởng mới mẻ sáng tạo, và các kế hoạch đều thể hiện tính chủ động trong việc tiếp cận và xử lí các vấn đề mà nhân vật gặp phải. Crowley thì mô tả nhân vật nhạy cảm với những tác động bên ngoài nhưng không bị ảnh hưởng sâu đậm chứng tỏ nhân vật đã có bước tiến bộ hơn so với giai đoạn trước khi không để những cảm xúc nhất thời ảnh hưởng tới các quyết định cuối cùng của mình, mặc dù nhìn chung nhân vật vẫn chịu sự ảnh hưởng nhiều từ tình cảm. Lời khuyên là nhân vật cần tiếp tục rèn luyện bản lĩnh của mình, tình cảm là động lực và là mục đích tốt đẹp nếu biết đặt nó vào đúng nơi đúng lúc trong các dự tính của mình, trong vấn đề tình cảm nhân vật cũng nên chủ động ứng phó và giải quyết các vấn đề ngay khi nó vừa mới xuất hiện.

Queen of Cups:

Đây là lá bài thứ 3 trong các lá Court hệ cốc, thể hiện trạng thái chuyển đổi bản chất từ Knight sang Queen, ứng với lá này là sự chuyển tiếp giữa giai đoạn đương đầu với các vấn đề tâm linh, tình cảm sang đương đầu với những vấn đề về quản lí và sức mạnh. Case mô tả trong lời đoán của mình óc tưởng tượng phong phú và khả năng thấu thị, chứng tỏ nhân vật vẫn có được những điểm tích cực từ lá bài trước như đầu óc phong phú giúp ích cho việc đề ra những kế hoạch đa dạng và sáng tạo, sự am hiểu đối phương trong chuyện tình cảm cũng sẽ giúp ích nhiều cho việc hoạch định các kế hoạch trong giai đoạn này. Sự kiên nhẫn và trung gian trong lý tưởng trong lời đoán của Crowley chỉ ra nhân vật nên có sự cẩn trọng hơn trong tính toán, khó khăn ở giai đoạn này sẽ lớn hơn giai đoạn trước nhiều và nhân vật cần có sự điều chỉnh từ chủ động tiến lên trước tới sự thận trọng kiên nhẫn và lui về đảm nhiệm những phần trung chuyển trong kế hoạch. Mathers vẫn mô tả nhân vật dễ bị tác động bởi những ảnh hưởng bên ngoài, chứng tỏ tình cảm vẫn là điểm yếu mà nhân vật cần khéo léo che giấu để tránh bị những kẻ xấu lợi dụng phá hoại kế hoạch của mình. Lời khuyên là nhân vật có sự cẩn thận nhiều hơn trong việc hoạch định các kế hoạch cho mình, tránh những sự xung đột trực tiếp mà nên cố gắng trung hòa giữa các mối quan hệ tình cảm vì mục tiêu cuối cùng của mình.

King of Cups:

Đây là lá bài cuối cùng trong các lá Court hệ cốc, thể hiện trạng thái phát triển hoàn chỉnh nhất trong nội tâm của nhân vật, ứng với giai đoạn chuyển tiếp từ việc giải quyết những khó khăn cuối cùng để đạt tới mục đích của hành trình. Mathers đưa ra lời đoán về sự tinh tế, kín đáo, khéo léo như để chứng tỏ nhân vật đã hoàn toàn có đủ bản lĩnh trong việc xử lí các vấn đề phát sinh khi thiết lập các kế hoạch của mình. Lời đoán còn nhắc đến bên ngoài bình thản nhưng bên trong mạnh mẽ và nhiều đam mê, chứng tỏ nhân vật đã hoàn thiện được khả năng ẩn giấu những cảm xúc thật của mình để tránh lộ ra những điểm yếu có thể làm hỏng kế hoạch, thay vào đó là sự bình tĩnh trong đề ra những sách lược dù thực chất tình cảm không hề có sự giảm sút. Tuy vậy điểm tiêu cực trong lời đoán là sự thích phô trương quyền hành, điều này có thể dẫn tới những ảnh hưởng tiêu cực tới các mối quan hệ tình cảm của nhân vật. Do đó lời khuyên cho nhân vật là mặc dù phải biết cách ẩn giấu tình cảm của mình để tránh những rắc rối không cần thiết thì trong hoạch định những phương án cũng cần lưu ý không nên quá lạnh lùng hay độc đoán mà phải chú trọng sự ôn hòa, điều này sẽ giúp giữ các kế hoạch được phát triển ổn định và lâu dài.

Ace of Cups
Two of Cups
Three of Cups
Four of Cups
Five of Cups
Six of Cups
Seven of Cups
Eight of Cups
Nine of Cups
Ten of Cups
Page of Cups
Knight of Cups
Queen of Cups
King of Cups

2 HỢP TÁC VÀ ĐÀM PHÁN

MAJOR ARCANA

0 The Fool:

Đây là lá bài đầu tiên trong các lá Major, là lá bài rất quan trọng vì nó trực tiếp thể hiện hình ảnh chàng khờ là nhân vật chính trong toàn bộ câu chuyện, lá bài này chính là sự khởi đầu của toàn bộ quá trình và có liên hệ mật thiết với các lá khác, nhất là trong các lá Major. Mathers đưa ra lời đoán về khởi đầu của việc mới, cái mới hoàn toàn phù hợp với tính chất lá bài, ngoài ra liên quan đến chủ đề đàm phán trong chương này còn có thể xem xét tới lời đoán về sự độc đáo hoặc kỳ quặc trong tư tưởng chứng tỏ nhân vật ở đây có những chủ kiến mới mẻ và khác người trong các vấn đề thương thảo với các bên trong công việc. Sự phấn khích cao độ trong lời đoán của Waite thể hiện trạng thái tinh thần tốt của nhân vật và điều này sẽ là động lực gián tiếp thúc đẩy quá trình đàm phán diễn ra được tốt đẹp hơn. Hơn thế nữa, trong các lời đoán còn thể hiện tới sự điên khùng chứ không phải chỉ là kì dị, điều này chỉ ra một nhược điểm của nhân vật là sự thiếu kinh nghiệm cũng như những kiến thức, kỹ năng cần thiết cho công việc nên dẫn đến những suy nghĩ và quyết định sai lầm, những quyết sách sai lầm trong đàm phán sẽ ảnh hưởng trực tiếp đến kết quả công việc. Như vậy nhìn chung lá bài này tuy thể hiện tính tích cực trong bản thân nhân vật nhưng về mặt năng lực lại không mấy tốt đẹp, nhất là trong vấn đề đàm phán, do đó nhân vật cần nỗ lực hết sức trong việc cân bằng giữa ý chí và khả năng để có thể có được những quyết định đúng đắn nhất trong đàm phán vì trong giai đoạn khởi đầu thì việc này khá khó khăn.

1 The Magician:

Đây là lá bài kế tiếp ngay sau lá The Fool, thể hiện bước đầu tiên trong hành trình của nhân vật, tương ứng với vị trí số một trong hành trình thụ pháp và hành pháp của nhân vật, thực chất ở đây nhân vật mới chính thức trải qua những sự kiện chính còn The Fool chỉ minh họa cho sự xuất hành. Case nhắc tới sức sáng tạo và khả năng tạo dựng để minh họa cho khả năng hiện thực hóa những ý tưởng mà ở The Fool ta thấy nhân vật không thể làm được, như vậy trong đàm phán nhân vật sẽ có nhiều lợi thế để thuyết phục mọi người hơn dựa vào khả năng của chính mình. Crowley thì nói tới sự khôn khéo và giỏi thích ứng, chứng tỏ không chỉ có tinh thần và sự sáng tạo kế thừa từ lá bài trước mà nhân vật còn có khả năng xử lý tình huống tốt, điều này rất tốt trong đàm phán vì chỉ cần nhanh nhạy hơn một bước là đã có thể thu được thắng lợi. Mathers thì nhắc đến sự thay đổi hoàn cảnh cho phù hợp sở nguyện cũng như là sự nhắm đến mục đích, như vậy ở đây nhân vật có một mục tiêu rất rõ ràng trong công việc và mọi nỗ lực đàm phán đều hướng về đó, trong trường hợp không thể đạt được mục tiêu thì nhân vật sẽ cố gắng tạo ra mọi thay đổi có thể, kể cả thay đổi môi trường làm việc. Như vậy lời khuyên ở đây là nhân vật cần phải xác định rõ năng lực của mình và những mục tiêu mà mình hướng tới để có thể dễ dàng hơn trong việc đàm phán nhằm tập trung vào những vấn đề mấu chốt nhất, cần lưu ý là không thể nhượng bộ những vấn đề thiết yếu cho sự nghiệp của mình.

2 The High Priestess:

Đây là lá bài thứ hai trong hành trình thụ pháp của nhân vật, thể hiện nội dung của chủ đề tri thức trên chặng đường nhân vật đi qua, đây cũng là yếu tố quan trọng nhân vật cần có để phục vụ cho việc đàm phán trong công việc của mình. Hội Bình Minh Vàng đưa ra lời đoán về sự thay đổi, tăng và giảm, chứng tỏ trong vấn đề đàm phán có những sự việc phát sinh, có thể là về tương quan lực lượng giữa các bên hay những sự kiện ảnh hưởng đến vị thế của từng bên trong mối tương quan với nhau, dù thế nào thì cũng đòi hỏi nhân vật phải có sự ứng phó tốt ở đây. Mathers thì mô tả khá rõ là nhân vật đang tiến vào những vùng trước đây còn mơ hồ hoặc chưa từng biết, như vậy ở đây có những vấn đề mà dường như nhân vật không có kinh nghiệm ứng phó và sẽ gây ra những khó khăn trong việc đưa ra những quyết định trong đàm phán, sự thành bại ở đây do đó cũng không còn rõ ràng như ở lá bài trước. Case nhắc đến tính hai mặt nhằm gián tiếp nhắc nhở nhân vật nên cân nhắc cẩn thận trước khi hành động vì có thể trong hàng ngũ của mình có những người không đáng tin cậy hoặc cũng có thể là sự trắc trở của kẻ thù. Như vậy ở đây tri thức được gián tiếp đề cao qua những khó khăn mà nhân vật gặp phải, ở đây tình hình rơi vào một trạng thái mơ hồ bất định và chính vì thế nhân vật cần vạch ra hướng đi đúng đắn, tránh sa vào những cái bẫy do kẻ thù vạch ra để giành thắng lợi trong vấn đề thương lượng, đàm phán.

3 The Empress:

Lá bài nữ hoàng tương ứng với chủ đề của sự bảo hộ, nằm ở vị trí thứ 3 trong hành trình thụ pháp của nhân vật, theo tuần tự tiến bước thì lúc này nhân vật cần tìm cho mình những nguồn hậu thuẫn để tạo đà cho những giai đoạn tiếp theo của hành trình. Waite đưa ra lời đoán về sự thành đạt, ánh sáng và sự thật, chứng tỏ nhân vật hành động dựa theo nguồn sáng của những chân lý mà mình đã ngộ ra được và những điều này có tác dụng mở đường cho nhân vật đạt được những kết quả khả quan trong việc đàm phán, được thể hiện qua sự thành đạt tức là nguồn lợi nhuận cũng như vị thế được nâng cao. Crowley thì đưa ra lời đoán về tình yêu, sự sang trọng, niềm vui chứng tỏ song hành cùng với thắng lợi về đàm phán là những trạng thái tinh thần tốt đẹp, có vẻ như sự đồng điệu và giúp đỡ về mặt tinh thần, tình cảm cũng chính là yếu tố quan trọng giúp nhân vật vượt qua những khó khăn trong đấu tranh thương lượng. Mathers thì nhắc tới sự gia tăng, phát triển và hoạch lợi chứng tỏ những điều kiện để nhân vật vạch ra những điều kiện có lợi cho mình trong thỏa thuận đàm phán là rất khả thi, do đó nhân vật cần nhanh chóng nắm bắt thời cơ này để phát triển sự nghiệp của mình lên một mức cao hơn. Như vậy lời khuyên ở đây là nhân vật cần tranh thủ tối đa những sự ủng hộ trong giai đoạn này để giành được những ưu thế về mình trong đàm phán nhằm có sự chuẩn bị tốt nhất để thắng lợi trong hiện tại và chuẩn bị cho những kế hoạch tiếp theo của hành trình.

4 The Emperor:

Đây là lá bài thể hiện hình ảnh hoàng đế, là sự tiếp nối với hình ảnh nữ hoàng ở lá bài trước, đánh dấu bước tiến của hành trình trong sự liên kết chặt chẽ với lá trước, chủ đề chính ở lá này là quyền lực cũng thể hiện mối liên hệ mật thiết với chủ đề bảo hộ. Waite đưa ra lời đoán về quyền lực, ý chí, sự ổn định nhằm thể hiện trạng thái ổn định của nhân vật, ở đây nhân vật nắm được quyền hành và có ưu thế lớn trong đàm phán, do vậy có thể tự tin ứng phó với các rắc rối phát sinh và giữ được địa vị của mình. Crowley thì nói đến năng lực, sự tráng kiện để thể hiện sức mạnh nội tại của nhân vật chính là thế mạnh của nhân vật trong đàm phán và sẽ mang lại những kết quả khả quan cho công việc, tuy nhiên lời đoán còn nhắc tới sự ngang bướng thể hiện điểm tiêu cực ở chỗ nhân vật chỉ bám theo những ý tưởng của mình mà không xem xét đến những ý tưởng nào khác. Một lời đoán quan trọng khác được Hội Bình Minh Vàng đưa ra là về chiến tranh, xung đột và tham vọng, như vậy một yếu tố quan trọng khác liên quan đến quyền lực cũng được nhắc tới chính là chiến tranh xung đột, chính thông qua đàm phán không nhân nhượng mà nhân vật nắm được quyền lực và muốn giữ được quyền lực cũng như thực hiện ý tưởng của mình thì cũng phải đấu tranh, thương lượng quyết liệt. Như vậy lời khuyên ở đây là sẽ có cơ hội lớn nằm trong việc đàm phán trước mắt và nhân vật cần phải tìm cách đạt được dù điều kiện không mấy dễ dàng, trong đàm phán giai đoạn này cần chú ý giữ vững những nguyên tắc quan trọng nhất của mình, đồng thời thỉnh thoảng cũng nên lắng nghe những ý kiến bổ ích của những bên khác để đảm bảo thắng lợi toàn diện trong đàm phán.

5 The Hierophant:

Lá bài này thể hiện sự chuyển tiếp từ chủ đề quyền lực sang chủ đề tâm linh, thể hiện nhân vật đã có bước ngoặt từ giai đoạn đầu tiên sang giai đoạn thứ hai trong hành trình thụ pháp, lá bài này thể hiện những nét khác biệt mà nhân vật chưa tiếp cận được ở giai đoạn trước. Case đưa ra lời đoán về sự liên minh, sự phối hợp và sự phấn khích nhằm thể hiện nhân vật ở đây hướng vào những sự liên kết nhằm tạo ra nguồn sức mạnh to lớn hơn để có thể hướng tới những mục đích mình mong muốn trong đàm phán. Hội Bình

Minh Vàng đưa ra lời đoán về trí năng thần thánh, sự minh giải, giảng dạy chứng tỏ nhân vật gặp được những người có kinh nghiệm hơn và học hỏi được nhiều điều bổ ích cho việc đàm phán để phát triển sự nghiệp của mình, nhân vật rất cần nắm bắt những mối liên hệ này vì không dễ gì tìm thấy cơ hội như vậy. Trực giác và học hỏi từ tha nhân nằm trong lời đoán của Mathers cũng chỉ ra rằng nhân vật nên tin tưởng hơn vào những phán đoán của bản thân cũng như mở lòng ra hơn so với sự bảo thủ ở giai đoạn trước, điều này sẽ giúp nhân vật có thêm nhiều sự trợ giúp vì nếu chỉ đơn độc thì sẽ gặp nhiều khó khăn để có thể đạt được những mục đích của mình thông qua đàm phán. Như vậy lời khuyên ở đây là nhân vật nên tập trung vào học hỏi những kinh nghiệm, cách thức xử lý tình huống hơn là những lý thuyết suông như trước, ngoài ra cũng nên tích cực mở rộng quan hệ nhằm tạo dựng những liên minh nhằm bảo vệ và đấu tranh cho lợi ích của mình tốt hơn vì càng lên cao sẽ càng có nhiều khó khăn vượt khả năng của một người.

6 The Lovers:

Thể hiện một sự liên kết tiếp theo với chủ đề ở lá bài trước, lá bài này thể hiện chủ đề tình cảm trong hành trình thụ pháp của nhân vật, đây cũng là vấn đề khá là hiển nhiên vì khi nhận biết đủ về các vấn đề về tinh thần thì nhân vật chắc chắn sẽ trải qua giai đoạn tìm hiểu và có tình cảm. Mathers đưa ra lời đoán về việc gặp được đối tác nhằm thể hiện nhân vật tìm thấy sự đồng điệu cao độ về cảm xúc với đối tác trong đàm phán và có thể dẫn đến tình yêu, về mặt công việc thì sự kết hợp này chắc chắn sẽ dẫn đến những sự phối hợp trong công việc và việc đàm phán của nhân vật sẽ thuận lợi. Sự quyến rũ, vẻ đẹp, tình yêu trong lời đoán của Waite chỉ ra rằng nhân vật bị cuốn hút về tình yêu dẫn đến những hành động, mục đích trong việc đàm phán cũng có sự thay đổi nhằm hướng tới những mong muốn tình cảm của nhân vật, lời đoán này có sự liên kết mạnh với lời đoán của Hội Bình Minh Vàng về sự phấn khích, động lực trong sự phát triển sự nghiệp ở giai đoạn này. Tuy nhiên Crowley cũng chỉ ra một nhược điểm của sự thuận theo tình cảm đó là sự trẻ con, bồng bột và thiếu quyết đoán, chứng tỏ nhân vật có nhiều lúc vì nghe theo tình cảm mà bất chấp những suy nghĩ của lý trí, điều này dễ dẫn đến những quyết định sai lầm gây ra hậu quả sau này. Như vậy lời khuyên ở đây là cần tận dụng những điểm tích cực trong tình cảm để thúc đẩy công việc tiến lên nhưng đàm phán là một công việc rất phức tạp nên cần sự dung hòa của nhiều yếu tố, nếu chỉ kiên quyết đi theo một hướng thì rất khó có thể thu được thành công trọn vẹn.

7 The Chariot:

Lá bài này là sự thể hiện của chủ đề quản lí, kiểm soát trong hành trình thụ pháp của nhân vật thông qua hình ảnh chiến binh điều khiển cỗ xe có hai con nhân sư kéo, trong hành trình thì đây là bước trở lại thực tại sau khi ra khỏi những chủ đề liên quan đến tình cảm, tinh thần ở các giai đoạn trước. Mathers đưa ra lời đoán về sự chiến thắng đối phương, sự khỏe mạnh và tráng kiện, phương hướng mới chứng tỏ ở đây nhân vật lại có những sáng kiến cũng như những cách thức để hướng cuộc đàm phán theo hướng có lợi cho mình hơn, đánh bại các đối thủ. Crowley nhắc tới sự mạnh mẽ trong giữ gìn truyền thống và sự bảo thủ nhằm thể hiện tính cách muốn gìn giữ thành quả đã quay trở lại trong nhân vật sau quá trình trước hành động thiên nhiều về cảm tính, tuy thế nhân vật cũng cần cẩn thận và không nên trở thành quá bảo thủ vì sẽ khiến công việc bị chững lại. Waite thì nhắc đến chiến thắng cũng như sự quan phòng nhằm nói tới một nét tính cách khác của nhân vật là sự bao dung đối với những người chống đối sau khi đã có được chiến thắng, điều này cũng thể hiện bản lĩnh của nhân vật đã có sự tăng tiến và đã nắm vững các nguyên tắc trong đàm phán, sự ổn định sự nghiệp ở lá này là khá rõ ràng. Như vậy lời khuyên ở đây là nhắc nhở nhân vật sự cần thiết của việc vận dụng đầy đủ những phương pháp từ cứng rắn đến mềm mỏng trong đàm phán để làm sao vừa thu được thắng lợi mà vừa giữ được hòa khí trong môi trường làm việc, thực hiện được điều này sẽ là bước tiến trong sự nghiệp của nhân vật.

8 Strength:

Đây là lá bài ứng với chủ đề thứ 8 trong chuỗi các chủ đề chính trên hành trình thụ pháp của nhân vật, sức mạnh là chủ đề được mô tả ở đây nhằm thể hiện tính chất khó khăn phức tạp khi hành trình gần tới giai đoạn cuối, do đó đòi hỏi nhân vật phải có sức mạnh để đối đầu với những khó khăn đó. Sự dũng mãnh và lòng can đảm được thể hiện trong hầu hết các lời đoán thể hiện những phẩm chất mà nhân vật cần học hỏi trong giai đoạn này, đó là sự dứt khoát trong quyết định và hành động cũng như việc dám đấu tranh đến cùng bất chấp những khó khăn gian khổ trong đàm phán, đây là phẩm chất không thể thiếu nếu muốn đạt tới thành công. Crowley nói tới lòng đam mê mãnh liệt và sự chiêm niệm thần bí để thể hiện nguồn động lực trong giai đoạn này của nhân vật, đó chính là sự đam mê cũng như hứng thú có phần đi sâu vào những bí ẩn, góc khuất, điều này thu hút nhân vật nỗ lực hết mình và sẵn sàng đối diện với những khó khăn thử thách để đàm phán nhằm đạt được điều mình muốn. Niềm vui, háo hức cũng như sự thám hiểm những nơ xa lạ được nhắc đến trong lời đoán của Mathers cũng bổ sung thêm cho lời đoán của Crowley, qua đó ta thấy được nhân vật khao khát tìm kiếm những điều mới mẻ trong sự nghiệp, có lẽ cũng dễ hiểu sau quá trình trước tương đối bảo thủ khép kín nhân vật đã nhận ra nhiều điều. Như vậy lời khuyên ở đây là nhân vật cần kiên trì đến cùng theo đuổi những điều mình đã xác định, nỗ lực của bản thân là quan trọng nhất trong đàm phán để khẳng định cho những người thấy con đường mình chọn là đúng đắn.

9 The Hermit:

Đây là lá bài thể hiện hình ảnh ẩn sĩ tương ứng với chủ đề thứ 9 – chủ đề về tiềm thức và cũng là bước đi cuối cùng trước khi đến với điểm kết thúc trong hành trình thụ pháp của nhân vật, do vậy tính chất của lá bài này cũng rất quan trọng khi liên kết với vấn đề đàm phán. Mathers thể hiện trong lời đoán của mình sự đạt được mục tiêu, tùy thuộc bản thân và tỏa sáng, rạng danh nhằm qua đó cho thấy nhân vật ở đây hoàn toàn đủ khả năng để đạt được mục đích trong đàm phán, không những thế vị thế của nhân vật còn rất lớn và có sự ảnh hưởng nhiều đến kết quả chung, tự thân nhân vật có sức thu hút mạnh mẽ và điều này là mấu chốt cho sự thành công trong giai đoạn này. Sự khôn ngoan, cẩn trọng trong lời đoán của Case thể hiện tác phong làm việc cũng như đàm phán rất tốt của nhân vật, ở đây nhân vật dường như không để lộ ra ngoài những sai sót, điểm yếu như các giai đoạn trước nữa, thêm vào đó là kinh nghiệm và năng lực cao giúp cho những quyết định có tính chính xác cao. Tuy thế Crowley lại nhắc tới sự lui về hưởng nhàn, không tham gia thế sự, chứng tỏ nhân vật nhìn thấu được những góc tối, những sự phiền não phải chịu đựng khi tham gia đàm phán trong công việc nên giờ đây giữ một phong thái tĩnh tại và không chủ động tham gia như trước, tuy vậy khi hành động thì hoàn toàn nắm thế thượng phong. Lời khuyên ở đây là nhân vật cần tập trung giữ được sự ổn định trong tinh thần của mình, tránh bị dao động ví để đạt tới bản lĩnh này không dễ dàng, ngoài ra nhân vật cũng cần có sự chuẩn bị trước cho chặng cuối của hành trình sắp tới.

10 Wheel of Fortune:

Đây là lá bài cuối cùng trong các lá Major thể hiện hành trình thụ pháp của nhân vật, tương ứng với nó là chủ đề số phận trong chuỗi 10 chủ đề chính mà nhân vật bắt buộc phải trải qua trong hành trình của mình. Hội Bình Minh Vàng đưa ra lời đoán về vận may và hạnh phúc, ngây ngất với thành công nhằm thể hiện trạng thái tinh thần tốt đẹp của nhân vật sau khi hoàn thành quá trình đàm phán của mình cách tốt đẹp, qua lá này có thể đoán được các thương lượng về công việc của nhân vật đều đang tiến triển tốt đẹp. Sự đổi thay trong lời đoán của Crowley thể hiện những sự kiện, biến cố sẽ xảy ra trong lời đoán này và ảnh hưởng tới sự nghiệp của nhân vật, nhiều khả năng có thể là sự chuyển đổi sang một công việc mới, nhưng dù sao nhân vật cũng không nên quá lo lắng vì công việc cũ cũng đã hoàn thành tốt đẹp. Mathers cũng nhắc tới chu kỳ liên hoàn nhằm thể hiện sự tiếp nối của những điều mới và có ý tương đồng với Crowley, ngoài ra còn có thêm vận may và sự giàu có bất ngờ nhằm thể hiện nhân vật cũng sẽ gặp nhiều may mắn trong giai đoạn này, có thể là đàm phán trong chuyển đổi gặp nhiều thuận lợi do nhân vật đã thể hiện được bản lĩnh của mình. Lời khuyên cho nhân vật là cần có sự sẵn sàng cũng như sự thanh thản về mặt tinh thần trước khi bước vào giai đoạn mới, với tất cả những gì đã học được trong quá trình vừa qua thì giờ đây nhân vật đã có thể tự tin ứng phó với các khó khăn có thể có trong các vấn đề liên quan đến đàm phán.

11 Justice:

Đây là lá bài thể hiện trạng thái tương ứng với chủ đề đầu

tiên trong hành trình hành pháp của nhân vật, tạo thành cặp với lá The Magician khi mô tả về chủ đề tiềm năng của nhân vật, ở đây là lúc nhân vật phải thể hiện những điều mà mình đã học được ra trong việc đàm phán. Waite đưa ra lời đoán về sự công bằng, đúng mực, luật lệ trong mọi lãnh vực thể hiện nhân vật mong muốn dùng khả năng của mình nhằm tạo ra sự cân bằng và giữ ổn định trong môi trường đàm phán cũng như công việc, như vậy nhân vật chủ động tuân giữ những nguyên tắc và cũng yêu cầu các bên làm điều tương tự. Case thì nhắc tới sức mạnh của uy quyền và pháp vụ, thực ra đây là điều không thể thiếu để gìn giữ chân lý cũng như sự công bằng trong đàm phán và công việc, nhân vật không thể chỉ đơn giản yêu cầu các bên tự giác thực hiện được vì có thể sẽ vấp phải sự ngăn cản, đó chính là lúc cần sử dụng đến uy quyền của luật pháp như một thứ vũ khí lợi hại. Crowley thì nhắc tới sự đình hoãn những hoạt động cần phải thực hiện như là một bước tính toán trong đàm phán của nhân vật, những sự biến đổi và phát sinh khi nhân vật trực tiếp có vai trò điều tiết trong đàm phán đôi khi khiến nhân vật phải tạm gác qua lợi ích trước mắt của mình để làm hài hòa môi trường làm việc và hướng tới lợi ích chung. Lời khuyên ở đây là nhân vật cần phải có sự cẩn thận trong hành động của mình, nhân vật có kỹ năng và muốn dùng nó để thiết lập trật tự là đúng nhưng công việc vốn luôn có sự tác động lợi ích qua lại nên cần nhất là nhân vật giữ được hòa khí, một khi dùng đến pháp luật thì sẽ khó có lại quan hệ ổn định như trước.

12 The Hanged Man:

Đây là lá bài thứ hai trong hành trình hành pháp của nhân vật, tạo thành một cặp với lá The High Priestess nhằm thể hiện về chủ đề tri thức trong số những chủ đề chính mà nhân vật phải trải qua trong cuộc đời của mình. Hội Bình Minh Vàng đưa ra lời đoán về sự hy sinh miễn cưỡng, sự trừng phạt, mất mát chứng tỏ giai đoạn này nhân vật sẽ vướng phải nhiều rắc rối trong các vấn đề đàm phán của mình và có thể sẽ dẫn đến những mất mát do nhân vật chưa đủ tri thức để ứng phó. Case thì nhắc tới sự khuất phục trước điều không thể né tránh nhằm chỉ ra nhân vật không vượt qua được khó khăn này cũng là điều hiển nhiên vì độ khó của nó nằm ngoài tầm hiểu biết của nhân vật, thất bại do đó là điều khó tránh khỏi. Tuy nhiên thế không có nghĩa là đầu hàng, Waite đã nhắc tới sự thận trọng còn Mathers nhắc tới sự đảo nghịch nhằm thể hiện nhân vật vẫn đang từng bước tìm cách thoát khỏi tình trạng này, khá tương thích với hình ảnh nhân vật tự treo mình lên để nghĩ cách. Như vậy lời khuyên ở đây là nhân vật cần cố gắng thay đổi bản thân mình mà trước hết là nâng cao tri thức và bản lĩnh, biết cách chấp nhận những thất bại và khó khăn hiện tại như là điều thiết yếu cho sự phát triển sự nghiệp của mình về lâu dài.

13 Death:

Đây là lá bài thứ 3 trong hành trình hành pháp của nhân vật, thể hiện sự chuyển đổi quan trọng tương ứng với chủ đề bảo hộ trong chuỗi các sự kiện chính mà nhân vật phải trải qua. Mathers đưa ra lời đoán về sự thay đổi ngoài dự kiến, sự đổi mới và cải tiến và sự khởi đầu mới thể hiện những sự thay đổi quan trọng trong việc đàm phán của nhân vật, ở đây ta thấy những sự thay đổi này bắt nguồn từ cả những tác động bên ngoài cho tới những sự thay đổi mang tính chủ động từ bên trong nhân vật nhằm đạt được những mục đích mình mong muốn. Thời gian và sự biến đổi cũng được Hội Bình Minh Vàng nhắc tới trong lời đoán của mình thể hiện quá trình nhân vật tạo ra sự thay đổi trong công việc và sự nghiệp để hướng tới những kết quả tốt đẹp hơn trong đàm phán của mình. Sự kết thúc, sự chết và sa đọa trong lời đoán của Waite dường như chỉ ra một hướng hơi tiêu cực đó là những thất bại gần như đã được báo hiệu từ giai đoạn trước, tất yếu trong quá trình thay đổi này nhân vật sẽ phải chấp nhận những thất bại và có thể là những tổn thất lớn nhưng đó cũng là những bài học quan trọng trên hành trình. Lời khuyên ở đây là nhân vật phải sẵn sàng cho sự thay đổi và kiên quyết dứt khoát với những cái đã lạc hậu trong công việc và đàm phán, sẵn sàng chấp nhận những tổn thất hiện tại để thực hiện được sự thay đổi, trong đàm phán ở đây quan trọng nhất là thực hiện điều đúng chứ không phải khẳng định vị trí của nhân vật.

14 Temperance:

Lá bài này được đánh số 14, ứng với vị trí thứ 4 trong hành trình hành pháp của nhân vật, chủ đề chính được nhắc tới ở đây là quyền lực, khác với sự ổn định và tiếp nhận quyền lực ở hành trình thụ pháp thì ở đây nhấn mạnh tới sự chủ động thực thi quyền lực và cân bằng trong đàm phán. Hội Bình Minh Vàng đưa ra lời đoán về sự kết hợp mọi sức mạnh, sự hiện thực và hành động chứng tỏ nhân vật tập hợp được các nguồn lực để hỗ trợ mình, khác với sự đơn độc chịu đựng ở giai đoạn trước, với tình thế có lợi này đây là lúc nhân vật quay trở lại đề xuất giải pháp và các phương án xử lý khó khăn trong đàm phán. Tính kinh tế và sự ôn hòa trong lời đoán của Waite thể hiện phương châm làm việc của nhân vật trong giai đoạn này, qua đó ta thấy nhân vật không đặt nặng việc đấu tranh tư tưởng mà hướng toàn bộ sự chú ý vào lợi nhuận và sự ổn định để phát triển công việc, sự tĩnh tại ở đây là trạng thái nhân vật phải khó khăn để đạt được sau sự biến động ở lá bài trước. Tuy thế Mathers vẫn chỉ ra thử thách cam go trong lời đoán của mình để nhắc nhở nhân vật rằng khó khăn vẫn chưa qua đi mà chỉ là nhân vật đã có bản lĩnh hơn để nhìn nhận vấn đề và khôn ngoan hơn trong cách ứng xử, điều này giúp nhân vật không bị yếu thế trong đàm phán. Lời khuyên ở đây là nhân vật cần phải biết cách tận dụng mọi sự hỗ trợ cũng như nguồn lực của phe mình để nhằm tạo ra thế cân bằng hơn giữa các bên trong đàm phán, chỉ có làm được điều đó thì nhân vật mới có thể nhắm tới những mục đích của mình.

15 The Devil:

Lá bài này thể hiện sự chuyển đổi từ chủ đề quyền lực sang tâm linh, thể hiện bước ngoặt quan trọng của nhân vật trên hành trình, cụ thể ở đây là hành trình hành pháp, thực chất thì vấn đề hiểu rõ nội tâm và kiểm soát ham muốn của chính mình luôn là ước vọng của mỗi người. Sự cám dỗ vật chất và nỗi ám ảnh trong lời đoán của Hội Bình Minh Vàng thể hiện những ảnh hưởng của nội tâm đến suy nghĩ và hành động của nhân vật trong đàm phán, tất nhiên mục đích quan trọng của đàm phán vẫn là hướng tới những lợi ích của nhân vật nhưng nếu không kiểm soát thì nhân vật có thể lún sâu vào những ước vọng mang tính cực đoan. Case thì nhắc tới sự ràng buộc và định mệnh nhằm thể hiện khó khăn ở đây là sự vướng mắc vào những điều không mấy tiêu cực, có thể là bắt buộc phải tuân theo những thỏa thuận không mấy phù hợp trong đàm phán, tuy vậy có vẻ như nhân vật không có cách nào khác là phải làm theo vì không muốn công việc bị ảnh hưởng. Mathers thì nhắc tới sự ảo ảnh và kích động mù quáng chứng tỏ nhân vật bị lôi kéo vào những cuộc đàm phán ngầm, không công khai mà chủ yếu nhằm thỏa mãn những ước vọng riêng của nhân vật nhưng cần lưu ý tránh đuổi theo những tham vọng quá viển vông, xa vời. Lời khuyên ở đây là nhân vật cần hiểu rõ chính bản thân mình cần gì và chỉ theo đuổi đúng những điều phù hợp trong các cuộc đàm phán, tránh để bị lôi kéo vào dụ dỗ vào những công việc xấu vì những lợi ích xa hoa không thực.

16 The Tower:

Lá bài này thể hiện sự tiếp nối từ chủ đề tâm linh sang chủ đề tình cảm trong chuỗi 10 chủ đề chính được các lá Major thể hiện, do nằm trong hành trình hành pháp nên lá bài đề cập tới sự chủ động, tích cực của nhân vật trong vấn đề tình cảm. Mathers đưa ra lời đoán về ảo ảnh tan biến, mất sự hỗ trợ và an toàn chứng tỏ nhân vật đã trưởng thành hơn trước và thoát ra khỏi những sự cám dỗ tinh vi ở giai đoạn trước, tuy vậy sự nỗ lực này lại dẫn đến hệ quả là khiến nhân vật có thể đánh mất đi vài mối quan hệ và do vậy dẫn đến việc mất đi sự ủng hộ trong đàm phán và lại rơi vào hoàn cảnh đơn độc đấu tranh. Hội Bình Minh Vàng thì nhắc đến tranh chấp, xung đột, sự phá hủy, nỗi hiểm nguy và sụp đổ chứng tỏ giai đoạn này trong đàm phán sẽ không yên ổn như trước mà sẽ có những sự mâu thuẫn và đấu tranh gay gắt giữa các bên vì không ai muốn nhượng bộ, điều này dẫn đến những tổn thất cho công việc hiện tại và cả tương lai. Waite cũng đưa ra lời đoán khá tiêu cực khi nhắc tới sự đối nghịch, sự lừa gạt, sụp đổ và giam cầm nhắc nhở nhân vật lưu ý rằng trong nội bộ của mình có những người không vừa lòng và tìm cách lừa dối, phản bội khiến nhân vật rơi vào những tình trạng khó khăn và phải chấp nhận thất bại trong đàm phán mà không làm gì được. Do vậy lời khuyên ở đây là nhân vật cần tránh sự lệ thuộc tình cảm quá nhiều vào người khác vì không thể đoán trước được sự thay đổi trong tình cảm của con người, nhất là những người không thật lòng với mình từ đầu, những hiểm họa từ bên trong đôi khi còn gây ra hậu quả to lớn hơn bên ngoài.

17 The Star:

Các quá trình luôn tuân theo quy luật của tự nhiên, đó là sau mỗi sự sụp đổ và hỗn loạn thì đều có sự ổn định và yên bình được tạo ra để cân bằng lại, vì thế sau trạng thái tiêu cực ở lá bài trước thì đến đây ta thấy tình hình của nhân vật có phần ổn định lại với chủ đề quản lí, kiểm soát. Waite nói tới niềm hy vọng, viễn cảnh tươi sáng nhằm nói tới việc nhân vật tìm lại cảm hứng trong công việc và vạch ra được hướng đi mới mẻ cho mình thông qua các cuộc đàm phán, trong lời đoán cũng nói tới sự mất mát và từ bỏ chứng tỏ nhân vật chấp nhận gạt bỏ những cái cũ, không phù hợp để tạo điều kiện thực hiện những thay đổi mới và tích cực. Crowley thì nhắc tới sự rõ ràng của viễn tượng, sự hiện thực những điều có thể chứng tỏ phương châm làm việc của nhân vật ở đây là hướng vào những việc làm thực tế nhằm thu về những lợi ích chắc chắn, đó cũng chính là cơ sở để nhân vật thực hiện đàm phán nhằm loại bỏ dần những yếu tố tiêu cực và tạo sự cân bằng cho công việc. Hội Bình Minh Vàng nhắc tới sự trung tín và sự giúp đỡ bất ngờ thể hiện sự khác biệt cơ bản so với lá bài trước, nếu như ở lá trước nhân vật phải nhận sự phản bội, lừa dối từ những người tin cậy thì giờ đây nhân vật lại nhận được sự tin tưởng giúp đỡ, có lẽ chính điểm khác biệt này sẽ ảnh hưởng trực tiếp đến kết quả của đàm phán. Lời khuyên ở đây là nhân vật cần nhanh chóng chỉnh đốn lại tinh thần của mình để nhanh chóng lấy lại phong thái ổn định trong đàm phán, nhanh chóng tìm kiếm những liên minh tin cần để thực hiện những kế hoạch nhằm lấy lại những nguồn lợi đã đánh mất ở giai đoạn trước.

18 The Moon:

Lá bài này thể hiện một chủ đề rất quan trọng mà nhân vật phải trải qua trên hành trình đến thành công cuối cùng trong việc đàm phán của mình, đó là chủ đề sức mạnh, cụ thể ở đây là sự hướng tới sức mạnh nhằm nắm quyền định đoạt số mệnh của chính mình. Hội Bình Minh Vàng đưa ra lời đoán về sự bất mãn, thay đổi theo ý muốn chứng tỏ nhân vật lại một lần nữa cảm thấy không vừa lòng với những ràng buộc hiện tại trong đàm phán và muốn thoát ra, tự mình nỗ lực để chạm tới những thành công mình mong muốn. Mathers đưa ra lời đoán về cuộc đấu tranh từ từ nhưng cam go và bên bờ của sự thay đổi quan trọng nhằm khẳng định đây là bước chuyển rất quan trọng trong hành trình và kết quả của quá trình này sẽ ảnh hưởng trực tiếp đến thành công hay thất bại trong sự nghiệp của nhân vật, vì thế cần thiết nhất là nhân vật không được dao động trong đàm phán và phải thể hiện sự mạnh mẽ của mình tới cuối cùng. Tuy thế Crowley chỉ ra sự ảo tưởng, lẫn lộn, hoang tưởng và khủng hoảng thể hiện trạng thái tinh thần tương đối tiêu cực của nhân vật trong lúc vẫn còn loay hoay tìm ra đâu là sức mạnh thật sự mình cần hướng tới, giữa vòng xoáy các mối quan hệ và các ý kiến trái chiều trong đàm phán thì việc giữ vững được quan điểm đã khó, chưa nói đến việc phát huy nó. Vì thế lời khuyên ở đây là nhân vật phải có sự kiên trì và bình tĩnh, không được đánh mất bình tĩnh và cũng không được để bản thân mình bị dẫn dụ vào những ý tưởng hão huyền như giai đoạn trước mà phải dần chọn lựa ra con đường phù hợp cho mình, thậm chí phải chấp nhận những tổn thất để đạt tới sức mạnh chân chính.

19 The Sun:

Vẫn tiếp tục tuân theo quy luật cân bằng của tự nhiên, sau trạng thái đi xuống ở lá bài trước, ở đây chúng ta thấy tình trạng của nhân vật đã tốt đẹp lên rất nhiều, chứng tỏ trạng thái chủ động của chủ đề tiềm thức đối với nhân vật trong hành pháp là rất tích cực. Sự giải thoát, lợi lộc trong lời đoán của Case thể hiện sự thoát khỏi khó khăn ở giai đoạn trước, có thể là do tìm thấy được sức mạnh để vượt qua khó khăn hoặc có những sự ủng hộ mạnh mẽ trong đàm phán để thực hiện những ý tưởng, dự định của mình. Waite có nhắc tới sự mãn nguyện về hôn nhân và cả sự sung sướng về vật chất, chứng tỏ những vấn đề khó khăn ở đây không còn và nhân vật được thụ hưởng những kết quả tốt đẹp từ chính những cuộc đàm phán của nhân vật, sự tỏa sáng từ bản thân nhân vật chính là mô tả chuẩn xác nhất cho sự phát huy tốt nhất tiềm thức, bởi vì chỉ có thế mới khiến cho ý tưởng của nhân vật chiếm ưu thế và được thực hiện. Sự ngây thơ thành thật trong lời đoán của Mathers thể hiện những phẩm chất cao quý nhất trong con người của nhân vật, đây chính là nguyên nhân tạo ra sức hút cho nhân vật, khiến cho những ý tưởng của nhân vật giành chiến thắng trong các cuộc đàm phán và mang lại những thành công cũng như vị thế vững vàng. Lời khuyên ở đây là nhân vật cần vững tin vào bản thân mình, kiên trì thúc đẩy thực hiện những ý tưởng của mình cũng như vận động các bên trong đàm phán để giúp cho mọi người thấy được những lợi ích, chân lý tự thân luôn có sự hấp dẫn vì vậy chỉ cần bám sát nó nhân vật sẽ không sợ thất bại.

20 Judgement:

Đây là lá bài cuối cùng trong các lá Major thể hiện hành trình hành pháp của nhân vật, chủ đề cuối cùng trong các chủ đề chính là chủ đề về số mệnh, cụ thể ở lá này thể hiện những thành quả mà nhân vật thụ hưởng sau khi trải qua đầy đủ những sự kiện trên hành trình. Hội Bình Minh Vàng đưa ra lời đoán về quyết định cuối cùng, sự phán xét và khẳng định vấn đề để nhấn mạnh tính chất quan trọng của công việc đàm phán ở giai đoạn này, theo đó thì kết quả đàm phán lúc này cũng chính là kết quả chung cuộc của vấn đề và nhân vật có đạt tới thắng lợi trong sự nghiệp hay không hoàn toàn phụ thuộc vào những hành động ở thời điểm hiện tại. Crowley thì nói tới giải pháp tối ưu, quyết định liên quan đến quá khứ và liên quan cả đến tương lai chứng tỏ kết thúc ở đây chỉ mang tính chất tạm thời, tức là đánh dấu kết thúc tất cả những vấn đề cũ đang được giải quyết bằng đàm phán, sau sự kết thúc này sẽ là một sự bắt đầu mới nhưng nhân vật sẽ được thừa hưởng những lợi ích từ giai đoạn cũ này. Sự thoát khỏi kiềm chế và thay đổi vai trò trong lời đoán của Mathers chính là thể hiện rõ rệt của sự thay đổi, lột xác của nhân vật khi kết thúc quá trình cũ và đảm nhận vai trò cũng như nhiệm vụ mới trong các cuộc đàm phán của mình. Lời khuyên ở đây là nhân vật cần có tầm nhìn xa khi đưa ra những quyết định cuối cùng nhằm tạo nền tảng cho những bước đi kế tiếp trong sự nghiệp của mình, đàm phán suy cho cùng vẫn là biện pháp để tạo đà cho sự nghiệp nên đừng đặt cho nó dấu chấm hết hoàn toàn.

21 The World:

Đây là lá bài cuối cùng trong các lá Major, lá bài này không thể hiện một chủ đề cụ thể mà nó kết hợp với lá The Fool để tạo ra cặp bài thể hiện cho sự mở đầu và kết thúc trong hành trình, ở đây nhân vật đạt tới sự hoàn hảo nhất của mình và nắm trong tay mọi khả năng mình mong muốn. Mathers đưa ra lời đoán về kết quả hoặc mục đích đạt được, sự thống trị, tương ứng với vấn đề đàm phán thì nhân vật nằm ở bên thắng cuộc áp đảo, không những thu về những kết quả có lợi cho mình và những người ủng hộ mà còn có khả năng chi phối trong đàm phán và có thể khiến những bên tham gia phải làm theo ý mình dù có thể họ không muốn. Crowley thì đưa ra lời đoán về sự đối nghịch, ngang bướng nhưng đồng thời cũng là tính kiên nhẫn, trung kiên chứng tỏ dù có nhiều khó khăn trong giai đoạn này nhưng với bản lĩnh đã được rèn giũa trong suốt quá trình thì nhân vật hoàn toàn có thể đứng vững giữa những áp lực và từ từ đấu tranh trong đàm phán để ổn định tình hình. Sự tổng hòa và thế giới trong lời đoán của Hội Bình Minh Vàng thể hiện một khía cạnh khác của đàm phán, kinh nghiệm và khả năng của nhân vật đã giúp ích trong việc giúp nhân vật hòa mình vào cuộc đàm phán và nắm được mục đích của những người tham gia, từ đó nhân vật có thể tính toán đưa ra những quyết định phù hợp nhất và vì thế hầu như không gặp trở ngại gì. Như vậy lời khuyên ở đây là nhân vật cần giữ được tinh thần tích cực và tâm hồn trong sáng để vận dụng những kỹ năng của mình không những đem lại lợi ích cho bản thân mà còn tạo ra chuẩn mực và xây dựng môi trường đàm phán trở nên tốt đẹp hơn vì lợi ích công việc chung.

0 – The Fool
I – The Magician
II – The High Priestess
III – The Empress
IV – The Emperor
V – The Hierophant
VI – The Lovers
VII – The Chariot
VIII – Strength
IX – The Hermit
X – Wheel of Fortune
XI – Justice
XII – The Hanged Man
XIII – Death
XIV – Temperance
XV – The Devil
XVI – The Tower
XVII – The Star
XVIII – The Moon
XIX – The Sun
XX – Judgement
XXI – The World

PENTACLES

Ace of Pentacles:

Đây là lá bài đầu tiên trong các lá Minor hệ sao, thể hiện về vấn đề vật chất và sở hữu trong hành trình của nhân vật, đây là vấn đề rất quan trọng và cũng rất được hay bàn đến trong các cuộc đàm phán. Lá Ace thể hiện trạng thái của sự khởi đầu, biểu trưng cho chủ đề tiềm năng trong hành trình thụ pháp và hành pháp của nhân vật, do vậy ở đây lá này cũng thể hiện những bản chất cũng như khả năng của nhân vật khi bắt đầu tiếp cận đàm phán về các vấn đề tiền bạc. Mathers đưa ra lời đoán về hoạch định phương án chứng tỏ đây là lúc nhân vật bắt đầu bàn bạc để đề ra được phương án hữu hiệu nhất để thu về lợi ích vật chất, tuy thế ảo ảnh tiền bạc trong lời đoán cho thấy nhân vật quá chăm chú vào tiền mà quên mất những yếu tố khác như chuyên môn hay các quan hệ liên quan đến công việc. Lợi ích vật chất trong lời đoán của Case cho thấy nhân vật được thụ hưởng khoản lợi khi bắt đầu công việc, tuy thế khoản lợi này không phải để tiêu xài thoải mái mà phải được dùng như khoản vốn đầu tư để sinh lời về sau. Như vậy lời khuyên ở đây là nhân vật cần có sự cẩn trọng khôn ngoan trong việc sử dụng những khả năng của mình, tránh bộc lộ quá nhiều tham vọng vì đây chỉ mới là giai đoạn đầu tiên và bất cứ sự nghiệp nào cũng đều phải trải qua sự khởi đầu khó khăn.

Two of Pentacles:

Đây là lá bài thứ hai trong hành trình các lá Minor hệ sao, vị trí thứ hai thường thể hiện cho những suy xét, cân nhắc trước khi bắt tay vào việc, cụ thể ở đây là đàm phán về các vấn đề liên quan đến vật chất và sở hữu. Sự đa dạng, di chuyển và thay đổi nằm trong lời đoán của Mathers chứng tỏ nhân vật đang tìm cách thay đổi bản thân và các kế hoạch trong quá trình đàm phán sao cho phù hợp nhất với công việc đang thực hiện nhằm thu về lợi ích vật chất cao nhất. Sự hài hòa trong quá trình thay đổi được Case nhắc tới và cũng nằm trong lời đoán của Hội Bình Minh Vàng nhằm nhấn mạnh tới tính chất của giai đoạn này là tìm tòi con đường phù hợp nhất trong quá trình đàm phán, nhân vật không được quá cứng nhắc theo một hướng cố định mà phải có sự dung hòa giữa các ý tưởng vì đàm phán là quá trình tương tác qua lại giữa rất nhiều bên. Waite thì có hướng ý tưởng khác khi đưa ra ý kiến về bản thông điệp, chứng tỏ nhân vật muốn thông qua quá trình thay đổi này nhằm thể hiện những quan điểm của mình trong công việc nhằm thăm dò ý kiến của các bên trong đàm phán. Lời khuyên ở đây là nhân vật cần chú trọng vào tri thức là chủ đề chính được nhắc đến như một công cụ hữu ích trong quá trình đưa ra những sự thay đổi khi tham gia đàm phán ở đây, cần nhớ là các quyết định ở đây sẽ định hình cả giai đoạn sắp tới.

Three of Pentacles:

Đây là lá bài thể hiện trạng thái tương ứng với chủ đề bảo hộ trong hành trình thụ pháp và hành pháp của nhân vật, ý nghĩa của lá bài cũng ứng với vị trí thứ 3 thể hiện sự quyết định, dứt khoát của nhân vật khi bắt tay vào việc. Sự xây dựng trong lời đoán của Case chứng tỏ nhân vật đang bắt đầu đàm phán trong việc khởi tạo các dự án của mình, đây là giai đoạn nền móng cho sự thăng tiến ở giai đoạn sau nên đòi hỏi khi tiến hành cần có sự cẩn trọng và chính xác ngay từ những việc nhỏ khi đàm phán. Waite thì nhắc tới lao động có kỹ năng còn Crowley nói tới việc làm, điều này phần nào nói lên rằng những sự thể hiện của nhân vật qua quá trình thay đổi để hòa mình vào môi trường đàm phán công việc đã mang lại kết quả và ở đây nhân vật được giao phó cho những công việc phù hợp với năng lực của mình nhằm tạo điều kiện cho nhân vật khẳng định mình. Hội Bình Minh Vàng thì đưa ra lời đoán về chúa tể của thế giới vật chất chứng tỏ mối quan tâm duy nhất của nhân vật là làm sao có được lợi ích cao nhất về vật chất, chính vì thế việc đảm nhận công việc và thực hiện đều phải tuân theo nguyên tắc này, điều này cũng phù hợp với lời đoán của Mathers về tính giao dịch kinh doanh trong công việc. Như vậy lời khuyên ở đây là nhân vật cần tận dụng tốt những lợi thế trong đàm phán của mình để có được những công việc phù hợp như ý, đồng thời tự thân cũng phải cố gắng thực hiện cho tốt những nhiệm vụ được giao nhằm thu về lợi ích và quan trọng hơn là tiếp tục có được sự tín nhiệm.

Four of Pentacles:

Đây là lá bài thể hiện trạng thái cân bằng, nghỉ ngơi sau khi hoàn thành công việc được giao ở giai đoạn đầu của hành trình, trạng thái này tương ứng với chủ đề quyền lực trong chuỗi các chủ đề chính được các lá Major thể hiện, tính gắn kết giữa quyền lực và vật chất là cốt lõi quan trọng cho sự phát triển sự nghiệp của nhân vật. Quyền lực trần thế được Hội Bình Minh Vàng và Crowley thể hiện nhằm chứng tỏ nhân vật tỏ ra rất thực dụng và không theo đuổi những danh vọng hão huyền, thay vào đó là những vị trí có thể giúp nhân vật trực tiếp chi phối được quá trình đàm phán nhằm thu được lợi ích vật chất tốt nhất cho mình. Sự đảm bảo tài sản trong lời đoán của Waite thể hiện ưu tiên quan trọng nhất của nhân vật trong giai đoạn này là những lợi ích vật chất mà mình đang sở hữu và các cuộc đàm phán đều xoay quanh việc làm sao để giữ vững những quyền lợi này. Tuy nhiên điều này dễ dẫn tới sự tiêu cực được Mathers mô tả là mãnh lực của đồng tiền và sự cất giấu tài sản, chứng tỏ nhân vật bất chấp tất cả mọi thứ chỉ để thỏa mãn những mong muốn của cá nhân mình, nghiêm trọng hơn lời đoán còn nhắc tới quà tặng bằng hiện kim chứng tỏ nhân vật không còn giữ được sự trong sạch và dính vào những mặt trái trong sử dụng tiền bạc vật chất. Lời khuyên ở đây là nhân vật cần phải hiểu rằng sử dụng của cải một cách hợp lý mới chính là cách tốt nhất để giữ vững lợi ích của mình, nếu chỉ thụ động thì sẽ dễ trở thành mục tiêu công kích của đối thủ, nhất là trong đàm phán và vì thế sẽ khó giữ được thành công của mình.

Five of Pentacles:

Đây là lá bài đánh dấu hành trình của nhân vật trong các lá Minor hệ sao trải qua bước ngoặt lớn đầu tiên, tương ứng với nó là trạng thái chuyển tiếp từ chủ đề quyền lực sang chủ đề tâm linh trong hành trình thụ pháp và hành pháp của nhân vật. Sự mất tiền hoặc địa vị trong lời đoán của Mathers là một lời cảnh báo sự nguy hiểm xảy đến với tình trạng sở hữu cũng như các vấn đề vật chất của nhân vật, trạng thái này tạo ra sự lo lắng trong tinh thần cũng được Mathers nhắc tới, như vậy sự ổn định ở giai đoạn trước đã không còn nữa. Waite nói tới sự nghèo túng còn Hội Bình Minh Vàng thậm chí còn nhắc tới sự khó khăn vật chất như để nhấn mạnh các kết quả đàm phán ở giai đoạn này không tốt đẹp và dẫn tới sự tổn thất lớn về vật chất cho nhân vật, nguyên nhân của hiện thực này thực ra đã bắt nguồn từ cách kiểm soát vật chất thiếu hiệu quả của nhân vật ở giai đoạn trước và nó khiến nhân vật đánh mất những ưu thế trong đàm phán của mình. Hướng giải quyết khó khăn được Case đưa ra là sự hài hòa còn Mathers thì nói tới việc cẩn trọng trong vấn đề tiền bạc, như vậy ở đây nhân vật phải từ bỏ quan điểm về việc khư khư giữ tài sản của mình mà phải tính toán việc sử dụng nó sao cho hài hòa trong công việc, tuy vậy vẫn phải giữ cân bằng vì đây đang là giai đoạn khó khăn vật chất nên bất cứ khoản chi tiêu nào cũng phải tính toán kỹ lưỡng. Lời khuyên ở đây là nhân vật phải giữ được sự tin tưởng vào chính mình, đó chính là then chốt của chủ đề tâm linh, trong sự nghiệp có thể có những lúc thất bại nhưng quan trọng là sự đứng lên mạnh mẽ của nhân vật sau khi đã vấp ngã, đây chính là ý nghĩa hàm ý trong lá bài mà nhân vật phải nhìn thấy bên dưới những khó khăn thử thách.

Six of Pentacles:

Đây là lá bài thể hiện trạng thái tương ứng với chủ đề tình

cảm trong chuỗi các chủ đề chính được các lá Major thể hiện, về bề nổi thì có vẻ như tình cảm và vật chất đối lập nhau nhưng thực chất trong cuộc sống và công việc thì hai mặt này luôn có những ảnh hưởng to lớn tới nhau. Mathers đưa ra lời đoán về thành công sau nhiều nỗ lực cũng như việc làm hoặc nghề nghiệp ổn định chứng tỏ nhân vật đã gây dựng lại được vị thế của mình trong đàm phán thông qua khả năng và những kết quả thu được trong những nhiệm vụ được giao, rõ ràng kết quả thực tế là thước đo chính xác nhất. Quyền thế, sự ảnh hưởng và tiếng tăm cũng được nhắc đến chứng tỏ nhân vật đã phần nào lấy lại được địa vị của mình ở lá Four sau giai đoạn xen giữa là lá Five không mấy sáng sủa, qua đó có thể thấy nhân vật kết hợp được tình cảm vào công việc nên tạo ra được động lực mạnh mẽ. Crowley nhắc đến sự thành đạt còn Case nói về sự thịnh vượng đều nhằm mô tả sự sung túc mà nhân vật có được ở giai đoạn này nhưng hình ảnh lá bài cũng nhắc nhở nhân vật có cách sử dụng của cải hợp lý tránh trường hợp như lá Four tái diễn. Như vậy lời khuyên ở đây là nhân vật cần ý thức được tiền bạc vật chất là công cụ thực hiện mơ ước chứ không phải là mục đích cuối cùng nên cần thay đổi trong đàm phán sao cho khôn ngoan hơn, một khi hoàn thành kế hoạch như ý muốn thì tất yếu nhân vật sẽ có được những lợi ích về vật chất mà thôi.

Seven of Pentacles:

Lá bài này nằm ở vị trí thứ 7 vốn là vị trí rất quan trọng trên hành trình vì bản thân con số 7 là một con số đặc biệt nên trong các hệ thì đều có những biến chuyển quan trọng ở những lá này, ở hệ sao cũng không ngoại lệ khi có thể nhìn thấy rõ trạng thái của lá bài không suôn sẻ. Hội Bình Minh Vàng đưa ra lời đoán về chúa tể của điều chưa toại nguyện, chứng tỏ việc đàm phán ở đây dường như gặp phải những trở ngại và khúc mắc khiến cho công việc không thể diễn ra đúng như tiến độ mà nhân vật mong muốn. Waite chỉ ra lý do trong lời đoán của mình là nguyên nhân gây lo lắng về tiền bạc, như vậy một lần nữa vấn đề cố hữu của nhân vật trong hành trình của hệ sao là sự ưu tiên hàng đầu về thu nhập tiền bạc, kế hoạch không đem lại lợi lộc như ý muốn khiến cho nhân vật lo lắng và việc đàm phán giai đoạn này vì thế cũng sẽ phát sinh nhiều vấn đề mâu thuẫn hơn giai đoạn trước. Tệ hơn là lời đoán của Mathers về sự không hoạt động và mất khoản tiền được hứa, như vậy có thể hiểu là có những vấn đề đàm phán không hiệu quả khiến công việc bị ngưng trệ, ngoài ra nhân trật còn bị mất những khoản đầu tư, hỗ trợ đáng lẽ sẽ có, như vậy tình hình công việc ở đây sẽ bị nhiều ảnh hưởng xấu cả trong lẫn ngoài đòi hỏi nhân vật phải đối phó. Lời khuyên ở đây là nhân vật cần gạt được sự lo âu tiền bạc ra khỏi tâm trí khi tham gia đàm phán để tránh lộ ra sơ hở, thay vào đó là sự tập trung để kiểm soát công việc tránh cho mọi thứ diễn ra theo chiều hướng xấu, đây là quá trình khó khăn ứng với chủ đề quản lý nhưng nhân vật vốn có năng lực nên sẽ có cơ hội để vượt qua được.

Eight of Pentacles:

Đây là lá bài thứ 8 trong hành trình các lá Minor hệ sao, thể hiện trạng thái tương ứng với chủ đề sức mạnh trong hành trình thụ pháp và hành pháp của nhân vật, nối tiếp với hành trình từ lá trước thì lá này biểu thị ý nghĩa là nhân vật cần nâng tầm bản thân mình lên để đủ sức vượt qua những trở ngại ở giai đoạn trước. Mathers đưa ra lời đoán về nỗ lực đều đặn và sự thận trọng thể hiện tác phong của nhân vật trong đàm phán ở giai đoạn này, càng lên cao các vấn đề liên quan đến vật chất càng phức tạp và đòi hỏi nhân vật phải luôn có được năng lực làm việc ổn định. Case cũng đưa ra lời đoán về sự giỏi trong việc làm ăn chứng tỏ đây là lúc nhân vật có điều kiện để phát huy những kỹ năng mà mình đã tích lũy được trong suốt hành trình, do vậy trong đàm phán nhân vật cũng cần đấu tranh để giành được đúng công việc phù hợp về cho mình. Waite thì đưa ra lời đoán có phần rõ ràng hơn khi chỉ ra sự giỏi về thủ công nghệ chứng tỏ nhân vật ở đây có thiên hướng về những công việc cần nhiều sự khéo léo của con người cũng như yêu cầu thời gian lâu dài, đó là những định hướng cơ bản để nhân vật thay đổi bản thân mình sau quá trình làm việc không hiệu quả ở giai đoạn trước. Lời khuyên ở đây là nhân vật cần phải có sức mạnh để trước tiên là nhìn nhận đúng vị trí hiện tại và năng lực hiện có của bản thân, sau đó là sức mạnh để đấu tranh trong đàm phán nhằm đạt tới những vị trí và công việc phù hợp, đây là một quá trình lâu dài và không mấy dễ chịu nên đòi hỏi nhân vật phải có sự kiên trì và tính chịu đựng như trong lời đoán của Mathers nói tới.

Nine of Pentacles:

Đây là lá bài kế cuối trong các lá Minor hệ sao, thể hiện bước chuẩn bị cuối cùng trước khi đi đến giai đoạn thu hoạch cuối cùng trong đàm phán liên quan đến các vấn đề vật chất, trạng thái của lá bài tương ứng với chủ đề tiềm thức được các lá Major thể hiện nhằm biểu thị sự nhìn thấy và toan tính của nhân vật cho giai đoạn cuối cùng. Hội Bình Minh Vàng và Crowley cùng nhắc tới sự hoạch lợi thể hiện bức tranh khá tích cực cho lá bài này, như vậy ngay ở giai đoạn này nhân vật đã thu được những lợi ích vật chất từ kết quả đàm phán của mình, đó là một tiền đề khá sáng sủa để nhân vật chuẩn bị cho bước đi cuối của mình. Sự dư dặt mọi thứ trong lời đoán của Waite cũng như sự thanh thản, an toàn và yên tâm vững chí trong lời đoán của Mathers cho thấy không có khó khăn nào to lớn xuất hiện thêm trong giai đoạn này và nhân vật đã có thể cởi bỏ những gánh nặng về mặt tinh thần trong suốt giai đoạn qua và hướng tới sự nghỉ ngơi thư giãn. Tuy thế Case vẫn nhắc tới sự thận trọng vì thận trọng không bao giờ là thừa trong công việc, nhất là khi phải giải quyết những vấn đề liên quan đến tiền bạc vật chất vì bất cứ lúc nào cũng có thể xuất hiện những biến cố trong khi bây giờ thời điểm kết quả xảy đến vẫn chưa tới. Vì vậy lời khuyên cho nhân vật trong giai đoạn này là cần cố gắng giữ được phong độ ổn định trong đàm phán ở giai đoạn này nhằm tiếp tục thúc đẩy công việc tiến tới để thu được thắng lợi cuối cùng, điều quan trọng nhất nhân vật cần nhớ có lẽ là không được chủ quan khinh suất mà phải vượt qua chính mình trong giai đoạn quan trọng này.

Ten of Pentacles:

Đây là lá bài cuối cùng trong các lá Minor hệ sao, thể hiện sự kết thúc trong hành trình đàm phán các vấn đề liên quan đến vật chất và sở hữu, gắn kết với chủ đề về số mệnh trong các hành trình thụ pháp và hành pháp mà nhân vật phải trải qua, tính chất của chủ đề cộng với hình ảnh tích cực cho ta thấy một kết thúc rất sáng sủa cho nhân vật. Mathers đề cập tới cứu cánh, kết quả và sự khôn khéo trong giao dịch tiền bạc nhằm thể hiện nhân vật hội tụ đủ các yếu tố từ sự may mắn bên ngoài tới bản lĩnh trong các vấn đề tiền bạc vật chất bên trong, đây là yếu tố quyết định nhất giúp nhân vật có được sự thành công cuối cùng trong hành trình này. Sự hoạch lợi trong lời đoán của Waite tiếp tục thể hiện những thành công và lợi ích về vật chất mà nhân vật thu được, như vậy xuyên suốt từ lá bài trước thì nhân vật tiếp tục có nguồn lợi dồi dào về vật chất và những nguồn lợi này tạo ra nền tảng và vị thế cho nhân vật trong quá trình đàm phán giúp nhân vật càng dễ dàng hơn trong triển khai các kế hoạch của mình. Sự thịnh vượng trong lời đoán của Case và Hội Bình Minh Vàng thể hiện tình hình chung mà nhân vật đang có được, đây là một kết thúc rất đáng ngưỡng mộ đối với nhiều người và nhân vật hoàn toàn có thể cảm thấy hạnh phúc và tận hưởng những điều mình đang có. Như vậy đến kết thúc của hành trình này ta thấy nhân vật đã hoàn toàn thắng lợi và có thể tự do theo đuổi những mơ ước của mình, nhưng mặt trái của sự hoàn hảo đó là những cám dỗ từ trong chính bản thân nhân vật, đó là cách thức sử dụng vật chất sao cho hợp lý cũng như phải đề phòng của cải khiến cho bản thân và những người thân cận trở nên tha hóa và làm những việc có hại cho nhau.

Page of Pentacles:

Đây là lá bài đầu tiên trong các lá Court hệ sao, thể hiện sự liên hệ giữa vấn đề vật chất và sở hữu với việc đàm phán trong công việc của nhân vật, thường thì mối quan hệ này là cực kì gắn bó và không thể tách rời từ đầu đến cuối. Mathers đưa ra lời đoán về sự thụ động hoặc thâm tâm, chứng tỏ nhân vật thường kín đáo về mặt vật chất trong đàm phán và thường lên kế hoạch cũng như hành động cách lặng lẽ, sự tận tụy và cẩn thận cũng được nhắc đến mô tả những phẩm chất tốt torng công việc và là cơ sở chính để nhân vật tham gia đàm phán. Waite nói tới sự ứng dụng, nghiên cứu, quản trị và thống lĩnh cho ta thấy nhân vật sử dụng những kiến thức mình học vào thực tiễn đàm phán một cách có hệ thống, tính toán và cả vận dụng sáng tạo, như vậy có thể thấy nhân vật là người bám sát tri thức và có đủ các kỹ năng cần thiết. Hội Bình Minh Vàng thì nói tới lòng xót thương và hay lãng phí chứng tỏ nhân vật tuy có phần kín tiếng nhưng lại khá dễ động lòng và san sẻ vật chất với người khác khi cảm thấy động lòng. Qua đó có thể thấy lời khuyên cho nhân vật chủ yếu tập trung vào việc sử dụng các khoản vật chất mình đang có cho thật khôn ngoan vì đây chỉ là giai đoạn khởi đầu và nhân vật chưa thật sự dư dả và còn phải đối đầu với nhiều khó khăn sắp tới.

Knight of Pentacles:

Đây là lá bài thứ hai trong các lá Court hệ sao, thể hiện nhân vật vừa trải qua sự biến đổi về tư chất sau khi đạt được những thành tựu ban đầu ở lá bài trước, lá này tương ứng với sự chuyển giao giữa nhóm chủ đề bảo hộ, quyền lực sang tâm linh, tình cảm trong hành trình các chủ đề chính mà nhân vật phải trải qua. Case đưa ra lời đoán về sự siêng năng, nhẫn nại nhưng cục mịch chứng tỏ nhân vật vẫn giữ được và phát huy những phẩm chất tốt trong đàm phán nhưng lại mắc khuyết điểm về mặt tính cách, nhất là trong ứng xử với mọi người, điều này không mấy tích cực vì nó dễ khiến nhân vật bị cô lập. Waite cũng đồng ý với Case khi mô tả sự chậm chạp và nặng nề thân xác nhưng ông lại nhấn mạnh hơn vào khả năng, trách nhiệm của nhân vật, như vậy là nhân vật vẫn đều đặn nỗ lực trong đàm phán và công việc để khẳng định mình và tìm kiếm nguồn lợi ích xứng đáng cho những nỗ lực đó. Tuy thế Mathers lại nhắc trong lời đoán của mình rằng nhân vật như mì nhưng hay ganh ty, có lẽ chủ yếu là về vấn đề lợi ích vật chất, đây là điều không đáng có vì việc quá chạy theo lợi ích vật chất có thể dễ dàng dẫn nhân vật vào con đường sai trái. Như vậy lời khuyên ở đây là nhân vật cần cởi mở hơn trong quá trình đàm phán để có sự tương tác mạnh hơn với các bên nhằm có được nhiều sự giúp đỡ hơn cũng như tránh phải đối mặt với các khó khăn một mình, ngoài ra còn cần tránh những sự ghen ty vô cớ trong công việc.

Queen of Pentacles:

Đây là lá bài thể hiện trạng thái chuyển giao giữa hai nhóm chủ đề tâm linh, tình cảm sang quản lí, sức mạnh, đây là một bước chuyển quan trọng trên hành trình và là sự chuẩn bị quyết định cho giai đoạn cuối cùng trong đàm phán về vật chất của nhân vật. Waite đưa ra lời đoán về sự quảng đại, nghiêm túc, khoáng đạt, sung túc thể hiện trạng thái vật chất tương đối ổn định hơn các giai đoạn trước cho nhân vật và ở đây nhân vật cần phải đấu tranh giữ được sự ổn định này cũng như phát triển thêm cho tương xứng với địa vị. Hội Bình Minh Vàng thì mô tả người thành thật nhưng hay thay đổi tâm trạng, chứng tỏ nhân vật giữ được cách ứng xử tốt với các bên trong tham gia đàm phán nhưng vẫn còn khuyết điểm tồn tại từ giai đoạn trước là việc quá tin theo bản thân mình dẫn đến việc hay thay đổi trong công việc, sự thiếu ổn định sẽ là điểm trừ cho nhân vật trong đàm phán vì nó khiến nhân vật mất đi cơ hội thu hút thêm sự ủng hộ từ mọi người. Crowley thậm chí còn nhắc tới sự ham thích tình dục kín đáo và sự dễ nghiện rượu và thuốc, như vậy nhân vật do không tìm được những sự hòa hợp trong đàm phán và công việc nên cảm thấy cô đơn và tìm đến những biện pháp để giải khuây mà không quan tâm đến sự nguy hại của nó. Qua đó ta thấy vấn đề của nhân vật ở đây là việc chỉ tập trung vào vật chất nên đến khi có được nó thì nhân vật gặp khó khăn trong cách sử dụng, thêm vào đó là việc không quan tâm đến các mặt khác trong công việc khiến nhân vật mất đi nhiều thứ đáng lẽ trong tầm tay.

King of Pentacles:

Đây là lá bài cuối cùng trong các lá Court hệ sao, thể hiện trạng thái phát triển cao nhất trong nội tâm nhân vật, ở đây thể hiện việc nhân vật đã hoàn toàn làm chủ vấn đề vật chất của mình khi tham gia vào cuộc đàm phán trong công việc. Waite đưa ra lời đoán về sự can trường, tháo vát, lanh lợi, giỏi tính toán chứng tỏ bản lĩnh của nhân vật trong các công việc liên quan đến vật chất là rất cao và về chuyên môn thì giai đoạn này khó có việc gì có thể gây trở ngại cho nhân vật được nữa. Mathers và Case đều nhắc đến sự đáng tin cậy, qua đó có thể thấy nhân vật sau khi có nhiều trải nghiệm qua công việc này thì giờ đã trở nên chỗ dựa cho những người khác, có thể vừa có vị trí như người đưa ra lời khuyên hoặc được ủy thác cho xử lý những vấn đề vật chất của người khác. Dù vậy nhưng các lời đoán vẫn chỉ ra sự ham thích vật chất và sự nổi nóng khi bị khiêu khích, như vậy bản tính của nhân vật sau cả quá trình của hệ này dường như không có quá nhiều thay đổi, có thể vì vật chất là vấn đề mà nhân vật đã xác định từ đầu là quan trọng nhất nên không chấp nhận bất cứ những chuyện gì ảnh hưởng đến vấn đề này. Như vậy lời khuyên ở đây là nhân vật cần học cách hài lòng với những thứ mình đang có vì nếu theo đuổi vật chất thì không bao giờ có điểm dừng, nhân vật ngoài học cách kiếm tìm lợi ích còn phải học cách sử dụng sao cho hợp lý và rèn luyện phong thái cho xứng đáng với người có vị thế cao và nắm nhiều lợi ích vật chất.

Ace of Pentacles
Two of Pentacles
Three of Pentacles
Four of Pentacles
Five of Pentacles
Six of Pentacles
Seven of Pentacles
Eight of Pentacles
Nine of Pentacles
Ten of Pentacles
Page of Pentacles
Knight of Pentacles
Queen of Pentacles
King of Pentacles

SWORDS

Ace of Swords:

Đây là lá bài đầu tiên trong các lá Minor hệ kiếm, thể hiện trạng thái liên hệ giữa các mối quan hệ, giao tiếp và việc đàm phán trong công việc của nhân vật, vì đàm phán chỉ có thể thực hiện giữa nhiều bên nên mối quan hệ giữa các bên cũng là một yếu tố cần được xem trọng. Hội Bình Minh Vàng đưa ra lời đoán về cội rễ sức mạnh của khí chứng tỏ tính chất của việc đàm phán ở đây rất linh động và dễ thay đổi vì chịu ảnh hưởng từ các mối quan hệ của chính nhân vật. Uy lực là yếu tố được thể hiện nhiều ở lá bài này khi Waite nói tới chiến thắng của uy lực còn Crowley nói tới sự cân xứng uy lực, như vậy có thể thấy trong đàm phán nhân vật tỏ ra có phần lấn lướt do có nhiều mối quan hệ và do vậy có thể huy động được sự ủng hộ lớn hơn những phe đối lập, đây là một điểm khá tích cực trong đàm phán. Mathers thì mô tả sự nhờ vào sức mạnh bản thân, lý tưởng và chân lý để làm rõ nguyên nhân uy lực của nhân vật, uy lực này đến từ việc bám theo những tư tưởng đúng đắn khi tiến hành đàm phán trong công việc, ngoài ra các mối quan hệ được tạo dựng nhờ nhân vật thể hiện mình là người có năng lực và bản lĩnh, ấn tượng tốt ban đầu luôn giúp ích nhiều cho công việc. Như vậy lời khuyên ở đây là nhân vật không thể nghĩ đến việc đạt được mục đích thông qua đàm phán khi chỉ có một mình mà phải nhanh chóng thiết lập những mối quan hệ để có cơ sở vững chắc trong đấu tranh vì bản thân đàm phán chính là một cuộc chiến không trực tiếp vì lợi ích của các bên.

Two of Swords:

Đây là lá bài thứ hai trong các lá Minor hệ kiếm, thể hiện sự tiếp nối sau quá trình thiết lập các mối quan hệ ở lá bài trước, trạng thái của lá bài này cũng tương ứng với chủ đề tri thức được biểu thị trong hành trình thụ pháp và hành pháp của nhân vật. Sự đối trọng trong lời đoán của Waite thể hiện quá trình đàm phán lúc này đang ở trạng thái cân bằng do sự đối lập giữa các bên và tình hình thể hiện chưa có gì đột phá, như vậy công việc giai đoạn này cũng ở thế ổn định và không có nhiều tiến triển. Tuy có đấu tranh nhưng nhìn chung giai đoạn này mâu thuẫn chưa lớn, chủ yếu là về phương pháp giải quyết vấn đề nên dù đàm phán không tiến triển nhưng giữa các bên vẫn giữ được hòa khí, do vậy mà Crowley đưa ra lời đoán về sự yên bình còn Hội Bình Minh Vàng cũng nhắc tới sự tái lập thanh bình, như vậy ít ra mục đích của các bên vẫn tương đồng. Mathers thì nói tới chân lý và điều sai và sự chấm dứt tranh cãi, như vậy có thể thấy vai trò của nhân vật là khá quan trọng vì phải làm người điều hòa các mối quan hệ, chỉ ra những cái đúng và sai của các bên và tìm cách vãn hồi trật tự, điều này không dễ dàng nên rõ ràng yếu tố tri thức trong chủ đề chính càng thêm nổi bật như công cụ quan trọng nhất nhân vật có được. Như vậy lời khuyên ở đây là nhân vật cần phải có sự khôn ngoan và tính toán kỹ lưỡng trong mọi quyết định của mình ở giai đoạn này, tránh những hành động nóng vội mà chưa xác minh rõ và cũng không nên quá thiên vị bên nào trong quá trình đàm phán.

Three of Swords:

Đây là lá bài thứ 3 trong các lá Minor hệ kiếm, thể hiện trạng thái tương ứng với chủ đề bảo hộ trong các chủ đề chính được các lá Major, qua đó nói lên những vấn đề liên quan đến những trạng thái động, mạnh mẽ hơn giai đoạn trước trong các mối quan hệ sẽ ảnh hưởng đến việc đàm phán của nhân vật. Waite mô tả sự xa lánh trong tâm tưởng qua lời đoán của mình, như vậy chứng tỏ nhân vật đang gặp những khó khăn trong các mối quan hệ vì những người khác dường như không hiểu các ý nghĩ của nhân vật, dẫn đến sự thiếu ủng hộ hoặc tệ hơn là phản đối trong đàm phán. Sự chấp thuận và đối kháng cũng như chân lý và điều sai lại được nhắc đến trong lời đoán của Mathers chứng tỏ nhân vật phải ý thức được đây là giai đoạn đấu tranh quyết liệt trong đàm phán và không thể có sự hoàn hảo, để thúc đẩy công việc thì nhân vật có thể cần chấp nhận hy sinh một số lợi ích trong các mối quan hệ của mình. Sự muộn phiền được thể hiện trong hầu hết các lời đoán ở đây chỉ ra một thực tế là những phản ứng từ các mối quan hệ khiến tinh thần nhân vật bị ảnh hưởng, nhưng trong quan hệ đó là những phần không thể thay đổi được, đặc biệt khi đặt lên bàn đàm phán thì luôn phải có sự cân đong đo đếm giữa các bên. Như vậy lời khuyên ở đây là nhân vật cố gắng giữ tình hình ở mức ổn định và tránh làm tổn thương tới các mối quan hệ nếu có thể, tuy nhiên trong đàm phán vẫn phải giữ được lập trường của bản thân và kiên định bám theo những ý tưởng đúng dù nó có thể làm phật lòng người khác.

Four of Swords:

Đây là lá bài thể hiện giai đoạn ổn định tạm thời của các mối quan hệ trong vấn đề đàm phán, như vậy có vẻ như nhân vật không phải gồng mình lên đấu tranh căng thẳng như ở giai đoạn trước, lá này cũng thể hiện trạng thái khá tương đồng nếu so sánh với các lá Four ở các hệ khác. Crowley nhắc tới sự hoãn binh nhằm nói tới yếu tố tạm ngừng nghỉ, không đấu tranh trong các mối quan hệ, có thể là vì các bên đều cảm thấy mệt mỏi và không muốn dẫn tới đổ vỡ quan hệ nên tạm ngừng nghỉ trong quá trình đàm phán. Sự thoải mái nghỉ ngơi và thư giãn trong lời đoán của Mathers chỉ ra trạng thái nhẹ nhàng trong giai đoạn này, qua đó nhân vật chủ yếu trút bỏ gánh nặng và tìm lại động lực cũng như sức mạnh để tiếp tục trong giai đoạn sau, đôi lúc ở một mình và không chịu nhiều ảnh hưởng từ các mối quan hệ cũng có tác dụng tích cực cho công việc. Waite thì có phần tiêu cực hơn khi nhắc tới sự thoái lui để chỉ về việc nhân vật gặp bất lợi trong đàm phán và dường như bắt buộc phải tạm rút lui để tránh những tổn thất và chờ đợi thời cơ để vùng lên đấu trnah vì quyền lợi của mình. Như vậy lời khuyên ở đây là nhân vật hãy tạm thời chấp nhận và tận hưởng những thứ mình đang có, tránh tự mình gây thêm xung đột, ngoài ra trong đàm phán thì nếu không có dấu hiệu khả quan thì không nên triển khai ý tưởng gì mà giai đoạn này chỉ nên kiên nhẫn quan sát tình hình các bên và chờ đợi thời cơ.

Five of Swords:

Lá bài này thể hiện trạng thái đi xuống trong hành trình các lá Minor hệ kiếm so với lá trước, chủ đề chính được lá bài thể hiện là chủ đề tâm linh cho thấy sự chuyển tiếp từ quyền lực sang tâm linh trong hành trình thụ pháp cũng như hành pháp, đây là bước ngoặt quan trọng trên hành trình. Sự bại trận được thể hiện trong hầu hết các lời đoán chứng tỏ nhân vật không đạt được kết quả khả quan trong đàm phán cũng như trong đấu tranh với các mối quan hệ, thậm chí còn phải nhận thất bại, quá trình này thực chất là kết quả từ những mâu thuẫn, xung đột kéo dài từ các giai đoạn trước. Sự tổn thất của Waite chỉ ra nhân vật có thể sẽ phải gánh chịu nhiều thiệt thòi từ các mối quan hệ, thậm chí có thể sẽ đánh mất niềm tin và cả một vài mối quan hệ do sự thất bại của mình, hiệu ứng liên hoàn này sẽ khiến nhân vật lâm vào một trạng thái khá tiêu cực ở giai đoạn này. Nhận thức sai trong lời đoán của Mathers chỉ ra nguyên nhân thất bại của nhân vật trong giai đoạn này là do những quan niệm sai lầm khi ứng xử trong các mối quan hệ khi tham gia đàm phán, điều này gây ra những rạn nứt trong quan hệ dẫn tới những thất bại trong công việc. Lời khuyên ở đây là nhân vật cần thẳng thắn chấp nhận phê phán như trong lời đoán của Mathers để nhìn ra được những khuyết điểm của mình nhằm điều chỉnh ngay chiều hướng các mối quan hệ trong đàm phán nếu không muốn tiếp tục lún sâu vào thất bại.

Six of Swords:

Đây là lá bài thể hiện chủ đề tình cảm trong hành trình thụ pháp và hành pháp của nhân vật, đây là bước tiến từ trạng thái liên quan đến chủ đề tâm linh ở lá trước, thể hiện một nỗ lực cao hơn của nhân vật nhằm khôi phục lại các mối quan hệ như trước. Mathers đưa ra lời đoán về sự nghiên cứu và chú tâm hết mức chứng tỏ ở đây nhân vật không còn hành động dựa hoàn toàn trên niềm tin cá nhân như ở giai đoạn trước mà có sự xem xét và đối chiếu kỹ lưỡng với các mối quan hệ. Khoa học trong lời đoán của Crowley chỉ ra nền tảng căn bản của các kế hoạch và hành động của nhân vật trong vấn đề đàm phán, đó là tính chính xác và hệ thống của khoa học, như vậy dù chủ đề là tình cảm nhưng ở đây tính lí trí lại hoàn toàn chiếm ưu thế trong các mối quan hệ và vấn đề đàm phán của nhân vật ở giai đoạn này. Case nói tới sự thành công sau nhiều lo toan thể hiện ở đây nhân vật có thể sẽ có được những thành công nhất định nhưng để có được những thành quả này thì nhân vật phải vượt qua được những trở ngại lớn, do vậy trong đàm phán ở đây dù có dấu hiệu khả quan hơn trước nhưng trong từng bước đi đều phải có sự tính toán kỹ lưỡng. Như vậy lời khuyên ở đây là nhân vật cần biết kiểm soát tốt tình cảm của mình và không để ảnh hưởng tới công việc như ở giai đoạn trước, tình cảm ở đây được biểu thị ra ngoài bằng sự rõ ràng và minh bạch trong suy nghĩ và hành động của nhân vật.

Seven of Swords:

Đây là lá bài thể hiện sự chuyển biến quan trọng của các chủ đề chính được các lá Major thể hiện, cụ thể là từ chủ đề tình cảm sang quản lí, như vậy đồng nghĩa với việc xu hướng của nhân vật đã chuyển từ tinh thần về vật chất và lí trí. Hình ảnh của lá bài cũng mang ý nghĩa không mấy tích cực như các lá Seven của các hệ khác, ở đây Case và Hội Bình Minh Vàng đưa ra lời đoán về nỗ lực không bền nhằm chỉ ra vấn đề quan trọng ở đây nằm ngay trong chính bản thân nhân vật, đó là sự khác biệt so với giai đoạn trước khi nhân vật không cố gắng hết sức để hướng việc đàm phán và các mối quan hệ theo hướng của mình. Mathers thì nói rõ hơn khi nhắc tới sự vô dụng và phương pháp không chính thống chứng tỏ nhân vật rời xa những tính toán cẩn thận như ở giai đoạn trước mà thay vào đó là muốn áp dụng những cách thức có phần không ngay thẳng để đạt được mục đích của mình, điều này sẽ khiến nhân vật gặp nhiều mâu thuẫn và đối kháng trong các mối quan hệ của mình. Crowley thì khá thẳng thắn khi nói về việc nhân vật không có cơ may thành công, chứng tỏ những biện pháp của nhân vật chẳng những không mang lại hiệu quả như mong muốn mà còn khiến nhân vật lâm vào những khó khăn mà ở giai đoạn trước phải rất vất vả mới thoát ra được. Như vậy lời khuyên ở đây là nhân vật cần giữ được sự bình ổn trong tư tưởng của mình và cần có cái nhìn thực tế với tình hình hiện tại để biết nên xử lý vấn đề sao cho phù hợp nhất, tránh lợi dụng các mối quan hệ trong đàm phán vì mục đích xấu vì sẽ gây ra hậu quả to lớn.

Eight of Swords:

Đây là lá bài ở vị trí thứ 8 trong hành trình các lá Minor hệ kiếm, tương ứng với chủ đề sức mạnh trong hành trình thụ pháp và hành pháp của nhân vật, rõ ràng với những khó khăn trở ngại từ giai đoạn trước thì việc nhân vật tìm kiếm sức mạnh là một nhu cầu bắt buộc trong phát triển sự nghiệp. Sự đối nghịch trong lời đoán của Waite và sự ngăn cản trong lời đoán của Crowley chỉ ra những khó khăn thử thách ở mức độ cao với nhân vật trong giai đoạn này, như vậy ta có thể thấy càng lên cao những vấn đề liên hệ giữa các mối quan hệ với việc đàm phán càng trở nên khó giải quyết, có lẽ vì bên nào cũng muốn giành được những lợi ích tốt nhất cho mình. Hội Bình Minh Vàng thì nói về uy lực ngắn hạn còn Case thì nói về sự thiếu quyết đoán để chỉ ra những điểm yếu xuất phát từ chính bản thân nhân vật, như vậy ở đây nhân vật đánh mất đi vị thế của mình trong đàm phán do sự thiếu mạnh mẽ, dứt khoát trong những thời khắc quyết định, điều này càng khiến nhân vật sa sút trong công việc cũng như đánh mất niềm tin trong các mối quan hệ. Mathers thì nói tới sự can thiệp, dè dặt trước cái mới cũng như quá chú tâm đến chi tiết, như vậy nhân vật còn có khuyết điểm là chậm thay đổi và thiếu nhanh nhạy trong xử lí tình huống dẫn đến việc quan trọng hóa những chuyện nhỏ, điều này kết hợp với sự chống đối bên ngoài tạo nên một bức tranh khá u ám cho sự nghiệp của nhân vật. Như vậy lời khuyên ở đây là nhân vật cần phải có đủ dũng khí và nghị lực để thay đổi, trước hết là chính mình vì nhân vật cần loại bỏ những điểm yếu cố hữu ở đây thì mới mong cải thiện được các mối quan hệ cũng như thấy được hướng đi đúng đắn trong vấn đề đàm phán.

Nine of Swords:

Đây là lá bài thứ 9 trong các lá Minor hệ kiếm, trong hành trình của các lá Minor thì vị trí này tương ứng với chủ đề tiềm thức và là bước đệm cuối cùng cho sự kết thúc hành trình của nhân vật, do vậy ý nghĩa của lá này là rất quan trọng trong hành trình. Sự lo âu trong lời đoán của Case chỉ rõ trạng thái tinh thần bất ổn của nhân vật trong lá bài này, có thể là do những hậu quả từ những giai đoạn trước mang lại, ở đây nhân vật rơi vào trạng thái này do lo lắng về tương lai giữa bối cảnh việc đàm phán nhằm cứu vãn các mối quan hệ không mang lại kết quả khả quan gì. Hội Bình Minh Vàng nhắc tới chúa tể của sự tuyệt vọng và tàn nhẫn trong lời đoán của mình nhằm thể hiện những nhân tố tác động cả bên trong lẫn bên ngoài vào nhân vật, nếu như bên trong nhân vật bế tắc trong việc tìm lối thoát thì những thế lực chống đối bên ngoài tận dụng cơ hội để siết chặt áp lực làm cho nhân vật phải tiến dần đến thất bại. Sự chán nản và vâng phục mù quáng trong lời đoán của Mathers càng chỉ rõ nhân vật thậm chí không còn giữ được chính kiến của mình và rơi vào trạng thái bị áp đặt trong quan hệ và phải phục tùng kết quả đàm phán. Như vậy so với các hệ khác thì lá này thể hiện trạng thái tiêu cực hơn rõ rệt và quan trọng hơn là gần như không có lối thoát nào mà nhân vật có thể cứu vãn tình thế này, nhân vật chỉ có thể nỗ lực hết mình và kêu gọi sự trợ giúp của những mối quan hệ thân thiết trong cố gắng thay đổi tình thế dù khả năng đó là không cao.

Ten of Swords:

Đây là lá bài cuối cùng trong các lá Minor hệ kiếm, thể hiện trạng thái kết thúc của các vấn đề đàm phán trong sự liên hệ với các mối quan hệ giao tiếp trong công việc của nhân vật, chủ đề định mệnh trong chuỗi các chủ đề chính mà các lá Major mô tả được thể hiện qua trạng thái đặc trưng của hệ bài này. Hầu hết các lời đoán đều nhắc đến sự lụi tàn nhằm ám chỉ các mối quan hệ công việc của nhân vật ở đây đều có xu hướng đi tới hồi kết do ảnh hưởng tiêu cực từ kết quả công việc trải dài suốt từ các giai đoạn trước cho đến hiện tại, như vậy nhân vật sẽ đối mặt với sự sụp đổ của chính những thứ mình dày công tạo dựng lên trong cả hành trình. Mathers mô tả rõ hơn khi nói tới sự khuất phục cũng như thất bại của một dự án, như vậy nguyên nhân chính cho sự tan vỡ của các mối quan hệ vẫn là từ thất bại công việc, ở đây lá bài cho thấy nhân vật chấp nhận thất bại hoàn toàn và phải làm theo định hướng trong đàm phán của những bên nắm quyền chi phối các mối quan hệ dù có thể nhân vật và những phe phái đó không hợp nhau. Ngoài ra Mathers còn nhắc tới ý tưởng ngông cuồng như là những nỗ lực cuối cùng trong vô vọng của nhân vật hòng mở ra lối thoát cho chính mình, nỗ lực này có thể không thành công nhưng chí ít nó khẳng định được bản lĩnh và ý chí của nhân vật và phần nào cho thấy tương lai tươi sáng sau giai đoạn đen tối này. Về lời khuyên cho lá bài này thì nhân vật cần ý thức được rằng các mối quan hệ giao tiếp đến và đi như một yếu tố tất yếu trong công việc và nhân vật không nên quá bận lòng vì điều đó mà thay vào đó nên nỗ lực học hỏi kinh nghiệm để khi bắt đầu lại sau thất bại này nhân vật sẽ dễ dàng hơn trong tạo dựng các mối quan hệ nhằm phục vụ cho quá trình đàm phán thu được hiệu quả cao nhất.

Page of Swords:

Đây là lá bài đầu tiên trong các lá Court hệ kiếm, thể hiện mối liên hệ giữa các mối quan hệ trong công việc và vấn đề đàm phán của nhân vật, cũng như các hệ khác thì lá Page đại diện cho những trạng thái nội tâm, tư chất của nhân vật ở giai đoạn đầu của công việc. Sự lanh lợi, tinh tế, năng động trong lời đoán của Case thể hiện những phẩm chất tốt của nhân vật, những điều này sẽ giúp nhân vật gặp nhiều thuận lợi trong việc tạo dựng các mối quan hệ ở những quá trình khởi động trong đàm phán. Waite thì đưa ra lời đoán về sự nhạy bén, quan sát kỹ và xem xét tường tận chứng tỏ tuy nhân vật dễ làm quen nhưng lại không dễ làm thân, các mối quan hệ có thể có nhiều nhưng nhân vật đều có sự tính toán kỹ lưỡng để phục vụ cho các mục tiêu đàm phán của mình. Mathers thậm chí còn nhắc tới người bỡn cợt, mưu mô, phản kháng hoặc nhiều lo toan chứng tỏ nhân vật có cái nhìn tương đối tiêu cực trong các mối quan hệ của mình, đây là một điểm tương đối khác biệt so với các hệ khác trong giai đoạn mở đầu này, điều này dễ dẫn đến sự không hết lòng và các hành động theo mục đích không tốt về sau này. Như vậy lời khuyên ở đây là nhân vật nên có cái nhìn chân thành hơn về các mối quan hệ vì nó không chỉ giúp ích cho nhân vật trong đàm phán hiện tại mà còn có thể có ích về lâu dài, không nên chỉ theo lợi ích hiện tại vì dễ dẫn đến việc lợi dụng các mối quan hệ của mình.

Knight of Swords:

Đây là lá bài thứ hai trong các lá Court hệ kiếm, trạng thái của lá bài này tương ứng với sự chuyển giao giữa nhóm chủ đề bảo hộ, quyền lực sang nhóm chủ đề tâm linh, tình cảm, qua đó thể hiện sự chuyển biến mạnh mẽ về mục tiêu cũng như hành động của nhân vật trong đàm phán. Crowley nói tới sự hay phát động công kích, năng nổ, khôn khéo, tài giỏi nhưng thiếu quyết đoán, chứng tỏ nhân vật vẫn giữ được tác phong làm việc nhanh nhẹn nhưng lại thiếu đi tính toán chín chắn và dễ gây ra những bất hòa trong các mối quan hệ khi tham gia vào đàm phán trong giai đoạn này. Waite cũng nhắc tới tài năng nhưng kèm theo đó là sự gây chiến, tàn phá, chứng tỏ ở đây khi tích lũy được phần kinh nghiệm từ giai đoạn trước thì nhân vật rất chủ động trong việc thực hiện những mục đích của mình trong đàm phán, kể cả việc sẽ có sự va chạm và gây ra những mâu thuẫn trong quan hệ, như vậy ở đây nhân vật là đầu mối gây ra những xung đột và điều này thật ra không mấy tốt đẹp dù cho nhân vật có tài năng. Hội Bình Minh Vàng thì nói tới việc thích thống trị và thường đánh giá quá mức các việc nhỏ, như vậy nhân vật lại có vẻ như thiếu đi tầm nhìn xa trong đàm phán và chỉ chăm chăm vào việc ổn định vị thế của mình hiện tại, thậm chí có phần gay gắt quá mức vì những chuyện bình thường. Như vậy lời khuyên ở đây là nhân vật phải tìm cách ổn định chính bản thân mình và rèn luyện để trở thành người có bản lĩnh trong đàm phán, không nên vì những chuyện nhỏ nhặt trước mặt mà đánh mất những mối quan hệ phải vất vả mới tạo dựng được, trong đàm phán phải biết tiến thoái cho hợp lý.

Queen of Swords:

Đây là lá bài thể hiện sự chuyển đổi trạng thái từ lá Knight lên lá Queen trong hành trình các lá Court hệ kiếm, nói lên sự phát triển cao hơn về bản lĩnh của nhân vật trong các mối quan hệ khi tham gia vào đàm phán, lá này cũng thể hiện phong thái của nhân vật khi phải ứng phó với những khó khăn ngày một lớn trong công việc. Một điểm đặc biệt là Waite và Case đều đề cập tới trạng thái góa bụa, nỗi buồn của nữ giới cũng như sự than thở, chứng tỏ nhân vật đang rơi vào trạng thái tinh thần không mấy tốt đẹp ở giai đoạn này, có lẽ do áp lực công việc hoặc do nhân vật đã làm tổn thương các mối quan hệ hoặc bị làm tổn thương, bởi dù sao trạng thái ở đây cho thấy nhân vật khá cô đơn và có dấu hiệu khó có thể làm tốt trong đàm phán và công việc. Mathers thì nói tới người có cá tính mạnh và quan sát tinh tường nhưng lại thiếu ổn định và không đáng tin cậy, như vậy nhân vật có bản lĩnh và tài năng nhưng lại có vẻ như khá tách biệt với các mối quan hệ khi tham gia đàm phán, có lẽ chính vì vậy mà khiến nhân vật đánh mất niềm tin từ các mối quan hệ, ngoài ra việc đơn độc cũng khiến khả năng nắm bắt tình hình và ứng biến của nhân vật giảm đi. Crowley cũng đề cập đến những khả năng của nhân vật như việc nắm bắt ý tưởng nhanh và tự tin khi hành động nhưng cũng nói đến việc nhân vật chỉ dùng những khả năng này vào mục đích tầm thường, như vậy việc này cần tránh vì nếu tiếp tục không đặt đúng vai trò nặng nhẹ của từng việc thì nhân vật không thể thành công. Do đó lời khuyên ở đây là nhân vật nên chủ động tìm kiếm những mối quan hệ chân thành, cố gắng giảm bớt sự ích kỉ trong con người mình lại để đón nhận thêm những điều tích cực mà người khác mang lại nhằm cải thiện hơn khả năng đàm phán của mình.

King of Swords:

Đây là lá bài cuối cùng trong các lá Court hệ kiếm, thể hiện trạng thái phát triển cao nhất trong nội tâm của nhân vật trải qua các quá trình tiếp xúc với các mối quan hệ trong đàm phán, lá này thể hiện sự chuyển tiếp trong việc giải quyết các khó khăn cuối cùng để đạt đến kết quả của nhân vật. Waite đưa ra lời đoán về việc ngồi nơi ghế xét xử, quyền uy, thế lực chứng tỏ nhân vật đã đạt tới vị trí cao trong các mối quan hệ và có thể chi phối quá trình đàm phán thông qua vai trò trong các mối quan hệ của mình, như vậy có vẻ đàm phán trong công việc ở đây diễn ra theo chiều hướng tốt. Mathers cũng đồng tình khi nói tới người lý tưởng, thông minh xuất chúng nhưng đồng thời cũng nói tới sự mang nặng thành kiến chứng tỏ nhân vật tuy có khả năng nhưng vẫn mang theo tính độc đoán càng ngày càng gia tăng theo từng giai đoạn dẫn đến việc chỉ thích hướng mọi thứ theo ý mình, bất chấp những ý kiến từ những người khác, điều này rất dễ gây ra ảnh hưởng xấu đến các mối quan hệ trong công việc. Crowley còn nhắc tới sự xa rời thực tế và chóng thay đổi ý thích chứng tỏ nhân vật vì quá coi trọng ý tưởng của mình mà dần tự tách mình ra khỏi các liên hệ mật thiết với công việc, điều này khá nguy hiểm vì dù nhân vật có bản lĩnh nhưng nếu cứ tiếp tục như thế sẽ rất dễ dẫn đến những sai lầm mà giai đoạn này lại là quyết định trong đàm phán. Do đó lời khuyên ở đây là nhân vật phải có sự nhìn nhận đúng sai một cách rõ ràng và đôi lúc cần mạnh dạn gạt bỏ lợi ích của mình vì thành tựu lâu dài, sự nhún nhường, chân thành và hy sinh mới chính là thứ giữ cho các mối quan hệ được lâu bền chứ không phải sự kiểm soát.

Ace of Swords
Two of Swords
Three of Swords
Four of Swords
Five of Swords
Six of Swords
Seven of Swords
Eight of Swords
Nine of Swords
Ten of Swords
Page of Swords
Knight of Swords
Queen of Swords
King of Swords

WANDS

Ace of Wands:

Hệ gậy thể hiện những vấn đề về tư tưởng, tinh thần của nhân vật, là nguồn gốc cho những quyết định của nhân vật trong các vấn đề đàm phán, thường thì tư tưởng sẽ định ra hướng mà nhân vật sẽ theo đuổi. Lá Ace thể hiện trạng thái khởi đầu của các lá Minor hệ gậy, qua đó có thể thấy được những vấn đề ở giai đoạn đầu tiên của hành trình khi nhân vật bắt đầu tham gia vào một cuộc đàm phán, trạng thái này cũng ứng với chủ đề tiềm năng trong hành trình thụ pháp và hành pháp. Waite đưa ra lời đoán về sự khởi đầu của doanh nghiệp, qua đó thể hiện nhân vật đang ở bước khởi đầu của sự nghiệp, ở thời điểm này thì việc đàm phán là bắt buộc vì nhân vật cần những sự ủng hộ để có thể đứng vững và đối đầu với những khó khăn mà bây giờ chưa đủ sức vượt qua một mình, do đó vấn đề ở đây là nhân vật cần nhanh chóng xác định những đối tác và bắt đầu tiến hành đàm phán. Năng lực trong lời đoán của Case cũng như ý chí trong lời đoán của Mathers thể hiện những phẩm chất cần có của nhân vật trong việc xúc tiến việc đàm phán, cụ thể là nhân vật phải chứng tỏ cho người khác thấy được khả năng của mình cũng như ý tưởng rõ ràng để làm nền tảng cho sự hợp tác. Như vậy lời khuyên ở đây là nhân vật cần chủ động trong đàm phán ở giai đoạn này, cụ thể là tìm kiếm những đối tượng cũng như thu hút họ tham gia bằng tư tưởng mạnh mẽ rõ ràng và những kỹ năng giải quyết công việc bài bản.

Two of Wands:

Lá bài này thể hiện sự tiếp nối sau sự khởi đầu của lá Ace, trong hành trình thụ pháp và hành pháp thì lá này thể hiện trạng thái khi nhân vật tiếp xúc với chủ đề tri thức trong các quá trình đàm phán của mình. Sự kiểm soát và giải pháp trong lời đoán của Mathers là mô tả cho nguyên nhân và kết quả khi nhân vật tiếp cận tri thức vì nếu không hiểu được những kiến thức thì nhân vật không thể nắm rõ được tình hình dẫn đến không kiểm soát được xu hướng của cuộc đàm phán và tất nhiên cũng không thể có những giải pháp để xử lý những khó khăn. Sự thống trị được nhắc đến trong hầu hết các lời đoán thể hiện vai trò quan trọng của nhân vật trong quá trình đàm phán ở giai đoạn này, điều này đến từ những ý tưởng dẫn đường và trên hết chính là kiến thức, hiểu biết của nhân vật, quá trình đàm phán ở giai đoạn này sẽ diễn ra dựa trên nền tảng tri thức mà nhân vật cung cấp. Trong các con số thể hiện các chủ đề chính thì số hai thể hiện trạng thái của sự suy nghĩ cân nhắc trước khi hành động, điều này giúp ta liên kết với quá trình đàm phán trong việc xây dựng chiến lược phát triển chung của các bên và càng nhấn mạnh đến tầm quan trọng của tri thức vì đó là cách duy nhất để tạo nên kế hoạch mà các bên đều vừa ý. Lời khuyên ở đây là nhân vật cần kiểm soát tốt các ý tưởng của mình nhằm tránh việc đề xuất những ý tưởng chỉ nhằm lợi ích của cá nhân vì có thể bây giờ sẽ thực hiện được nhưng sẽ tạo ra những bất ổn và về lâu dài sẽ tạo ra sự mâu thuẫn và dẫn tới những đấu tranh gay gắt trong đàm phán.

Three of Wands:

Đây là lá bài thứ 3 trong các lá Minor hệ gậy, thể hiện trạng thái tương ứng với chủ đề bảo hộ trong các chủ đề chính được các lá Major thể hiện, xét trong hành trình thì đây là bước tiến hành công việc sau những sự chuẩn bị ở lá trước. Sức mạnh ổn định và niềm hy vọng thành hiện thực trong lời đoán của Mathers thể hiện quá trình đàm phán lúc này vẫn phát triển suôn sẻ và tiến tới những mục đích đã đề ra, quyết định đúng cũng được nhắc đến trong lời đoán nhằm nhấn mạnh thêm tính chính xác trong đàm phán của nhân vật. Hội Bình Minh Vàng nhắc tới chúa tể quyền uy trong lời đoán của mình nhằm thể hiện vị thế cao của nhân vật trong đàm phán, có thể nhân vật được tin tưởng giao phó vị trí này do những thể hiện tốt ở lá bài trước và giờ đây nhân vật có thể định đoạt kết quả cuối cùng của việc đàm phán. Crowley nhắc đến đức hạnh để nhắc nhở phẩm chất mà nhân vật cần phải có trong giai đoạn này, về căn bản thì chính đức hạnh cũng là một yếu tố quan trọng để nhân vật có thể nắm trong tay quyền lực chi phối việc đàm phán, vì thế đức hạnh cũng sẽ là điều không thể thiếu để nhân vật giữ vững vị trí của mình và hướng kết quả đàm phán vào việc thúc đẩy công việc tiến lên. Lời khuyên ở đây là nhân vật phải có những quyết định có tầm xa trong đàm phán vì ở vai trò quan trọng thì không thể chỉ có những quyết định ngắn hạn vì lợi ích cá nhân như trước mà phải có những suy nghĩ và hành động của người lãnh đạo, tập trung vào những vấn đề lớn trong đàm phán.

Four of Wands:

Lá bài này đánh dấu chặng đường đầu tiên trong hành trình của nhân vật đã hoàn tất, vị trí này ứng với chủ đề quyền lực và ổn định trong chuỗi các chủ đề chính trong hành trình thụ pháp và hành pháp, cũng có thể coi như bước đệm giữa hai chặng chính của hành trình. Công việc hoàn tất được thể hiện trong hầu hết các lời đoán thể hiện trạng thái tích cực trong tinh thần của nhân vật, ở đây dường như không còn nhiều vấn đề phải thông qua đàm phán, ngay cả nếu có thì đó cũng là những vấn đề liên quan đến lợi ích nên cũng không có quá nhiều điều phải lo lắng. Hội Bình Minh Vàng nhắc tới chúa tể của sự thành tựu nhằm nhấn mạnh đây là lúc nhân vật được hưởng thụ những thành quả do chính tay mình tạo ra, do vậy vấn đề đặt ra là trong đàm phán nhân vật cũng phải kiên quyết bảo vệ những lợi ích của mình để xứng đáng với công sức mình bỏ ra. Mathers còn nói tới những kết luận rút ra từ kiến thức thu thập trước đó nhằm nói tới một vấn đề quan trọng đối với nhân vật, đó là nhìn nhận lại bản thân nhằm xác định những quyết định đúng và sai trong giai đoạn đã qua nhằm giúp ích cho việc đề ra những ý tưởng và kế hoạch cho việc đàm phán trong giai đoạn tiếp theo, đây là việc rất cần làm, đặc biệt với người nắm vai trò lãnh đạo trong công việc. Như vậy lời khuyên ở đây là quyền lực chỉ có thể được giữ vững nếu nhân vật đảm bảo được năng lực ổn định, do đó trong giai đoạn nghỉ ngơi và hưởng thụ thành quả từ thắng lợi đã qua thì nhân vật cũng cần chuẩn bị những ý tưởng và kế hoạch cho giai đoạn sắp tới hứa hẹn sẽ nhiều khó khăn hơn.

Five of Wands:

Lá bài này thể hiện bước chuyển sang giai đoạn mới trong hành trình phát triển tư tưởng của nhân vật, trạng thái này ứng với sự chuyển biến từ chủ đề chính từ quyền lực sang tâm linh, ngay bản thân sự biến chuyển này cũng đã thể hiện nhiều biến động nên ở lá này ta thấy tư tưởng của nhân vật không còn có thể phát triển ổn định như ở giai đoạn trước. Waite đưa ra lời đoán về sự tranh giành cam go nhằm thể hiện trong đàm phán lúc này xuất hiện nhiều đối thủ mạnh và tạo ra nhiều khó khăn cũng như áp lực lên tinh thần của nhân vật, lời đoán cũng nhắc đến sự nỗ lực như là cố gắng của nhân vật nhằm thoát ra khỏi khó khăn hiện tại dù có vẻ như ở đây nhân vật không gặp nhiều thuận lợi như trước. Sự xung đột được thể hiện trong nhiều lời đoán cũng nhấn mạnh thêm tính chất của đàm phán trong giai đoạn này là sự đấu tranh giữa các bên nhằm thống nhất về mặt ý tưởng những kế hoạch cho giai đoạn tiếp theo của hành trình, do tư tưởng là yếu tố khó thay đổi nên những xung đột này tuy bên ngoài không mạnh mẽ nhưng không dễ để giải quyết. Thực tế về mặt đàm phán trong công việc thì đôi lúc khó khăn không phải là đấu tranh với các thế lực bên ngoài mà là ổn định những vấn đề nội bộ nhằm đi đến hành động chung, nếu giải quyết không khéo léo sẽ dễ dẫn đến sự đổ vỡ trong quan hệ nội bộ, ảnh hưởng không nhỏ đến kết quả công việc. Lời khuyên ở đây là nhân vật cần cố gắng thuyết phục những người xung quanh một cách mềm dẻo nhất để họ nhận ra biện pháp nào phù hợp nhất cho hoàn cảnh hiện tại, ở đây không nên nóng vội mà cần sự từ tốn, chân thành trong việc thay đổi tư tưởng của mọi người sao cho mọi người cùng hướng về mục tiêu chung.

Six of Wands:

Đây là lá bài thể hiện trạng thái phát triển lên đỉnh cao của hệ gậy, điều này thể hiện những sự xung đột về mặt ý tưởng ở giai đoạn trước đã được giải quyết và việc đàm phán của nhân vật ở giai đoạn này khá tốt đẹp. Case đưa ra lời đoán về sự chiến thắng sau xung đột cam go chứng tỏ sự tiếp nối thành công trong việc thống nhất về mặt ý tưởng khi tiến hành đàm phán, ở đây nhân vật đã có được sự tin tưởng của mọi người và đạt được thành công lớn. Quyền hành và chiến thắng trong lời đoán của Mathers cũng là sự nhấn mạnh vào kết quả tốt đẹp mà nhân vật đạt được, so với sự trì trệ chậm tiến ở giai đoạn trước thì tình hình ở đây là rất tích cực, trong đó có sự nỗ lực trong đàm phán và thúc đẩy công việc. Sự thắng lợi xuất hiện trong hầu hết các lời đoán kết hợp với chủ đề tình cảm trong hành trình thụ pháp và hành pháp cũng cho ta thấy nhân vật không những thành công đơn thuần trong công việc mà còn có được niềm vui từ tình cảm và đó chính là nguồn động lực cũng như giúp đỡ không nhỏ để nhân vật vượt qua những khó khăn và hướng tới thành công. Lời khuyên ở đây là nhân vật cần tận hưởng những thời khắc thành công này của mình và tận dụng thời cơ để theo đuổi những ước mơ, nhất là về tình cảm mà trong giai đoạn trước nhân vật gặp nhiều khó khăn trong đàm phán nên không thể làm được.

Seven of Wands:

Lá bài này nằm ở vị trí thứ 7 trong các lá Minor hệ gậy, trong hành trình thụ pháp và hành pháp thì lá này ứng với chủ đề quản lí và kiểm soát là chủ đề rất quan trọng trong chuỗi các chủ đề chính mà nhân vật phải trải qua. Lòng dũng cảm được thể hiện trong hầu hết các lời đoán thể hiện giai đoạn mới này nhân vật lại phải đối đầu với nhiều khó khăn trong đàm phán, chính vì thế muốn thực hiện được mục tiêu là nắm quyền kiểm soát trong đàm phán thì đòi hỏi nhân vật phải có sự dũng cảm khi đương đầu với những khó khăn ở mức độ cao hơn. Mathers nói về sự trở ngại hoặc khó khăn nhằm thể hiện những mâu thuẫn về tinh thần lại xuất hiện khi nhân vật tham gia đàm phán, chỉ khác là dường như những khó khăn ở đây đến từ bên ngoài chứ không phải từ bên trong như ở lá Five. Tuy vậy trong lời đoán vẫn nhắc tới thắng lợi nhỏ như để mô tả bản lĩnh của nhân vật vẫn giúp nhân vật thu về những kết quả khả quan trong đàm phán, chỉ có điều qua mô tả của lá bài thì dường như ở đây nhân vật phải tự thân nỗ lực vì sẽ không có được nhiều sự giúp đỡ từ bên ngoài như trước. Như vậy lời khuyên ở đây là nhân vật cần phải thật quyết đoán và tin vào lựa chọn của mình, dựa theo đó mà nỗ lực hết mình để thu được kết quả khả quan trong đàm phán nhằm dần dần hóa giải những khó khăn trong công việc, đây là quá trình không mấy dễ dàng nhưng nhân vật phải vượt qua nếu muốn đạt tới thắng lợi cuối cùng.

Eight of Wands:

Đây là lá bài thể hiện sự nối tiếp trạng thái sau chủ đề quản lí, kiểm soát ở giai đoạn trước, ở giai đoạn này thì trạng thái của lá bài tương ứng với chủ đề sức mạnh trong hành trình thụ pháp và hành pháp, là bước quan trọng trong tích lũy hành trang chuẩn bị cho hành động quyết định của nhân vật. Mathers đưa ra lời đoán về quan điểm mới thể hiện nhân vật chủ động hướng tới nhận thức mới trong tinh thần của mình nhằm tìm ra cách thức mới để giải quyết những khó khăn trong đàm phán khi mà những biện pháp cũ có vẻ đã trở nên lạc hậu và không phù hợp. Lời đoán này còn nhắc tới sự dâng trào sức mạnh để mô tả động lực và nguồn năng lượng đã trở lại trong nhân vật, có thể là nhân vật đã tìm lại được mục đích trong hành động của mình cũng như là những điều kiện cần có để thực hiện những hành động đó. Sự nhanh nhẹn được thể hiện trong hầu hết các lời đoán, Case thậm chí còn nhắc tới hoạt động để thể hiện trạng thái động của nhân vật, nếu như lá trước vẫn thiên về yếu tố kiểm soát tức là không mấy động thì lá này đã thể hiện rõ sự đấu tranh mạnh mẽ và nhanh nhẹn nhằm giành được thắng lợi về mình. Như vậy lời khuyên là nhân vật cần phải phát huy tất cả những phẩm chất và năng lực của mình đồng thời hướng tới việc tích lũy thêm sức mạnh nhằm giải quyết khó khăn vì hoàn cảnh hiện tại cho thấy nếu không hành động nhanh thì sẽ mất đi ưu thế và rơi vào tình trạng nguy hiểm.

Nine of Wands:

Đây là lá bài thứ 9 trong các lá Minor hệ gậy, thể hiện trạng thái tinh thần tương ứng với chủ đề tiềm thức trong chuỗi các chủ đề chính được các lá Major thể hiện, ở đây hành trình đã gần về cuối nên các vấn đề trong tư tưởng, tinh thần của nhân vật cũng trở nên phức tạp hơn so với trước. Hội Bình Minh Vàng đưa ra lời đoán về chúa tể của đại uy lực, chứng tỏ nhân vật cần tới sức mạnh cũng như mọi kỹ năng đã tích lũy được trong giai đoạn trước để hoàn thành những mục tiêu đang đàm phán trong giai đoạn này vì hoàn cảnh lúc này vẫn còn nhiều rắc rối. Case đưa ra sự sẵn sàng trong lời đoán của mình nhằm mô tả giai đoạn này có thể có những biến cố đột xuất xảy ra bất lợi cho nhân vật, do đó quan trọng là nhân vật luôn phải có sự đề phòng cũng như có tinh thần sẵn sàng xử lý những vấn đề mang tính bất ngờ trong đàm phán. Sự mạnh mẽ trong đối đầu thể hiện tính chất không khoan nhượng trong đàm phán ở giai đoạn này, nhân vật cần phải cứng rắn bảo vệ quan điểm của mình cho đến cùng vì những vấn đề ở đây có thể ảnh hưởng trực tiếp tới kết quả cuối cùng của công việc. Lời khuyên ở đây là nhân vật nên có sự nhìn nhận rõ ràng những yếu tố có thể làm ảnh hưởng đến đại cục trong giai đoạn này và đàm phán theo hướng làm sao thực hiện cho được mục đích của mình, phương pháp đàm phán phải mạnh mẽ và chính xác khác với những sự mềm dẻo nhượng bộ hay xuất hiện trong các giai đoạn trước.

Ten of Wands:

Đây là lá bài cuối cùng trong các lá Minor hệ gậy, thể hiện sự kết thúc trong hành trình phát triển của tinh thần, tư tưởng của nhân vật đối với các vấn đề đàm phán, trạng thái này cũng tương ứng với chủ đề số mệnh trong hành trình thụ pháp và hành pháp của nhân vật. Sự suy thoái, lạc hướng và mất cứu cánh trong lời đoán của Mathers thể hiện nhân vật đang cảm thấy mất tinh thần do không tìm được hướng đi nào khả thi để thoát ra khỏi hoàn cảnh hiện tại, cuộc đàm phán có thể đã đi theo chiều hướng bất lợi mà nhân vật không làm cách nào để thay đổi được nên công việc cũng xấu theo. Hội Bình Minh Vàng đưa ra lời đoán về chúa tể của sự trấn áp cho thấy nhân vật ở đây rơi vào tình thế khó khăn khi bị kiềm chế và không thể thực hiện được những điều mình mong muốn, cũng như các ý kiến trên bàn đàm phán bị gạt bỏ, điều này không chỉ ảnh hưởng tiêu cực tới công việc trước mắt mà còn khiến tinh thần nhân vật bị tổn thương kéo dài. Sự áp bức trong hầu hết các lời đoán chỉ ra rằng nguyên nhân của sự tiêu cực ở thời điểm này là từ bên trên, tức là những người có vị thế cao hơn nhân vật đang sử dụng địa vị và quyền lực để ép nhân vật phải phục tùng, khiến cho quyền lợi của nhân vật bị ảnh hưởng, đấu tranh trong đàm phán cũng không mấy khả quan do sự chênh lệch địa vị của đôi bên. Lời khuyên ở đây là nhân vật cần phải kiên trì đấu tranh vì bản lĩnh cũng như những quan điểm đã được thể hiện trong suốt quá trình dài, nhân vật có thể tạm chấp nhận bị yếu thế và áp bức nhưng đó chỉ là vấn đề nhất thời rồi thì nhân vật sẽ có thể chứng minh được mình đúng và sẽ đạt được thành quả xứng đáng với công lao mình đã bỏ ra.

Page of Wands:

Đây là lá bài đầu tiên trong các lá Court hệ gậy, thể hiện trạng thái trưởng thành của nhân vật qua từng giai đoạn phát triển tư tưởng trong quá trình đàm phán công việc, trong đó đây là giai đoạn đầu tiên khi nhân vật đang ở những bước đầu tiên. Xét về vị trí thì lá này nằm xen giữa hai quá trình giữa sự khởi đầu và cân nhắc suy xét và quá trình bắt đầu thực hiện cho tới sự tạm ổn định sau giai đoạn đầu tiên của hành trình khi đã có được những thành tựu đầu tiên. Mathers đưa ra lời đoán về người sáng trí, liều lĩnh và vị kỷ chứng tỏ những phẩm chất của nhân vật trong giai đoạn này khiến cho các ý tưởng của nhân vật trở nên sáng giá trong đàm phán, đó là sự sáng trí và liều lĩnh, tức là dám nghĩ và dám đề xuất cũng như thực hiện những ý tưởng mới, nhưng bên cạnh đó vẫn còn sự vị kỷ tức là nhân vật vẫn xem mình là quan trọng nhất và dẫn đến coi thường các ý kiến khác trong đàm phán. Sự nóng nảy hoặc quá nhiệt tình cũng được đề cập đến như khuyết điểm của nhân vật, ở đây nhân vật còn quá thiếu kinh nghiệm nên chưa biết suy xét cho đúng đắn mà chỉ hành động theo phản xạ, tức là có thừa nhiệt huyết nhưng chưa đủ tài năng và bản lĩnh. Như vậy lời khuyên ở đây là nhân vật cần biết cách phát huy tốt khả năng của mình vào những việc hợp lý trong giai đoạn khởi đầu này, tránh việc lao vào những công việc hoặc những cuộc đàm phán vượt ngoài khả năng của mình.

Knight of Wands:

Đây là lá bài thứ hai trong các lá Court hệ gậy, lá bài này nằm giữa nhóm chủ đề về bảo hộ, quyền lực và nhóm chủ đề về tâm linh, tình cảm nhằm thể hiện bước chuyển đổi quan trọng trên hành trình thụ pháp cũng như hành pháp của nhân vật, ở đây nhân vật chính thức bước vào cuộc chơi lớn với đầy đủ phức tạp trong công việc. Sự năng động, mạnh mẽ trong lời đoán của Hội Bình Minh Vàng thể hiện tác phong đàm phán của nhân vật là rất chủ động trong giai đoạn này cũng như việc thể hiện các ý tưởng khi đối đầu với khó khăn cũng rất nhanh chóng và quyết liệt. Crowley cũng nhắc tới sự dữ dội nhưng còn thêm vào sự làm liều và tính cách mạng, như vậy ở đây ta thấy xuất hiện xu hướng của sự thay đổi, tức là nhân vật sẵn sàng tiến hành những cuộc thay đổi lớn trong đàm phán để theo đuổi ý tưởng mới của mình một khi đã quyết định và cho rằng đó là con đường hợp lý nhất trong hoàn cảnh hiện tại, trạng thái này khiến cho nhân vật rất dễ vướng vào những cuộc đấu tranh quyết liệt trong đàm phán. Mathers cũng chỉ ra một khuyết điểm khi nhắc đến việc nhân vật hành động mà không suy tính trước, điều này cộng thêm tính cách mạnh mẽ khiến nhân vật ít chịu nghe lời khuyên và làm cho mức độ ổn định của lá bài xuống thấp, nhân vật vừa có thể thắng tiến tới thành công mà vừa có thể sai lầm lớn ngay từ bước ngoặt này. Như vậy lời khuyên ở đây là nhân vật cần có sự thận trọng bình tĩnh và xác định đúng đâu là điều mình cần cũng như chuẩn bị kế hoạch kỹ lưỡng để hướng tới mục tiêu, khi đó nhiệt huyết và nỗ lực trong hành động mới có thể mang lại thành quả, nếu không làm tốt công tác chuẩn bị thì có nỗ lực đàm phán bao nhiêu cũng không thể đạt được kết quả khả quan.

Queen of Wands:

Đây là lá bài thể hiện trạng thái chuyển đổi từ Knight thành Queen trong hành trình trưởng thành của nhân vật qua các lá Court hệ gậy, lá bài này thể hiện nhân vật đã có được những dấu ấn về tư tưởng, tinh thần với mọi người và ở vị thế mới trong việc đàm phán. Mathers đưa ra lời đoán về người có sức hút lạ thường và đang kiểm soát được cuộc đời mình chứng tỏ ở đây khả năng hoạch định của nhân vật là rất tốt và những ý tưởng của nhân vật được xem trọng trong đàm phán, tuy nhiên lời đoán cũng nói về người có tính kẻ cả ngang bướng nhằm chỉ ra nhân vật vẫn không chịu thay đổi những tính cách cố hữu của mình cho dù nó gây ảnh hưởng tới đàm phán. Sự thân thiện và thành công trong kinh doanh được thể hiện trong lời đoán của Case cho thấy nhân vật đã hiểu được nhiều điều sau các giai đoạn đã qua và giờ đã biết vận dụng tốt hơn những kỹ năng của mình trong đàm phán nhằm làm cho ý tưởng của mình được lan tỏa và được tiến triển thuận lợi hơn. Sự cai trị ổn định được thể hiện trong lời đoán của Hội Bình Minh Vàng đi kèm với đó là sự độc đoán cho thấy hiện tại nhân vật có được vị thế và sự chi phối trong các mối quan hệ nhưng lại có xu hướng áp đặt và không để cho quá trình đàm phán được diễn ra theo chiều hướng tự nhiên, điều này sẽ gây ra những hiệu ứng tích cực cho giai đoạn sau. Như vậy lời khuyên ở đây là nhân vật cần rõ ràng trong hành động của mình nhằm thể hiện tư tưởng của mình trong đàm phán là đúng đắn, trong thuyết phục người khác cũng cần mềm dẻo kiên nhẫn, cần tránh những sự áp đặt hay độc đoán trong vấn đề này.

King of Wands:

Đây là lá bài cuối cùng trong các lá Court hệ gậy, thể hiện trạng thái phát triển cao nhất về nội tâm của nhân vật trong cả quá trình, lá này nằm ở giữa sự chuyển giao từ nhóm chủ đề về quản lý, sức mạnh sang nhóm chủ đề về tiềm thức và số phận. Qua đó có thể thấy sự thể hiện trong giai đoạn này của nhân vật sẽ quyết định trực tiếp tới kết quả của đàm phán, sự sáng trí và can trường trong lời đoán của Case đã phần nào thể hiện phẩm chất cần có của nhân vật trong giai đoạn quyết định này. Mathers thì đưa ra lời đoán về người mạnh mẽ, rộng lượng, quý phái cũng như trung tâm của sự chú ý chứng tỏ nhân vật lại tiếp tục có được những thành công trong đàm phán và giờ đây người ta luôn chờ đợi ý kiến của nhân vật như là ý kiến quyết định của các công việc trong đàm phán. Tuy vậy Crowley lại chỉ ra sự mạnh bạo và cố chấp khi giận dữ hoặc yêu thương và cả tham vọng chứng tỏ nhân vật vẫn không khắc phục được những điểm yếu cố hữu của mình, như vậy ở đây nhân vật trở thành kiểu nhà lãnh đạo có tài nhưng lại hay nổi nóng nên không có được phong thái tốt nhất trong mắt người khác. Như vậy lời khuyên ở đây là để có được những sự tin tưởng cũng như giúp đỡ hết mình từ những người khác trong đàm phán thì nhân vật phải thể hiện mình là người sẵn sàng lắng nghe và chấp nhận những ý kiến đúng cũng như biết tôn trọng ý tưởng của người khác như chính mình, như vậy thì thành công của nhân vật mới có thể tồn tại lâu bền.

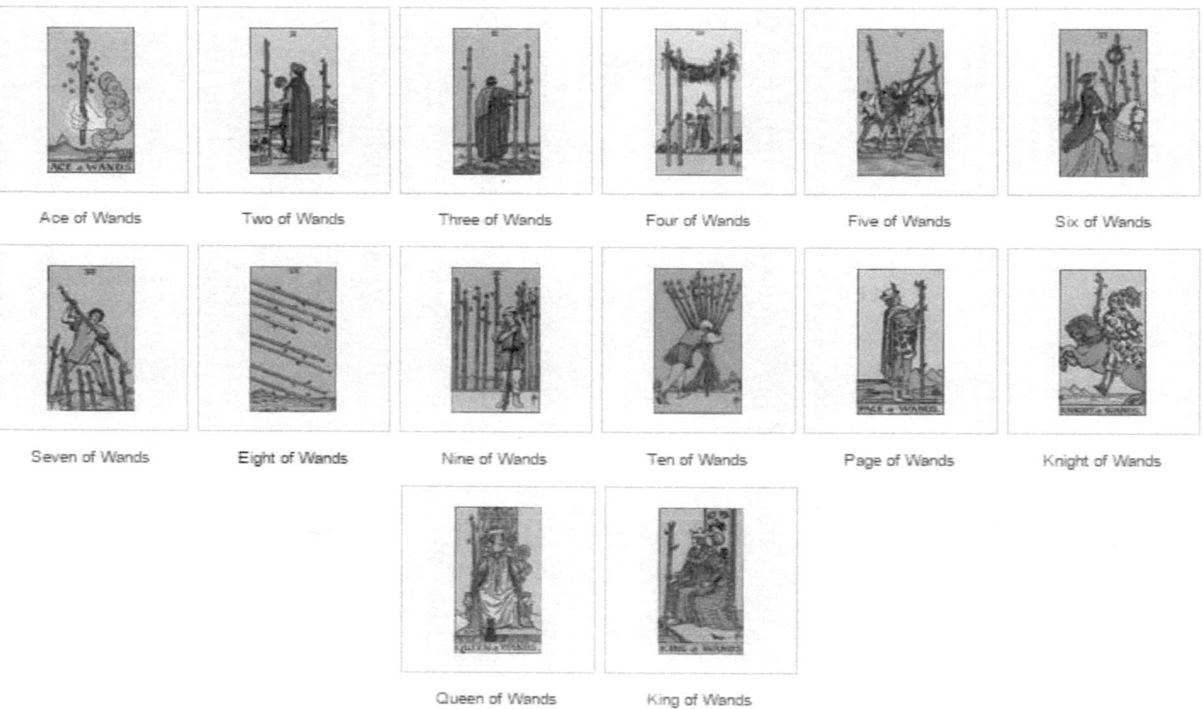
Ace of Wands
Two of Wands
Three of Wands
Four of Wands
Five of Wands
Six of Wands
Seven of Wands
Eight of Wands
Nine of Wands
Ten of Wands
Page of Wands
Knight of Wands
Queen of Wands
King of Wands

CUPS

Ace of Cups:

Đây là lá bài đầu tiên trong các lá Minor hệ cốc, thể hiện những sự liên kết giữa tình cảm và đàm phán trong xây dựng sự nghiệp của nhân vật, trạng thái của lá Ace thể hiện sự khởi đầu trong công việc và cả tình cảm, do vậy sự liên hệ tình cảm và đàm phán ở đây cũng mang tính khởi đầu. Hội Bình Minh Vàng và Crowley nhắc tới cội nguồn sức mạnh của nước thể hiện tính chất biểu tượng cho tình cảm của nước, liên kết với đàm phán thì nó thể hiện phong thái của nhân vật trong đàm phán ở đây, do là giai đoạn khởi đầu nên chủ yếu là thăm dò tình cảm trong đàm phán. Waite nhắc tới lòng chân thật trong lời đoán của mình nhằm thể hiện phẩm chất quan trọng tạo thiện cảm và là nền tảng để xây dựng đàm phán, chính sự chân thật giúp nhân vật có được những sự giúp đỡ cần thiết nhất trong giai đoạn ban đầu còn chưa biết gì nhiều về đàm phán. Tuy thế Mathers lại nhắc tới ảo ảnh tình yêu nhằm nhắc nhở nhân vật chớ nên quá dựa theo cảm xúc của mình dẫn đến tự mình ảo tưởng và đánh giá tình cảm của người khác dành cho mình cao quá mức, đạt tới tình yêu, điều này sẻ dễ gây ra những hiểu lầm đáng tiếc làm ảnh hưởng tới đàm phán và công việc. Lời khuyên ở đây là nhân vật cần khôn khéo trong thể hiện tình cảm của mình khi đàm phán để tạo thiện cảm với các bên, làm được điều này sẽ tạo ra môi trường đàm phán tích cực hơn rất nhiều cho nhân vật và có thể dễ dàng đạt được mục đích hơn.

Two of Cups:

Đây là lá bài thứ hai trong các lá Minor hệ cốc, thể hiện sự tiếp nối sau khởi đầu tình cảm ở lá Ace, trạng thái của lá bài này ứng với chủ đề tri thức trong chuỗi các chủ đề chính được các lá Major thể hiện. Sự hỗ tương trong lời đoán của Case thể hiện sự liên kết với lá bài trước, theo đó nhờ biểu hiện tình cảm tốt đẹp mà nhân vật nhận được những sự trợ giúp từ những người thân quen trong đàm phán và công việc ở đây sẽ có bước tiến triển. Gương soi hay sự phản chiếu trong lời đoán của Mathers nói lên rằng nền tảng cho sự kết hợp chính là sự tương đồng về các mặt tình cảm, ở đây dường như các bên nhìn thấy chính bản thân mình phản chiếu lại từ bên kia, sự hài hòa trong lời đoán nói lên điều tất yếu khi những con người phù hợp cùng làm việc với nhau. Tình yêu được nhắc đến trong hầu hết các lời đoán chính là chủ điểm quan trọng nhất mà lá bài nhắc tới, qua đó ta thấy được tình cảm trong nhân vật đã phát triển mạnh từ lá bài trước, cụ thể là nhân vật tập trung mọi mục đích trong đàm phán nhằm thực hiện những mong muốn trong tình yêu của mình. Lời khuyên ở đây là nhân vật cần dùng tình yêu để tạo thêm sức mạnh nhằm cùng nhau thực hiện những mục đích công việc thông qua đàm phán, tránh việc quá sa vào tình cảm mà không quan tâm công việc hoặc mâu thuẫn ý tưởng với nhau làm ảnh hưởng đến sự phát triển sự nghiệp.

Three of Cups:

Đây là lá bài thứ 3 trong các lá Minor hệ cốc, thể hiện trạng thái ứng với chủ đề bảo hộ trong hành trình thụ pháp và hành pháp của nhân vật, ở đây là biểu hiện cho sự lan tỏa tình cảm trong môi trường làm việc bắt nguồn từ nhân vật. Hội Bình Minh Vàng và Crowley đưa ra lời đoán về chúa tể của sự dư dật chứng tỏ nhân vật ở đây được quan tâm chăm sóc kĩ nên không thiếu thốn gì về tình cảm mà còn dư thừa, đó là nguồn gốc đầu tiên của sự lan tỏa tình cảm, ngoài ra đó cũng là cách thức mở rộng ảnh hưởng nhằm mở đường cho quá trình đàm phán dễ thành công hơn. Niềm hoan lạc trong lời đoán của Case thể hiện trạng thái tinh thần tốt đẹp của nhân vật, qua đó ta cũng có thể thấy đàm phán đang tiến triển suôn sẻ và sự nghiệp của nhân vật đang có những dấu hiệu thăng tiến, không có quá nhiều khó khăn được thể hiện ở đây. Sự kết hợp, niềm vui và tính hiếu khách trong lời đoán của Mathers thể hiện nhân vật đang tích cực tìm và lôi kéo thêm nhiều người vào cùng đội ngũ với mình nhằm khuếch trương thêm thế lực nhằm chuẩn bị thực hiện những kế hoạch có quy mô lớn hơn, ở đây nhân vật rất vui vẻ tiếp đón những thành viên mới. Lời khuyên ở đây là nhân vật cần phải thể hiện những phẩm chất tốt đẹp của mình ra bên ngoài cho nhiều người biết để nhận sự giúp đỡ, tuy nhiên cũng cần tránh quá sa đà vào các mối quan hệ và những cuộc vui mà quên đi nhiệm vụ chính của mình trong công việc, nếu không tình trạng tích cực này sẽ nhanh chóng xấu đi.

Four of Cups:

Đây là lá bài ứng với vị trí thứ 4 trên chặng đường hành trình của các lá Minor hệ cốc khi đi từ lá Ace tới lá Ten, vị trí thứ 4 thường ứng với sự tạm dừng để nghỉ ngơi sau khi đã trải qua giai đoạn đầu tiên của hành trình. Waite đưa ra lời đoán về sự hòa vui chứng tỏ trạng thái tinh thần của nhân vật vẫn tốt đẹp, có lẽ do sự kế thừa những kết quả tốt đẹp từ chuyện tình cảm đã được bắt nguồn từ các lá trước, ở đây nhân vật chỉ cần làm việc là giữ gìn tình cảm trong các vấn đề đàm phán là sẽ có thể cảm thấy vui vẻ thoải mái. Sự hoàn thành, sang trọng và nỗi vui sướng trong lời đoán của Mathers chính là mô tả cho sự kết thúc đàm phán công việc trong giai đoạn trước một cách tốt đẹp mà thông qua đó nhân vật vừa có được thành công trong công việc vừa có được tình cảm như ý muốn. Tuy vậy Case lại đưa ra sự suy niệm nhằm nhắc nhở nhân vật rằng cuộc vui nào rồi cũng tới hồi kết và khi đó nhân vật sẽ phải đối mặt với những khó khăn trong giai đoạn tới, nhân vật có lẽ lúc này bắt đầu nhận ra sự bấp bênh không ổn định khi dựa hoàn toàn vào tình cảm trong công việc mà thiếu đi nền tảng vững chắc. Như vậy lời khuyên ở đây là trong khi tìm cách giữ vững sự tốt đẹp trong tình cảm hiện tại thì nhân vật cũng nên học cách tư duy và làm việc độc lập để tạo tiền đề cho việc ứng phó với các biến cố trong tương lai đề phòng những chuyện bất ngờ trong tình cảm.

Five of Cups:

Đây là lá bài thể hiện trạng thái ứng với sự chuyển đổi chủ đề quan trọng từ quyền lực sang tâm linh trong hành trình thụ pháp và hành pháp của nhân vật, trong các lá Minor hệ cốc thì lá này cũng thể hiện những biến đổi quan trọng xảy đến cho nhân vật. Hội Bình Minh Vàng đưa ra lời đoán về sự đắm mình trong lạc thú thể hiện trạng thái của nhân vật trong giai đoạn này là hoàn toàn bỏ qua công việc để tập trung toàn bộ cho chuyện tình cảm của mình, chuyện đàm phán nếu có cũng chỉ theo hướng thỏa mãn những nhu cầu của mình, do vậy xu hướng suy nghĩ một chiều và tiêu cực chiếm lĩnh nhân vật ở giai đoạn này. Lời đoán của Mathers về sự thất vọng và đánh mất niềm vui sướng thể hiện những trạng thái tốt đẹp ở lá bài trước đã biến mất, ở đây bước vào giai đoạn mới có nhiều chuyện xảy ra khiến cho tình cảm không còn song hành cùng nhân vật trong đàm phán nữa. Sự mất hết vì lạc thú trong lời đoán của Case còn thể hiện ý tiêu cực là nhân vật sẽ phải chấp nhận những thất bại, có thể là do nhận ra được những sự thật ẩn bên dưới sự ngọt ngào của tình yêu, sự thất bại ở đây thực ra đã được chính nhân vật khởi đầu từ giai đoạn trước do dồn hết tất cả tin tưởng vào tình cảm. Lời khuyên ở đây là nhân vật cần có sự tin tưởng vào bản thân mình vì đó chính là điểm tựa cho nhân vật khi tất cả mọi người khác đều quay lưng, nhân vật cũng cần đoạn tuyệt với những ước vọng tình cảm không phù hợp với công việc và quay lại thực tế trong đàm phán, cần sự khởi đầu từ những việc nhỏ nhất để hóa giải rắc rối ở đây.

Six of Cups:

Đây là lá bài thứ 6 trong hành trình các lá Minor hệ cốc, thể hiện trạng thái tương ứng với chủ đề tình cảm trong chuỗi các chủ đề chính mà nhân vật phải trải qua trên hành trình, sự tương ứng của hệ cốc với chủ đề tình cảm càng làm cho ý nghĩa lá này thêm quan trọng. Sự khởi đầu của lợi lộc đều đặn trong lời đoán của Case thể hiện sự phát triển đi lên trở lại trong đàm phán sau sự sa sút ở lá bài trước, ở đây dường như nhân vật đã có hiểu biết sâu sắc hơn về tình cảm. Niềm hoan lạc được thể hiện trở lại trong lời đoán của Hội Bình Minh Vàng và Crowley chứng tỏ nhân vật đã tìm lại niềm vui của mình trong việc đàm phán, có thể ở đây nhân vật đã tìm gặp được những đối tác có sự hòa hợp tốt hơn ở giai đoạn trước nên mọi thứ lại trở nên tích cực. Mathers thì luận giải chi tiết hơn khi đưa ra lời đoán về sự vui với nhóm thân hữu, chứng tỏ ở đây nhân vật tập trung vào tình cảm đồng nghiệp bạn bè vì rõ ràng nó đem lại nhiều lợi ích hơn là tình yêu đôi lứa, dù vậy ông cũng chỉ ra sự thiếu sót về mặt kiến thức là điểm yếu cố hữu mà nhân vật cần phải khắc phục. Như vậy lời khuyên ở đây là nhân vật cần tập trung trở lại trong đàm phán, cố gắng vun đắp tình cảm với những người đang giúp đỡ mình nhưng cần tránh sự lấn sâu vào tình cảm như ở giai đoạn trước, song song với tình cảm thì chuyên môn là thứ nhân vật cần cải thiện nếu muốn đạt tới thành công.

Seven of Cups:

Đây là lá bài ứng với vị trí thứ 7 trong số các lá Minor hệ

cốc, thể hiện trạng thái tương ứng với chủ đề về quản lí và kiểm soát trong hành trình thụ pháp và hành pháp của nhân vật, là sự chuyển tiếp từ lĩnh vực cảm xúc quay lại lí trí nên lá này cũng thể hiện những sự biến động to lớn. Sự thành đạt ảo được cả Hội Bình Minh Vàng và Case nhắc tới nhằm thể hiện vấn đề quan trọng nhất trong lá bài này là những thành công không có thật mà nhân vật đang hướng tới trong đàm phán, có thể là những ý kiến hay đề xuất nghe rất triển vọng mà nhân vật đang đầu tư vào trong khi thực tế không hiệu quả như ý muốn. Khát vọng trong lời đoán của Waite chính là nguyên nhân khiến nhân vật lao mình vào những dự án mạo hiểm này, có thể là sau quá trình phát triển suôn sẻ của tình cảm trong công việc thì nhân vật nghĩ rằng mình hoàn toàn có thể làm bất cứ những gì mình mong muốn, do đó đã dẫn đến những sai lầm trong giai đoạn này. Sự trác táng trong lời đoán của Crowley còn chỉ ra sự tiêu cực lớn hơn khi nhân vật chỉ quan tâm đến việc hưởng thụ trong khi chưa có những dấu hiệu rõ rệt của sự thành công, chính tác phong này sẽ ảnh hưởng trực tiếp đến vị thế của nhân vật khi tham gia vào quá trình đàm phán. Lời khuyên ở đây là nhân vật cần có sự thực tế với chính bản thân mình và có sự phân định rạch ròi giữa những thứ mình có thể làm được và những thứ chỉ là giấc mơ, đặt những ảo tưởng lên bàn đàm phán chỉ tạo điều kiện cho những kẻ chống đối được hưởng lợi do đó sự sáng suốt trong tình cảm ở đây là vô cùng quan trọng.

Eight of Cups:

Đây là lá bài thể hiện sự gắn kết khá rõ ràng với lá trước từ mặt hình ảnh cho tới ý nghĩa, ở đây trạng thái của lá bài thể hiện cho chủ đề sức mạnh trong chuỗi các chủ đề chính được thể hiện trong các lá Major, là sự chuyển đổi cần thiết sau chủ đề quản lý không mấy thành công ở lá trước. Sự hủy bỏ giao ước trong lời đoán của Waite thể hiện sự quyết tâm của nhân vật trong việc sửa đổi những sai lầm mà mình đã tạo ra trong giai đoạn trước dù cho có phải chấp nhận những tổn thất trong đàm phán hiện tại, hủy bỏ giao ước cũng đồng nghĩa với việc nhân vật có thể phải bắt đầu lại mọi thứ từ đầu. Nỗi ân hận cùng việc quên đi quá khứ để làm cho hiện tại tốt đẹp trong lời đoán của Mathers thể hiện việc nhân vật cần phải có sự đấu tranh quyết liệt trong tình cảm không chỉ với người ngoài mà còn trong chính bản thân mình, đây chính là yếu tố cần đến sức mạnh vì nếu không sẵn sàng thừa nhận quá khứ thì sẽ không thể thay đổi, ngược lại dũng cảm sống hết mình vì hiện tại và tương lai cũng đòi hỏi một sự cố gắng lớn lao. Sự biếng nhác trong lời đoán của Crowley còn thể hiện yếu tố tiêu cực sót lại từ giai đoạn trước là trạng thái lười biếng do kết quả xấu mang lại hoặc do không đủ dũng khí trước những khó khăn hiện tại, nhân vật cần phải loại trừ tính xấu này nếu muốn tiếp tục phát triển sự nghiệp. Lời khuyên ở đây là nhân vật cần phải vận dụng tất cả những nguồn sức mạnh nội tại mà mình có được để vực bản thân dậy sau sự sa ngã ở giai đoạn trước, tình cảm bên ngoài chỉ là yếu tố giúp đỡ còn cảm xúc trong chính nhân vật mới là nhân tố chính quyết định thành bại nên nhân vật cần cố gắng xác định mục đích tình cảm cũng như nguồn động lực chính đáng trong đàm phán và công việc.

Nine of Cups:

Lá bài này thể hiện trạng thái chuẩn bị cuối cùng của nhân vật trước khi đến được chặng cuối của hành trình, chủ đề tiềm thức được thể hiện ở đây nhằm nói lên cái nhìn của chính nhân vật sau khi tự mình trải nghiệm những cảm xúc khác nhau trong suốt hành trình tình cảm. Sự an nhiên tự tại và chế ngự cảm xúc trong lời đoán của Mathers mô tả nhân vật có bản lĩnh cao và sự am hiểu về mặt tình cảm, ở đây dường như nhân vật nắm được các vấn đề tình cảm khi tham gia đàm phán nên không còn có trạng thái lo lắng do bị tình cảm ảnh hưởng nữa. Sự thành đạt trong lời đoán của Waite và hạnh phúc trong lời đoán của Crowley thể hiện những thành công đích thực đã đến với nhân vật sau thời gian dài thiếu ổn định về mặt tình cảm, chính nền tảng của sự kiểm soát tốt về tình cảm giúp nhân vật dần dần nắm được các quy luật và thành công hơn trong vấn đề đàm phán. Điều đáng lưu ý là ngoài hạnh phúc thì Hội Bình Minh Vàng và Case còn nói tới sự thành công vật chất như là yếu tố kèm theo khi nhân vật đã có được thành công về tình cảm, sự tương quan giữa hai vấn đề này được thể hiện là khá mật thiết và do vậy cần lưu tâm tới cả hai mặt khi đàm phán bất cứ vấn đề gì. Lời khuyên ở đây là nhân vật cần cố gắng nắm được tình hình bao quát và có sự khôn ngoan trong hành động để làm điều có lợi nhất cho mình, nhân vật đã đủ trưởng thành và không có việc gì nằm ngoài tầm với, chỉ có điều là liệu bản thân nhân vật có biết cách sử dụng cho phù hợp mọi thứ mình đang có hay không.

Ten of Cups:

Đây là lá bài cuối cùng trong các lá Minor hệ cốc, thể hiện trạng thái chung cuộc trong sự liên hệ giữa tình cảm với việc đàm phán trong công việc, trạng thái của lá bài này cũng tương ứng với chủ đề số mệnh trong hành trình thụ pháp và hành pháp của nhân vật. Sự mãn nguyện được thể hiện trong lời đoán của Waite chứng tỏ nhân vật đã có được tình cảm như mình mong muốn và việc đàm phán do vậy cũng coi như là đã hoàn thành được mục tiêu đặt ra và nhân vật không còn đòi hỏi gì hơn. Sự dư dật trong lời đoán của Crowley còn thể hiện nhân vật sở hữu tình cảm không chỉ ở mức độ đủ mà còn là dư thừa, điều này khi đem so sánh có thể khiến cho nhiều người ghen tỵ vì ngay cả mức độ vừa đủ trong chuyện tình cảm đã là thứ nhiều người mơ ước nhưng không đạt được, do vậy trong đàm phán phải khôn khéo để giữ vững lợi ích của mình. Sự trợ giúp của gia đình và bạn bè được thể hiện rõ ở đây chứng tỏ nhân vật sở dĩ thành công được là nhờ tạo dựng được tình cảm tốt đẹp với những người thân và nhận lại được tình cảm và sự trợ giúp từ họ, đó chính là nguồn lực để nhân vật vượt qua mọi khó khăn trong đàm phán ở giai đoạn này. Lời khuyên ở đây là nhân vật cần cố gắng tận dụng những sự giúp đỡ tình cảm từ mọi người để hoàn thành những dự tính của mình, nhưng đồng thời cũng phải biết rút kinh nghiệm từ những sai lầm từng có, phải thận trọng khi gắn tình cảm vào công việc, không được vượt quá giới hãn và phải có sự chăm sóc yêu thương với gia đình, bạn bè mình.

Page of Cups:

Đây là lá bài đầu tiên trong các lá Court hệ cốc, thể hiện sự liên hệ giữa vấn đề tình cảm trong đàm phán, đây chính là nhân tố ngầm tạo nên những sự thay đổi trong đàm phán, thường là nguyên nhân phát sinh những vấn đề nan giải và nếu biết cách nắm được nó sẽ có thể nhanh chóng giải quyết vấn đề. Mathers đưa ra lời đoán về người lãng mạn và dễ ưng thuận thể hiện nội tâm của nhân vật trong giai đoạn này còn đơn giản và do đó trong đàm phán nhân vật thường là người thụ động và là đối tượng cho những lời thuyết phục và đề nghị gia nhập. Sự sẵn lòng tiếp nhận và dâng hiến yêu thương cũng được nhắc đến để thể hiện nhân vật rất coi trọng tình cảm và có thiên hướng ngả theo ai có thái độ quan tâm chăm lo cho mình trong giai đoạn này, quá trình đàm phán của nhân vật do vậy cũng dựa trên những mục đích tình cảm, tức là cho mình và cho cả những người mình yêu thương. Tuy nhiên trong lời đoán lại nhắc tới người sống trong thế giới ảo để nhắc tới trường hợp nhân vật tự ảo giác và nhầm lẫn về tình cảm người ta dành cho mình, nếu không sớm nhận ra sự thật thì nhiều khả năng nhân vật sẽ phải gánh chịu những hậu quả to lớn về sau. Như vậy lời khuyên ở đây là nhân vật cần hiểu rõ tình cảm không phải là yếu tố chi phối hoàn toàn trong công việc và nhân vật không thể chỉ hoàn toàn sống trong tình cảm mà trong đàm phán công việc còn có những tính toán và kế hoạch, ít ra là vì lợi ích của chính bản thân mình và dự phòng cho tương lai.

Knight of Cups:

Đây là lá bài thứ hai trong các lá Court hệ cốc, thể hiện sự chuyển biến về tư chất của nhân vật giữa hai nhóm chủ đề chính là bảo hộ, quyền lực và tâm linh, tình cảm, sự chuyển biến này là bản lề cho cả giai đoạn sau của hành trình tình cảm mà nhân vật phải trải qua. Waite đưa ra lời đoán về sự phong phú của trí tưởng tượng, sự tiếp cận chứng tỏ ở đây nhân vật chủ động tìm tới những người và những việc tạo cho mình thiện cảm và tìm cách kết hợp để phát triển, đây cũng là mục tiêu quan trọng nhất của nhân vật trong đàm phán ở giai đoạn này. Hội Bình Minh Vàng thì đưa ra lời đoán về sự uy nghi biếng nhác nhưng rất nhiệt tình nếu được kích động hợp lý, chứng tỏ nhân vật không mấy mặn mà trong việc tham gia các cuộc đàm phán mặc dù bản thân là người có khả năng, nhưng nếu gặp đúng chủ đề yêu thích thì nhân vật hoàn toàn sẽ tham gia hết mình. Crowley thì đưa ra lời đoán có phần tiêu cực hơn khi nói tới việc lạm dụng chất gây nghiện, như vậy nhân vật có xu hướng tìm đến sự thỏa mãn về tình cảm một cách nguy hại cho chính mình, đây là điều cần phải tránh ngay nếu không muốn cuộc sống của nhân vật bị ảnh hưởng. Như vậy lời khuyên ở đây là nhân vật có thể làm việc theo cảm tính của mình và không tham gia vào những việc đàm phán mình không thích, nhưng cũng cần phải đầu tư cho đam mê của mình và nỗ lực chứ không nên buông thả mình vào cảm xúc cũng như tìm đến những thú vui và cám dỗ về mặt tình cảm.

Queen of Cups:

Đây là lá bài thứ 3 trong hành trình các lá Court hệ cốc, thể hiện trạng thái tương ứng với giai đoạn tư chất nhân vật có sự trưởng thành giữa hai nhóm chủ đề tâm linh, tình cảm sang quản lí và sức mạnh, đây là trạng thái chuẩn bị cho sự kết thúc trong hành trình tình cảm của nhân vật. Hội Bình Minh Vàng đưa ra lời đoán về người mơ mộng, thích tưởng tượng chứng tỏ nhân vật càng lúc càng thể hiện rõ thiên hướng tình cảm của mình trong đàm phán công việc, điều này giúp nhân vật có những mục tiêu khá rõ ràng so với nhiều người nhưng bù lại đôi khi nó khiến nhân vật mất tập trung vào những công việc hiện tại. Khả năng thấu thị và ham mê tri thức của Waite chứng tỏ nhân vật có khả năng đoán trước được các kết quả trong các quá trình đàm phán, có thể là do nắm bắt được xu hướng tình cảm của các bên tham gia vào đàm phán, cộng thêm sự trau dồi về tri thức và kinh nghiệm, như vậy tuy bên ngoài không có gì nổi bật nhưng nhân vật lại là người rất biết cách thực hiện điều mình muốn trong đàm phán và cũng có thể gây ra ảnh hưởng to lớn nếu muốn. Tuy vậy Mathers lại nhắc đến việc nhân vật dễ bị ảnh hưởng từ những tác động bên ngoài, đây chính là mặt trái của việc quá thiên về tình cảm khiến cho nhân vật không có được trạng thái tinh thần ổn định trong suốt quá trình đàm phán cho tới khi kết thúc công việc. Như vậy lời khuyên ở đây là nhân vật cần phải có kế hoạch rõ ràng cho mình trong đàm phán, không thể chỉ vì hiểu được vấn đề mà sinh ra chủ quan và không chú tâm đến những kế hoạch chi tiết cụ thể cũng như những thủ tục bắt buộc và có hệ thống trong công việc.

King of Cups:

Đây là lá bài cuối cùng trong các lá Court hệ cốc, thể hiện trạng thái cao nhất về mặt cảm xúc trong con người nhân vật, nó cũng thể hiện ra ngoài qua việc hướng các cuộc đàm phán đến mục đích cuối cùng là hoàn thành những ước vọng tình cảm ngự trị trong nhân vật. Mathers thể hiện sự tinh tế và khéo léo trong lời đoán của mình chứng tỏ cách thức thể hiện và diễn đạt mục đích tình cảm trong đàm phán của nhân vật lúc này đã hoàn toàn trở nên rất khôn khéo và khiến cho người khác không thể có lý do để chống đối nhân vật. Lời đoán còn mô tả về người có dáng vẻ bên ngoài bình thản nhưng bên trong rất mạnh mẽ và nhiều đam mê, chứng tỏ nhân vật khéo léo che giấu những cảm xúc của mình nên người ngoài sẽ không thể đoán được những động cơ và mục đích thật sự nhân vật hướng tới, như vậy nhân vật sẽ có nhiều thuận lợi hơn để đạt tới những thành công mình mong muốn vì không gặp nhiều sự ngăn trở. Tuy nhiên trong lời đoán cũng nhắc tới người thích phô trương quyền hành nhằm cảnh báo nhân vật không nên quá lạm dụng những quyền lực và vị thế mình đang có được mà vẫn nên dùng những biện pháp mềm dẻo để tác động đến người khác. Lời khuyên ở đây là nhân vật nên tận dụng tốt những kinh nghiệm mình có được trong giai đoạn đã qua để biết cách kiểm soát tình cảm cho hợp lí, ẩn giấu đúng lúc và thể hiện đúng nơi để giúp cho quá trình đàm phán được tiến triển đều đặn nhằm đạt tới thành công mà nhân vật mong muốn.

Ace of Cups
Two of Cups
Three of Cups
Four of Cups
Five of Cups
Six of Cups
Seven of Cups
Eight of Cups
Nine of Cups
Ten of Cups
Page of Cups
Knight of Cups
Queen of Cups
King of Cups

3 ĐẦU TƯ VÀ TÀI CHÍNH

MAJOR ARCANA

0 The Fool:

Đây là lá bài đầu tiên trong các lá Major và cũng là lá bài khởi đầu cho hành trình chàng khờ. Tương ứng với vấn đề tài chính trong công việc, lá bài này cũng thể hiện trạng thái bắt đầu trong việc sử dụng tài chính của mình vào việc mình muốn làm. Mathers nhắc tới sự độc đáo hoặc kỳ quặc trong tư tưởng, thể hiện ý tưởng đầu tư tài chính này của nhân vật là nhắm vào một hướng mới lạ mà người ngoài không thể ngờ được, qua đó thể hiện ý chí của nhân vật trong việc hướng tới mục đích của bản thân mình mà không bị lệ thuộc người ngoài. Tuy vậy Mathers cũng có nhắc tới sự điên khùng, cũng như các lời đoán khác đều có nói tới sự kì dị cho thấy xu hướng bất chấp hậu quả cũng như không cân nhắc kĩ có thể dẫn tới sự tổn thất về mặt tài chính. Do đó lời khuyên cho lá bài này là trong khi tìm cách hướng tới những mục đích mới mẻ thì cũng cần phải có sự thận trọng trong việc chi tiêu, tránh việc dồn quá nhiều tiền của mình vào một thứ khi chưa chắc chắn hoàn toàn để hạn chế những rủi ro có thể xảy ra.

1 The Magician:

Đây là lá bài đầu tiên trong hành trình thụ pháp của chàng khờ, thể hiện sự tiếp nối sau lá The Fool. Ở đây thể hiện hình ảnh nhân vật đang học hỏi và tiếp nhận những kỹ năng cần thiết cho hành trình của mình. Sự khôn khéo và giỏi thích ứng mà Crowley nhắc tới đã thể hiện được kinh nghiệm phát triển hơn so với lá bài trước, nhờ thế mà nhân vật đã có cân nhắc và tính toán khéo léo hơn trong chuyện tiền bạc của mình. Sức sáng tạo mà Case nhắc đến cũng thể hiện nhân vật vẫn tiếp tục có những ý tưởng mới của mình trong việc đầu tư tiền bạc để sinh lời. Ngoài ra các lời đoán này còn thể hiện được sự khôn khéo của nhân vật sẽ giúp nhân vật nhận được nhiều sự giúp đỡ về tiền bạc, càng giúp ích hơn trong những dự án mà nhân vật đang hướng tới, tính tích cực của lá bài này như vậy có sự tăng tiến nếu so với lá trước.

2 The High Priestess:

Lá bài này thể hiện quá trình học hỏi, tiếp nhận về tri thức trong hành trình thụ pháp của nhân vật. Tương ứng về vấn đề tài chính lá bài này thể hiện sự học hỏi về việc sử dụng các nguồn lực tài chính của mình sao cho hiệu quả nhất. Lời đoán của Hội Bình Minh Vàng về sự thay đổi, tăng và giảm thể hiện quá trình học hỏi tiếp thu kinh nghiệm của nhân vật trong việc sử dụng tiền bạc, có thể trải qua những giai đoạn thay đổi liên tục từ thành công đến thất bại. Tuy thế nhân vật vẫn có thể hài lòng vì những thất bại nếu có ở giai đoạn này đều là những bài học bổ ích và sẽ giúp nhân vật có thêm những kinh nghiệm cần thiết để sau này tránh khỏi những tổn thất tiền bạc ở mức độ nghiêm trọng hơn khi tham gia một dự án lớn sau này. Lời khuyên cho lá bài này vẫn là cần phải tận dụng tốt những sự giúp đỡ tiền bạc từ mọi người xung quanh để thực hiện những kế hoạch của mình, đồng thời cần phải cố gắng học hỏi những người có kinh nghiệm để biết cách đầu tư tiền bạc của mình cho hợp lý.

3 The Empress:

Lá bài này thể hiện chủ đề về sự bảo hộ trong hành trình thụ pháp của nhân vật, thông qua đó thể hiện nhân vật nhận được những sự hậu thuẫn vững chắc về tài chính để có thể thực hiện những dự tính của mình. Liên kết với hành trình từ các lá trước ta có thể thấy được sự tăng tiến đều đặn về mặt tài chính của nhân vật, trong đó chủ yếu là nhờ vào những nguồn lực từ bên ngoài để giúp nhân vật thực hiện mục đích của mình. Mathers đưa ra lời đoán về sự gia tăng, phát triển và hoạch lợi chứng tỏ với nền tảng ổn định, mặt tài chính của nhân vật tiếp tục có sự phát triển và đem về những lợi ích vật chất. Crowley thể hiện tình yêu, sự sang trọng và niềm vui, chứng tỏ những lợi ích mà tài chính đem lại nếu được sử dụng đúng cách còn có thể đem lại niềm vui tinh thần, trở thành nguồn động lực tình cảm cho nhân vật. Như vậy vấn đề ở đây là nhân vật cần tiếp tục giữ được những phẩm chất đã khiến mọi người tin tưởng để tiếp tục nhận được những sự trợ giúp tài chính từ mọi người nhằm đạt được thành công, ngoài ra cần phải biết dùng nguồn lợi tài chính thu được vào những việc có ích như bồi đắp các mối quan hệ với những người thân thiết.

4 The Emperor:

Lá bài này thể hiện một bước tiến nữa trong vấn đề tài chính thông qua chủ đề quyền lực trong hành trình thụ pháp của nhân vật. Sự ổn định, quyền lực, lý trí, ý chí là lời đoán của Waite, chứng tỏ lúc này nhân vật đã kiểm soát tốt vấn đề tài chính của bản thân mình, thể hiện sự trưởng thành cũng như khả năng làm việc độc lập mà vẫn mang lại lợi nhuận. Năng lực được Crowley thể hiện trong lời đoán của mình chứng tỏ nhân vật đã nắm rõ được các nguyên tắc cần thiết trong công việc mình đang làm và biết cách thu về lợi ích tài chính. Tuy vậy Mathers nhắc tới sự cứng rắn và không linh động, thể hiện nhân vật đã không còn giữ được tính năng động sáng tạo ở các lá trước mà có dấu hiệu chững lại sau khi thu được những thành công. Như vậy lời khuyên ở đây là nhân vật không nên tự mãn với những thành công vừa có được mà nên cố gắng đổi mới tư tưởng và tìm ra những nơi mới để đầu tư tài chính, đừng quá hà tiện về mặt tiền bạc của mình trong giai đoạn này.

5 The Hierophant:

Lá bài này thể hiện chủ đề tâm linh trong hành trình thụ pháp của nhân vật, ứng với giai đoạn mà nhân vật sử dụng tiền bạc của mình một cách rộng rãi hơn giai đoạn trước. Hội Bình Minh Vàng đưa ra lời đoán về trí năng thần thánh, sự minh giải và giảng dạy, chứng tỏ nhân vật tìm được nguồn khai sáng về mặt trí tuệ, từ đó ảnh hưởng đến nhận thức của nhân vật về tiền bạc và cách thức sử dụng tiền bạc của mình. Trực giác, sự học hỏi từ tha nhân và sự liên hiệp là những điều được Mathers thể hiện, chứng tỏ ở đây nhân vật không còn có xu hướng hành động đơn độc như lá trước mà đã bắt đầu biết tiếp thu từ những người xung quanh, đồng thời có sự tin tưởng hơn khi giao phó về tài chính cho những người khác. Sự liên minh, hòa hợp và phấn khích được Waite thể hiện, qua đó cho thấy sự hợp tác này có chiều hướng diễn ra tốt đẹp và sẽ mang lại lợi ích tài chính cho mọi người. Như vậy lời khuyên ở đây là nhân vật nên tìm ra những đối tác ưng ý để phối hợp trong vấn đề tài chính, điều đó sẽ giúp ích cho công việc hiện tại và mang lại những lợi ích lớn hơn.

6 The Lovers:

Lá bài này thể hiện chủ đề tình cảm trong hành trình thụ pháp của nhân vật, thực tế thì vấn đề tình cảm và tài chính có quan hệ rất chặt chẽ với nhau nên có sức ảnh hưởng qua lại rất lớn. Sự phấn khích và động lực được thể hiện qua lời đoán của Hội Bình Minh Vàng chứng tỏ ở đây tình yêu là động lực không hề nhỏ để nhân vật cố gắng hơn nữa nhằm gặt hái nhiều thành công về mặt tài chính. Sự lựa chọn phải thực hiện là lời đoán của Mathers, chứng tỏ khi bắt đầu bước vào chuyện tình cảm thì nhân vật sẽ phải đưa ra một số lựa chọn liên quan đến chuyện tiền bạc của mình, những lựa chọn này tùy lúc sẽ mang lại kết quả tích cực hay tiêu cực. Vì thế điều quan trọng là nhân vật cần phải có sự tỉnh táo cần thiết trong chi tiêu tiền bạc liên quan đến vấn đề tình cảm, mặc dù tất nhiên vẫn cần có sự đầu tư nhưng không nên quá tay. Như vậy lời khuyên cho lá bài này là cần xác định rõ những gì mình cần phải dùng đến tiền bạc trong quan hệ tình cảm để tránh việc chi tiêu quá nhiều theo những cảm xúc nhất thời, ngoài ra nên tận dung trạng thái tích cực và các nguồn động lực mà tình cảm đem lại để phát triển thêm về mặt tài chính cho mình.

7 The Chariot:

Lá bài này thể hiện sự kiện thứ 7 trong hành trình thụ pháp, đó là chủ đề liên quan đến vấn đề quản lí, một vấn đề cũng hết sức quan trọng khi gắn với chuyện tiền bạc. Sự chiến thắng, sức khỏe và thành công được thể hiện trong lời đoán của Hội Bình Minh Vàng chứng tỏ những sự bội thu về mặt tài chính của nhân vật do những sự tính toán hợp lí đem lại. Ở đây ngoài yếu tố thành công về tiền bạc còn thể hiện sự mạnh mẽ về sức khỏe, chứng tỏ để có thể thu được thành công ở giai đoạn này thì nhân vật cần chú ý đến những yếu tố như sức khỏe để làm tiền đề cho thành công. Nắm trong tay nhiều sự lựa chọn nên việc kiểm soát và tính toán sao cho việc quản lí các nguồn lực của mình một cách tốt nhất để thu về lợi ích vật chất là mục đích cao nhất của nhân vật trong lá bài này nên đòi hỏi sự vận dụng các kĩ năng cách tốt nhất có thể. Như vậy lời khuyên ở đây là sự cẩn trọng tối đa trước khi đầu tư tài chính vào một việc nào đó mà nên cân nhắc trước phương án dự phòng cũng như sự phân phối tiền bạc đều đặn vào nhiều nơi chứ không nên dồn vào một chỗ để tránh những biến cố bất thường.

8 Strength:

Lá bài này thể hiện chủ đề tiếp nhận sức mạnh trong hành trình thụ pháp, thể hiện một bước ngoặt trong hành trình khi nhân vật cần phải tiếp thu những kỹ năng cao hơn nhằm giải quyết vấn đề theo độ khó ngày càng cao trong công việc. Lòng can đảm được thể hiện trong hầu hết các lời đoán đã cho thấy ở đây nhân vật cần một sự quyết đoán, mạnh tay khi thực hiện chuyện đầu tư liên quan đến tiền bạc, nếu do dự sẽ chậm trễ và đánh mất cơ hội. Hành động đam mê mãnh liệt được Crowley thể hiện trong lời đoán của mình như mô tả phẩm chất của người thành công, qua đó ám chỉ nhân vật cần phải có tư chất thành công, tức là hành động một cách đầy đam mê trong công việc của mình, chứ không nên chỉ hời hợt và đơn thuần nhắm vào lợi ích tiền bạc. Niềm vui và sự háo hức trong lời đoán của Mathers thể hiện trạng thái tinh thần vui vẻ khi nhân vật nhận ra được đam mê trong công việc của mình, đây là nguồn động lực tích cực dẫn tới những thắng lợi về vấn đề tài chính trong tương lai. Như vậy lời khuyên ở đây là khi tiến hành đầu tư tài chính, đừng nghĩ trực tiếp tới khoản lời sẽ thu về mà thay vào đó hãy nhìn vào những giá trị tích cực khác, cũng như hành động vì niềm đam mê, những điều đó cũng sẽ dẫn tới sự thành công kéo theo nguồn lợi tiền bạc một cách chân chính hơn nhiều.

9 The Hermit:

Lá bài này thể hiện chủ đề trí tuệ trong hành trình thụ pháp, là sự kiện gần cuối trong chuỗi các sự kiện của hành trình chàng khờ. Trí tuệ là yêu cầu không thể thiếu đi liền với việc sử dụng các nguồn lực tài chính sao cho hợp lí để có thể sinh lời, do đó khi có đủ kinh nghiệm trong cuộc hành trình thì nhân vật có nhu cầu tìm tòi sự thông tuệ nhằm tháo gỡ những khó khăn đang gặp phải và củng cố thêm nền tảng cũng như tạo tiền đề cho những thành công của mình trong tương lai. Sự khôn ngoan, cẩn trọng và giấu kín được Waite thể hiện như một quá trình phấn đấu ngầm của nhân vật nhằm thu về được những kiến thức quý báu cần thiết cho việc sử dụng tiền bạc của mình. Đạt được mục tiêu, tỏa sáng là những điều được Mathers thể hiện trong lời đoán của mình chứng tỏ sự nỗ lực của nhân vật là để nhắm tới những mục đích to lớn trong tương lai với mong muốn được mọi người ghi nhận, để đạt được điều này nhân vật cần có những sự tính toán và đầu tư nhiều và lâu dài về tiền bạc và phải chấp nhận những khó khăn trước mắt. Lời khuyên cho lá bài là khi xác định được mục đích cao nhất mà mình muốn theo đuổi thì hãy tập trung mọi nguồn lực tài chính mình có, kiên trì theo đuổi lâu dài và không nản chí khi trên hành trình có vấp phải một số khó khăn nhất thời.

10 Wheel of Fortune:

Đây là lá bài cuối cùng trong hành trình thụ pháp của nhân vật, đánh dấu khép lại quá trình tìm hiểu các vấn đề của thế giới và mở ra hành trình vận dụng những gì mình đã học được. Chu kỳ liên hoàn trong lời đoán của Mathers cũng như sự đổi thay vận số trong lời đoán của Crowley đều thể hiện sự chuyển tiếp giữa hai giai đoạn, tức là quá trình chuyển đổi những nhận thức cũng như mục tiêu của nhân vật giữa hai hành trình, do đó lá này mang ý nghĩa quan trọng, nhất là về vấn đề tiền bạc. Sự chuyển tiếp giữa hai hành trình luôn hàm chứa nhiều sự biến đổi to lớn, trong đó có nhiều cơ hội cũng như khó khăn, nên việc lên kế hoạch sử dụng tiền bạc như thế nào là vấn đề căn bản nhất thể hiện qua lá bài này. Điểm tích cực trong lá bài này là hầu hết các lời đoán đều chỉ ra vận may và hạnh phúc, chứng tỏ kinh nghiệm cũng như của cải tích lũy được trong các lá bài trước đã tạo ra nền tảng tài chính ổn định và nhân vật cũng đã đủ bản lĩnh để bước vào cuộc phiêu lưu mới. Như vậy lời khuyên cho lá bài này là nhân vật cần phải biết phát hiện ra thời cơ và đầu tư tài chính của mình vào đó một cách nhanh chóng vì những cơ hội như thế này không dễ xuất hiện lần thứ 2, ngoài ra cũng cần có sự tích trữ cần thiết về tài chính để chuẩn bị cho những sự thay đổi lớn lao sắp tới.

11 Justice:

Đây là lá bài đầu tiên trong hành trình hành pháp của nhân vật, thể hiện về sự vận dụng các kỹ năng của nhân vật trong vấn đề tài chính. Mathers nhắc đến sự quân bình và tự chủ, sự quyết định như biểu trưng cho việc nhân vật đã hấp thu đầy đủ những bài học mình cần và đây là lúc cần phải thực hành để làm chủ các kỹ năng đó cũng như phải đưa ra quyết định sử dụng chúng như thế nào. Trong vấn đề tài chính, quan trọng nhất là quyết định ban đầu khi quyết định đầu tư tiền bạc vào nơi nào và vì mục đích gì nên lời đoán của Mathers có ý nghĩa rất quan trọng. Crowley thì nêu lên mặt trái của vấn đề là sự đình hoãn những hoạt động cần phải quyết định thực hiện, chứng tỏ khi đưa ra quyết định thì có những việc mà nhân vật nhận ra cần phải có thời gian để cân nhắc trước khi quyết định đặt tiền bạc của mình vào đó. Như vậy lời khuyên ở đây là nhân vật cần phải có sự cân nhắc dựa trên những điều mình đã học được và cần cố gắng giữ được sự cân bằng trong vấn đề đầu tư tài chính của mình, nếu cảm thấy không chắc chắn có thể tạm ngưng đầu tư vào việc đó một thời gian.

12 The Hanged Man:

Đây là lá bài thể hiện sự chủ động tìm hiểu vấn đề tri thức trong hành trình hành pháp của nhân vật, ở đây thể hiện sự tính toán nhằm tìm ra hướng đi cũng như nơi để tin cậy đầu tư tiền bạc sắp tới của nhân vật. Waite thể hiện trong lời đoán của mình sự xét xử, hy sinh và thận trọng chứng tỏ những khó khăn đang gặp phải khiến nhân vật phải xét đoán lại tình hình cũng như phải cẩn thận khi tính đến bước kế tiếp của mình. Với những khó khăn như thế thì đương nhiên phải chấp nhận những bước lùi, Hội Bình Minh Vàng đã thể hiện qua lời đoán về sự hy sinh miễn cưỡng, sự trừng phạt, mất mát chứng tỏ giai đoạn này có thể có những tổn thất không tránh khỏi về tiền bạc, điều quan trọng là đừng để những tổn thất đó tiếp tục kéo dài mà phải sớm tìm ra giải pháp. Sự đảo nghịch trong lời đoán của Mathers thể hiện đây là một giai đoạn đặc biệt khi mọi thứ có thể trở nên đột ngột xấu đi nhưng rồi tất cả cũng sẽ trở lại trật tự của nó nên các tín hiệu tích cực sẽ sớm xuất hiện trở lại. Lời khuyên cho lá bài này là cần tách mình ra khỏi những vấn đề tiền bạc có những dấu hiệu tích cực, sự tách mình này giúp nhân vật có thêm thời gian suy ngẫm kĩ hơn để khi trở lại có thể đưa ra những quyết định chính xác hơn về mặt tiền bạc, cũng như tránh được một số tổn thất có xu hướng kéo dài.

13 Death:

Đây là lá bài thể hiện sự thay đổi, lột xác trong hành trình hành pháp của nhân vật. Lời đoán của Mathers nhắc tới sự thay đổi ngoài dự kiến, chứng tỏ lúc này có yếu tố mới xuất hiện trong công việc và ảnh hưởng tới tài chính của nhân vật, do vậy bắt buộc nhân vật phải điều chỉnh lại những kế hoạch của mình cho phù hợp với hoàn cảnh mới. Crowley thì mô tả sự thay đổi này có cả yếu tố tự nguyện lẫn bị ép buộc, qua đó thể hiện sự liên kết với lá trước khi nhân vật nhận ra mình cần phải tự thay đổi để phát triển, ngoài ra những yếu tố bên ngoài cũng không cho phép nhân vật đứng im lâu hơn nữa, nếu không theo kịp có thể sẽ mất đi những nguồn lợi tài chính đang có. Sự kết thúc, sự chết là điều nằm trong lời đoán của Waite, chứng tỏ giai đoạn thay đổi này hàm chứa nhiều khó khăn và nhân vật có thể phải chấp nhận những tổn thất hoặc thất bại trong một số dự án mà mình đã đầu tư tài chính. Dù vậy những sự thay đổi này đều nhằm hướng tới mục đích tốt đẹp hơn nên những thất bại ở đây sẽ giúp nhân vật nhìn ra được bản chất của vấn đề nên ở tương lai sẽ có quyết định sáng suốt hơn trong các vấn đề tài chính của mình.

14 Temperance:

Lá bài này thể hiện chủ đề thực thi quyền lực trong hành trình hành pháp của nhân vật, thể hiện sự chủ động trong việc sử dụng các nguồn lực tài chính ở địa vị cao của nhân vật. Hội Bình Minh Vàng đưa ra lời đoán về sự kết hợp mọi sức mạnh, sự hiện thực, hành động, chứng tỏ điều mà nhân vật cần phải làm ở cương vị mới của mình là nhanh chóng liên kết được nhiều người, tập hợp được nhiều nguồn lực tài chính nhằm thực hiện những dự án kế tiếp của mình. Tính kinh tế, sự ôn hòa, điều hành và thích ứng là lời đoán của Waite, chứng tỏ điều quan trọng ở đây là nhân vật phải biết vận dụng những khả năng của mình trong việc quản lí và phân phối về mặt tài chính để đảm bảo sự hài hòa ổn định trong các công việc mà mình tham gia vào, điều đó sẽ giúp giữ vững vị thế và quyền lực hiện tại của nhân vật. Sự thử thách cam go mà Mathers nhắc đến ngầm ám chỉ những khó khăn trên hành trình của nhân vật, rõ ràng không bao giờ dễ dàng khi phải tìm cách cân bằng những lợi ích có phần đối nghịch nhau, nhất là về vấn đề tài chính. Do đó lời khuyên cho nhân vật là cần tìm thêm đồng minh, những sự trợ giúp đắc lực và sử dụng hiệu quả quyền lực mình có để lèo lái các dự án theo ý mình nhằm tạo ra những nguồn lợi tài chính nhiều nhất có thể.

15 The Devil:

Lá bài này đánh dấu sự chuyển sang chủ đề tâm linh, là một bước ngoặt trên hành trình hành pháp của nhân vật, đặc biệt khi xét đến vấn đề tài chính, vì khi hướng tài chính từ vật chất sang tinh thần thì chứng tỏ nội tâm nhân vật có sự thay đổi sâu sắc. Mathers mô tả sự kích động, mù quáng, sự ám ảnh và nỗi sợ như những sự ảnh hưởng về mặt tinh thần đã khiến nhân vật có sự thay đổi trong việc sử dụng tiền bạc của mình. Case thì đưa ra lời đoán về sự ràng buộc và định mệnh trong lời đoán của mình, ám chỉ nhân vật nhận ra được những thứ thuộc về bản chất của mình hoặc những mục đích sâu xa của cuộc đời nên dẫn đến sự thay đổi trong suy nghĩ về tiền bạc và cả cách sử dụng tiền bạc cũng bị ảnh hưởng. Như vậy ở đây có thể thấy nhân vật bị những ám ảnh về mặt tinh thần tác động mạnh mẽ đến hành vi trong công việc và các vấn đề liên quan đến tình cảm, muốn giải quyết những vấn đề ở đây vì thế cũng phải đi từ giải quyết những khúc mắc trong nội tâm nhân vật trước. Lời khuyên ở đây là khi cảm thấy có những khúc mắc trong lòng mà không thể tự mình giải quyết thì nhân vật cần tìm đến người nào đó có đủ kinh nghiệm và đáng tin cậy để nhờ giúp đỡ, đồng thời trong các vấn đề tiền bạc không nên vì quá đam mê mà vung tay quá trán, thay vào đó nên có sự dự trữ tiền bạc cho những giai đoạn sau.

16 The Tower:

Lá bài này thể hiện chủ đề tình cảm trong hành trình hành pháp, chứng tỏ trạng thái tinh thần kiểm soát các vấn đề tiền bạc của nhân vật đang ở mức độ cao nhất. Hội Bình Minh Vàng đưa ra lời đoán về tham vọng, tranh chấp, xung đột cũng như sự phá hủy, chứng tỏ ở đây những mong muốn của nhân vật đã vượt xa và trở nên xung đột với lợi ích tài chính của những người khác, dẫn đến những sự tranh chấp về tài chính, dễ dẫn đến những mất mát tiền bạc cho nhân vật. Waite chỉ ra sự thất chí, đối nghịch và sự lừa gạt ám chỉ những khó khăn tinh thần mà nhân vật gặp phải, có thể là những đau khổ khi nhận ra mục đích lợi dụng của những người bên cạnh hoặc những sự phản bội. Thêm vào đó Mathers còn nhắc tới việc mất đi sự hỗ trợ và an toàn, chứng tỏ nhân vật đang bị cô lập dưới sự công kích từ những thế lực bên ngoài và điều đó sẽ ảnh hưởng lớn tới những nguồn lợi về tài chính mà nhân vật đang có được. Vì thế lời khuyên cho lá bài này là nhân vật cần phải thận trọng trong các quyết định về tiền bạc, không nên giao phó cho những ai không tin tưởng, đồng thời tránh những dự án mang tính phiêu lưu và phụ thuộc nhiều vào cảm tính.

17 The Star:

Lá bài này có xu hướng thể hiện một sự đi lên, hướng tới mức cân bằng trở lại sau giai đoạn đi xuống ở lá bài trước. Niềm hy vọng và viễn cảnh tươi sáng trong lời đoán của Waite cho thấy giai đoạn khó khăn đã qua đi và nhân vật bắt đầu tìm lại những thứ mình đã mất, cụ thể sự tăng trở lại về thu nhập tiền bạc. Hội Bình Minh Vàng thì đưa ra lời đoán về sự trung tín cũng như sự giúp đỡ bất ngờ, chứng tỏ trong quá trình khôi phục lại các mặt tài chính này nhân vật rất cần sự hỗ trợ từ bên ngoài, có thể ám chỉ đến những nguồn vốn giúp đỡ khi bắt đầu gầy dựng lại công việc. Sự khải huyền trong lời đoán của Mathers cũng như sự rõ ràng của viễn tượng trong lời đoán của Crowley đều cùng ám chỉ đến sự năm rõ kết quả của công việc, chứng tỏ nhân vật đã có sự chuẩn bị kỹ lưỡng cho giai đoạn sắp tới và thấy trước được sự thắng lợi. Như vậy lời khuyên cho lá bài này là nhân vật cần cố gắng tận dụng những sự giúp đỡ cũng như sự tin tưởng của người khác để nhanh chóng khôi phục trạng thái ổn định về tiền bạc cũng như lên kế hoạch cho tương lai, điều cần thiết là phải biết rút kinh nghiệm từ những thất bại trước.

18 The Moon:

Đây là lá bài thể hiện chủ đề sức mạnh trong hành trình hành pháp, tức là chỉ hành trình đi tìm nguồn sức mạnh như mong muốn của nhân vật. Mathers mô tả đây là cuộc đấu tranh từ từ nhưng cam go, thể hiện yếu tố khó khăn và sự lâu dài của hành trình, chứng tỏ nhân vật muốn tiếp cận được nguồn sức mạnh mình cần là điều không dễ dàng. Case thì nhắc đến sự gian dối và kẻ thù giấu mặt, chứng tỏ trên hành trình này nhân vật sẽ gặp những người có mục đích muốn lừa gạt về mặt tài chính nên cần thiết phải đề cao cảnh giác, cũng như phải bình tĩnh để tìm đúng con đường, tránh bị cám dỗ dẫn đi xa khỏi mục đích tốt đẹp ban đầu. Crowley thì đưa ra hình ảnh "giờ tối tăm nhất trước lúc bình minh" chứng tỏ đây là những thử thách cuối cùng trước khi nhân vật hoàn toàn hiểu được những gì mình cần để đạt được thắng lợi mong muốn về tài chính. Lời khuyên cho lá bài này là nhân vật cần giữ được sự bình tĩnh và thận trọng trong quá trình tìm ra những nơi thích hợp nhất để đầu tư tiền bạc, không nên nản lòng vì bước đầu thua lỗ hoặc vì tìm mãi mà chưa thấy nơi ưng ý, ngoài ra cũng cần lưu ý đề phòng những người xung quanh có ý lừa gạt làm ảnh hưởng đến vấn đề tiền bạc của mình.

19 The Sun:

Đây là lá bài thể hiện sự chủ động về mặt trí tuệ trong hành trình hành pháp của nhân vật, nói đến khả năng vận dụng kinh nghiệm của quá trình đã qua để giải quyết những khó khăn hiện tại. Lời đoán của Crowley nhắc tới thắng lợi, hoan lạc, sự chân thành, chân lý và sự tự hào, chứng tỏ ở đây nhân vật đã thu được mọi thành công mong muốn, thường ứng với sự thành công của dự án và nhân vật thu về được nguồn lợi tài chính như mong muốn. Waite thì thể hiện rõ hơn qua lời đoán về niềm sung sướng liên quan đến vật chất, như vậy đã đến lúc nhân vật thu về những món lời mà mình đã bỏ công sức ra đầu tư ở giai đoạn trước. Như vậy có thể thấy tính tích cực rất rõ rệt ở lá bài này như là hình ảnh biểu trưng cho sự thành công trong các vấn đề tiền bạc như là thu hồi vốn đầu tư cùng với lời hay là sự kết thúc tốt đẹp một dự án. Dù sao thì điều cần thiết là thắng lợi này đến từ sự kết hợp nhiều yếu tố vì thế cần sự chú ý tới những vấn đề như sự minh bạch, gắn kết với bạn bè cũng như tính thực tế trong các quyết định.

20 Judgement:

Đây là lá bài đánh dấu sự kết thúc trong hành trình hành pháp của nhân vật, tương ứng với chủ đề về định mệnh trong chuỗi các sự kiện lớn của hành trình. Quyết định cuối cùng là ý kiến được thể hiện trong hầu hết các lời đoán, thể hiện trạng thái mà nhân vật cần phải đưa ra những sự lựa chọn, quyết định trong các vấn đề tiền bạc của mình. Hội Bình Minh Vàng đi sâu hơn khi mô tả về sự phán xét, khẳng định vấn đề, dường như thể hiện đến sự kết luận mà nhân vật đưa ra khi nhận định về vấn đề mình đang gặp và thể hiện kết quả cuối cùng về mặt tài chính mà vấn đề đó đem lại. Sự thay đổi vị trí và đổi mới được Waite đưa ra thể hiện một khía cạnh khác của vấn đề, ở đây nhân vật quyết định chấm dứt cách thức cũ và đi theo con đường mới trong các công việc liên quan đến tiền bạc, hoặc là sự thay đổi công việc vì không ưng ý với thu nhập có được. Lời khuyên ở đây là nhân vật cần có sự chuẩn bị kỹ lưỡng khi đưa ra quyết định quan trọng vì nó sẽ ảnh hưởng trực tiếp tới hiện tại và cả vấn đề tài chính trong tương lai, do đó cần xem xét loại bỏ những yếu tố cũ không phù hợp cũng như chọn lựa hướng đi mới có lợi nhất cho mình.

21 The World:

Đây là lá bài cuối cùng trong các lá Major, đánh dấu chấm dứt hành trình chàng khờ, do vậy ý nghĩa của lá bài hầu hết tập trung vào trạng thái ổn định chắc chắn của chặng cuối hành trình. Lời đoán của Mathers về kết quả và mục đích đạt được đã thể hiện việc nhân vật đạt được nguồn lợi tài chính như mình mong muốn và như vậy đã hoàn thành mục đích đặt ra ban đầu. Sự thành công chắc chắn và sự trường cửu được Waite mô tả rõ ràng hơn nhằm ám chỉ đến kết quả xác định của vấn đề, khẳng định sự vững chãi của những thứ mà nhân vật đã làm được, đảm bảo nguồn lợi tài chính ổn định và lâu dài. Sự tổng hòa trong lời đoán của Hội Bình Minh Vàng nói thêm về sự hài hòa mà nhân vật có được nhờ sử dụng hợp lý tiền bạc của mình trong cuộc sống. Như vậy có thể thấy nhân vật ở đây đã có được sự thành công và bội thu về mặt tiền bạc, vấn đề đặt ra ở đây là sự ổn định mà nhân vật cần phải duy trì cũng như cách thức mà nhân vật cần sử dụng tiền bạc của mình để tạo sự hài hòa trong cuộc sống, suy cho cùng tiền bạc là thứ chúng ta dùng để thỏa mãn những nhu cầu hạnh phúc của mình.

0 – The Fool
I – The Magician
II – The High Priestess
III – The Empress
IV – The Emperor
V – The Hierophant
VI – The Lovers
VII – The Chariot
VIII – Strength
IX – The Hermit
X – Wheel of Fortune
XI – Justice
XII – The Hanged Man
XIII – Death
XIV – Temperance
XV – The Devil
XVI – The Tower
XVII – The Star
XVIII – The Moon
XIX – The Sun
XX – Judgement
XXI – The World

WANDS

Ace of Wands:

Đây là lá bài đầu tiên trong các lá Minor hệ gậy, chủ yếu thể hiện về các vấn đề liên quan đến tư tưởng, ý chí trong các vấn đề tiền bạc, tài chính. Sự khởi đầu của doanh nghiệp là lời đoán của Waite, thể hiện vai trò quan trọng của giai đoạn này, những tư tưởng và ý tưởng ban đầu sẽ ảnh hưởng trực tiếp tới sự sống còn của công việc cũng như những thành công về tài chính mà công việc đó sẽ đem lại cho nhân vật. Ý chí và sức mạnh vô địch trong lời đoán của Mathers góp phần làm rõ thêm ý của Waite, vì vào thời điểm bắt đầu công việc, ý chí là vũ khí hiệu quả nhất để vượt qua những khó khăn và là thỏi nam châm thu hút những sự chú ý và giúp đỡ vật chất từ những người xung quanh. Nguồn cội sức mạnh của lửa trong lời đoán của Hội Bình Minh Vàng thể hiện yếu tố mạnh mẽ, nhanh chóng và quyết liệt trong tư tưởng của nhân vật, xu hướng tư tưởng này cũng sẽ ảnh hưởng tới quá trình thực thi công việc cho tới khi thu về thành quả vật chất. Như vậy lời khuyên cho lá bài là cần thể hiện được tính tích cực trong suy nghĩ của mình tới mọi người xung quanh trong giai đoạn khởi đầu công việc, như vậy sẽ thu hút được sự giúp đỡ tài chính từ những người xung quanh cũng như khích lệ những đồng nghiệp trong việc hoàn thành dự án để nhanh chóng thu về lợi nhuận như mong muốn.

Two of Wands:

Đây là lá bài thứ hai trong các lá Minor hệ gậy, thể hiện trạng thái tư tưởng ứng với giai đoạn thứ hai trong chuỗi các sự kiện của hành trình thụ pháp và hành pháp. Hầu hết các lời đoán cho lá bài này đều nói về sự thống trị, về mặt tư tưởng thì đây là dấu hiệu tích cực vì nó thể hiện ý tưởng của nhân vật có sức ảnh hưởng mạnh mẽ và được những người xung quanh thừa nhận. Điều này sẽ tạo những thuận lợi cho nhân vật trong việc vận dụng những nguồn tài chính hỗ trợ cho công việc cũng như lôi kéo thêm người trở thành đồng minh với mình. Mathers còn nhắc tới sự kiểm soát và giải pháp, như một bước tính toán tiếp trong tư tưởng nhân vật về những giai đoạn tiếp theo trong việc thực hiện công việc. Như vậy lời khuyên của lá bài này là cần tiếp tục phát huy những yếu tố tích cực đã được mở đầu từ lá bài trước, đồng thời với việc tiếp tục mở rộng sức ảnh hưởng của tư tưởng ban đầu còn phải có sự tính toán trước các bước đi tiếp theo để giữ sự phát triển và ổn định về thu nhập tài chính.

Three of Wands:

Đây là lá bài thứ 3 trong hành trình của hệ gậy, thể hiện sự kết nối chặt chẽ với hai lá trước trong câu chuyện của nhân vật. Lời đoán của Mathers về niềm hy vọng thành hiện thực cũng như quyết định đúng chứng tỏ những tính toán và ý tưởng của nhân vật khởi đầu từ hai lá trước đã thành công và mang về những lợi ích tiền bạc ở giai đoạn này. Quyền lực chân chính được Waite và Case cùng thể hiện, càng nói rõ thêm về vai trò quan trọng của nhân vật trong các vấn đề vật chất, mọi người vẫn tin tưởng và làm theo suy nghĩ cũng như các ý tưởng mà nhân vật đề ra. Như vậy ở đây nhân vật vẫn có những điều kiện rất tốt để huy động các nguồn vốn cần thiết để đầu tư vào những ý tưởng mà mình đang có nhằm thu về lợi ích như mong muốn. Do đó lời khuyên cho nhân vật là cần sử dụng cho tốt những sự giúp đỡ tài chính mà mình đang có, không có sự giúp đỡ nào kéo dài mãi vì thế đây là thời cơ để nhân vật tạo ra những nguồn thu nhập tài chính ổn định và lâu dài cho mình.

Four of Wands:

Lá bài này thể hiện trạng thái ngừng nghỉ sau khi hoàn thành chặng đường đầu tiên trong hành trình của các lá Minor hệ gậy, tương ứng với nó là chủ đề quyền lực, địa vị trong chuỗi sự kiện của các lá Major. Công việc hoàn thành cũng như sự hoàn thiện trong lời đoán của Mathers chỉ ra đây là giai đoạn nhân vật cần hoàn tất nốt những công đoạn cuối cùng để có được món lời về tiền bạc, tức là giai đoạn thu hồi vốn và lời sau khi hoàn thành dự án. Ngoài ra Mathers còn nhắc tới những kết luận rút ra được từ kiến thức thu thập trước đó, chứng tỏ nhân vật rất biết cách vận dụng tri thức của mình trong việc hoạch định đường lối trong các vấn đề tài chính, sau khi hoàn tất cũng đánh giá xem xét lại. Như vậy thành công ở đây là do nhân vật luôn đặt vai trò của tính toán, suy nghĩ lên hàng đầu và lấy nó làm người chi phối trong các vấn đề tiền bạc nên thu được nhiều lợi ích. Lời khuyên ở đây là cần giữ được sự ổn định trong tư tưởng của mình và cả trong cách làm việc, đừng vì những thắng lợi trước mắt mà trở nên tự mãn, đánh mất khả năng phán xét và tính toán của mình, điều đó sẽ gây ra những hậu quả khó lường trên chặng sau của hành trình.

Five of Wands:

Lá bài này thể hiện các trạng thái ứng với chủ đề tâm linh trong hành trình của các lá Major, ám chỉ đến sự ảnh hưởng của niềm tin đến tư tưởng của nhân vật trong ứng xử với các vấn đề tiền bạc. Waite đã thể hiện sự biến chuyển này qua lời đoán về cuộc tranh giành cam go, chứng tỏ các vấn đề mới phát sinh trong nội tâm ảnh hưởng nhiều đến tinh thần nhân vật và tạo nên những sự tranh giành để xem tư tưởng nào sẽ chiếm vai trò chủ đạo. Sự chống đối trong lời đoán của Mathers thể hiện tính chất đối nghịch trong chính bản thân nhân vật, thể hiện điều mà nội tâm tin tưởng và thực tế bên ngoài khác biệt nhau, dẫn đến sự mâu thuẫn trong các ý tưởng về sử dụng tiền bạc. Như vậy lá bài này hàm chứa những sự khó khăn đến do nhân vật không thể có được sự bình yên và thống nhất trong chính suy nghĩ của mình, điều đó sẽ có khả năng làm ngưng trệ công việc và ảnh hưởng đến thu nhập tài chính. Lời khuyên cho lá bài này là nhân vật cần tập trung vào những vấn đề đơn giản trước mắt, đừng quá phân vân hay suy nghĩ lại, đồng thời hãy tìm kiếm một người trung lập bên ngoài có cái nhìn sáng suốt để thấy được khúc mắc nhằm tháo gỡ những khó khăn về tài chính này.

Six of Wands:

Lá bài này được xem là lá bài thể hiện sự tích cực ở mức độ cao nhất trong các lá Minor hệ gậy khi xét theo hành trình từ một tới 10. Trạng thái của lá bài này gắn với chủ đề tình cảm trong hành trình của các lá Major cho thấy sự tương thích cao độ trong chuyện tình cảm giúp cho ý tưởng được khai mở và chuyển hóa thành những thành công thực tế.

Waite thể hiện qua lời đoán của mình việc nhân vật đạt được chiến thắng, có thể nhắc tới cuộc đấu tranh ở lá bài trước, có vẻ như ở đây nhân vật đã tìm được giải pháp tốt nhất cho mình và do vậy tư tưởng đã thông suốt, dễ dàng hơn trong giải quyết các vấn đề tài chính. Quyền hành trong lời đoán của Mathers thể hiện khía cạnh tương tự như ở lá 4 gậy, chứng tỏ sự thành công khiến cho mọi người xung quanh ngưỡng mộ nhân vật và do vậy tin tưởng vào ý chí cũng như những tư tưởng mà nhân vật vạch ra trong công việc. Điều cần quan tâm ở đây là nhân vật cần có những suy tính mới để có những bước đi phù hợp với địa vị của mình sau thành công, nếu không nhanh chóng có sự thay đổi thì sẽ dễ bị thụt lùi và dẫn đến thua lỗ, các vấn đề tài chính luôn đòi hỏi một sự vận động đi lên liên tục.

Seven of Wands:

Lá bài này thể hiện bước tiếp theo của hành trình với những toan tính lớn hơn cũng như những khó khăn lớn hơn đang chờ đón nhân vật. Mathers thể hiện điều đó qua lời đoán về sự trở ngại hoặc khó khăn, chứng tỏ chuyện tiền bạc trong giai đoạn này của nhân vật không mấy suôn sẻ do gặp nhiều những trở lực từ bên ngoài tác động vào. Hầu hết các lời đoán đều thể hiện sự dũng cảm, mô tả sự quyết ý của nhân vật và sự kiên định khi đối diện với những khó khăn, có thể thấy được trong tư tưởng của nhân vật đã xác định con đường mình phải đi, do vậy sẵn sàng đương đầu với những thử thách. Vẫn có dấu hiệu của những thắng lợi nhỏ trong lời đoán của Mathers chứng tỏ nhân vật vẫn đang đi theo con đường đúng và vẫn sẽ có được thắng lợi tài chính, dù vậy ở đây không nên trông chờ vào những món lời lớn. Như vậy lời khuyên ở đây là nhân vật nên biết cách xử lý khôn ngoan những vấn đề mình đang gặp phải, tốt hơn là nên giải quyết lần lượt từ những thứ nhỏ nhặt nhất trước, tránh để bản thân mình một lúc đương đầu với quá nhiều rắc rối, và cần bám sát mục tiêu đặt ra ban đầu.

Eight of Wands:

Đây là lá bài đánh dấu bước chuyển đổi quan trọng trong hành trình tư tưởng về các vấn đề tài chính của nhân vật. Sự khác biệt rõ nhất so với lá bài trước là ở đây trạng thái nhanh chứ không chậm và dường như các trở ngại cũng không xuất hiện nhiều như ở lá trước nữa. Mathers đưa ra lời đoán về quan điểm mới cũng như sự dâng trào sức mạnh, thể hiện ý tưởng mới được nhân vật đưa ra có tính hiệu quả cao và đủ sức giải quyết những khó khăn còn tồn tại từ giai đoạn trước. Những lời đoán đó gợi ra một quá trình thăng tiến nhanh chóng và sự thu nhập dồi dào về mặt tiền bạc mà nhân vật sẽ nhận được, như là kết quả của việc kiên định với ý tưởng của mình, do đó là người được hưởng nhiều lợi ích nhất khi mọi thứ diễn ra đúng theo ý mình. Như vậy lời khuyên cho lá bài này là cần tiếp tục đẩy nhanh những dự án mà mình đã tính toán từ giai đoạn trước sao cho nhanh chóng hoàn tất để thu về lợi nhuận, ngoài ra còn khuyến khích mạnh tay xúc tiến những kế hoạch mới vì những điều kiện thuận lợi cho sự đầu tư lúc này.

Nine of Wands:

Đây là lá bài áp chót trong hành trình các lá Minor hệ gậy, thể hiện trạng thái về chủ đề trí tuệ trong hành trình thụ pháp và hành pháp của các lá Major. Sự sẵn sàng trong lời đoán của Case thể hiện kinh nghiệm cũng như những bài học mà nhân vật có được trong các giai đoạn trước đã giúp nhân vật hoàn toàn tự tin khi tiếp nhận những vấn đề mới, lúc này trạng thái tinh thần của nhân vật rất tốt và hoàn toàn có thể xử lí mọi vấn đề. Sự mạnh mẽ trong đối đầu trong lời đoán của Waite thể hiện sự bộc phát ra bên ngoài của hành động, lúc này tinh thần thì bình thản còn hành động bên ngoài của nhân vật thì quyết liệt, đó là phong thái của người đã quá am hiểu chuyện mà mình cần phải xử lí. Như vậy dường như nhân vật ở đây đã có sự lột xác cả về tinh thần lẫn thể xác, mọi thứ lúc này đều có thể được tính toán, thậm chí không cần phải tính trước mà là tùy cơ ứng biến, hoàn toàn có thể yên tâm về tài chính ở đây. Lời khuyên cho lá bài là trong mọi việc điều cần nhất là giữ được sự bình thản trong tâm trí, không nên bị kẻ thù kích động, và cũng không cần phải quá lo lắng nếu thấy thắng lợi không như mong muốn, điều quan trọng ở đây không phải là thắng lợi to lớn mà là nguồn thu nhập ổn định lâu dài.

Ten of Wands:

Đây là lá bài cuối cùng trong các lá Minor hệ gậy, thể hiện sự kết thúc trong hành trình phát triển của tư tưởng trong xử lý các vấn đề liên quan đến tài chính. Sự áp bức xuất hiện hầu hết các lời đoán, chứng tỏ giai đoạn này nhân vật đang phải chịu những sự chèn ép về mặt tư tưởng và không thể thực hiện được những điều mà mình suy nghĩ hay mong muốn. Sự áp bức này xảy ra có thể vì nhiều nguyên nhân như sự chèn ép từ những người có địa vị lớn hơn muốn bắt nhân vật làm theo ý mình, hoặc nhân vật phải tự đưa mình vào những khuôn khổ vì những mục đích nào đó. Dù thế nào thì giai đoạn này nhân vật khó có thể thu được những khoản lợi lộc về tiền bạc như mong muốn của mình, vì thế cần sự tiết kiệm trong các khoản chi của mình cho tới khi vượt qua được những giai đoạn khó khăn này, đồng thời cần tìm kiếm sự hỗ trợ của người khác trong những trường hợp khó khăn vượt tầm kiểm soát. Sự lạc hướng, mất cứu cánh trong lời đoán của Mathers là rất đáng chú ý vì những khó khăn bên ngoài rồi sẽ qua, còn tự bản thân mất phương hướng thì về lâu dài những tổn thất tài chính là không thể lường trước, nhân vật cần phải hết sức chú ý tới lời đoán này.

Page of Wands:

Đây là lá bài đầu tiên trong các lá Court của hệ gậy, thể hiện sự thay đổi về bản chất nhân vật sau từng chặng phát triển của cuộc hành trình. Hình ảnh của lá Page thể hiện bản chất của sự khởi đầu qua mô tả hình ảnh nhân vật đang vừa bắt đầu hành trình vừa tiếp tục tính toán bằng những công cụ mình có được. Mathers đưa ra lời đoán là sự nhiệt tình và quá nóng nảy, thể hiện tính chất mạnh mẽ quá mức trong tinh thần của nhân vật, điều này vẫn thường hau thấy ở những người trẻ tuổi khi vừa bắt đầu làm việc, đặc biệt khi vừa nảy ra sáng kiến nào đó khả thi. Tuy thế lời đoán còn nhắc đến sự liều lĩnh và vị kỷ như để nhắc nhở nhân vật đừng quá hăng hái mà dẫn đến mạo hiểm vì chuyện tài chính rất quan trọng, nguy hiểm hơn nếu chỉ vì lợi ích cá nhân mà làm những hành động liều lĩnh thì sẽ đi sai đường và dẫn tới các hậu quả to lớn về sau. Lời khuyên cho lá bài này là vẫn cần sự bình tĩnh đi kèm với nhiệt huyết, nhân vật vẫn cần nhiều đến sự trợ giúp, có thể từ người đi trước về cách thức đầu tư tiền bạc và sử dụng kỹ năng cũng như nhiệt huyết sao cho phù hợp nhất.

Knight of Wands:

Đây là lá bài thứ hai trong các lá Court của hệ gậy, thể hiện bước chuyển đổi đầu tiên về chất, tượng trưng cho sự chuyển tiếp từ vấn đề quyền lực sang tâm linh trong hành trình của các lá Major. Ở đây hình ảnh vẫn cho thấy trạng thái chuẩn bị bắt đầu hành trình nhưng nhân vật ở đây có sự chuẩn bị kỹ lưỡng hơn ở lá trước, bản lĩnh cũng lớn hơn và tất nhiên theo đó là phải đối mặt với nhiều khó khăn hơn. Sự thay đổi nơi cư ngụ và sự khởi hành nằm trong lời đoán của Case chứng tỏ sự thay đổi địa điểm do các yếu tố về công việc là điểm nổi bật, có thể ở đây nhân vật cần tìm một nơi mới để đầu tư về tài chính do các yếu tố ở nơi cũ không còn phù hợp. Mathers mô tả hành trình này như để tìm kiếm điều mơ ước, chứng tỏ đây là lúc nhân vật theo đuổi đam mê của mình và sẽ dồn tài chính vào việc này, những tính cách tốt được nhắc tới trong lời đoán này là sự năng động, mạnh mẽ và kiêu hãnh và tính cách xấu là hành động mà không suy tính, qua đó ta thấy nhân vật đã có sự phát triển cao hơn lá trước, tinh thần và phong thái đã mạnh mẽ hơn tuy vẫn còn nhược điểm là để cảm xúc mạnh mẽ lấn át lí trí. Lời khuyên là nhân vật cần tìm biện pháp, có thể là những người bạn tốt để giúp đỡ nhằm hạn chế những sai sót do sự quá nóng vội mang lại, trên con đường tìm kiếm mơ ước tất nhiên sẽ có những sự hao tổn về tài chính nhưng điều đó sẽ đáng giá nếu hoàn thành được mục đích và hạn chế được nhiều những tổn thất không đáng có.

Queen of Wands:

Lá bài này thể hiện trạng thái chuyển đổi kế tiếp của nhân vật nhằm hướng gần hơn tới sự hoàn thiện khi hành trình phát triển lên mức độ cao hơn. Mathers thể hiện là nhân vật đang điều khiển được cuộc đời mình và có sức hút khác thường, chứng tỏ ý chí tỏa ra từ nhân vật vẫn mạnh mẽ và có tác động tinh thần to lớn đến những người xung quanh, phù hợp để lôi kéo thêm nhiều người chung chí hướng. Sự thu hút, thân thiện và thành công trong kinh doanh cũng được Case thể hiện chứng tỏ giai đoạn này nhân vật đã biết cách vận dụng tốt hơn những kỹ năng của mình và kết hợp hài hòa với tinh thần năng động chứ không chỉ hành động đơn giản như ở giai đoạn trước, do vậy sự thành công lớn hơn sẽ đến với nhân vật, tài chính cũng sẽ ổn định và phát triển. Crowley thì nói về năng lực bền bỉ và quyền hành ngầm như là cách thức nhân vật sử dụng nhằm thu về lợi ích cho mình, có thể sau khi trưởng thành hơn và cảm thấy các cách thức gián tiếp sẽ dễ đạt mục tiêu hơn. Như vậy lời khuyên cho nhân vật là cần tận dụng những thời cơ để đạt tới mục đích, có thể dùng cả các phương pháp linh hoạt, nhưng phải chú ý cẩn thận người khác lợi dụng đam mê để lừa gạt mình.

King of Wands:

Đây là lá bài cuối cùng trong các lá Court của hệ gậy, thể hiện trạng thái phát triển tới mức độ cao nhất của nhân vật thông qua hình ảnh vị vua. Lời đoán của Mathers thể hiện nhân vật là trung tâm của sự chú ý chứng tỏ vai trò quyết định trong việc hoạch định các ý tưởng trong công việc của nhân vật, ngoài ra còn có tính cách mạnh mẽ, rộng lượng, quý phái rất phù hợp để lạnh đạo công việc, chỉ có điều đôi khi vẫn còn hấp tấp, mạnh bạo. Như thế trải qua từng giai đoạn có thể thấy rõ sự trưởng thành của nhân vật trong quá trình chuyển hóa từ ý tưởng, tinh thần đến thực tế qua cách hành động trong công việc, dù còn đôi khi để sự hấp tấp lấn át nhưng nhìn chung đã có sự kiểm soát tốt hơn về mặt lí trí, điều này gián tiếp chỉ ra sự thành công cao về tài chính. Sự sáng trí và can trường được thể hiện trong lời đoán của Case nói rõ những phẩm chất tốt cả về trí tuệ lẫn năng lực thực hiện ý tưởng, như vậy các khó khăn lúc này đã không còn là trở ngại lớn cho nhân vật như các giai đoạn trước nữa. Lời khuyên cho nhân vật là trong khi phải tận dụng những kỹ năng của mình thì cũng phải cẩn thận, phải biết thực tế trong suy nghĩ để tránh ảo tưởng và đi quá giới hạn, đến đây thì đối thủ lớn nhất chính là bản thân nhân vật.

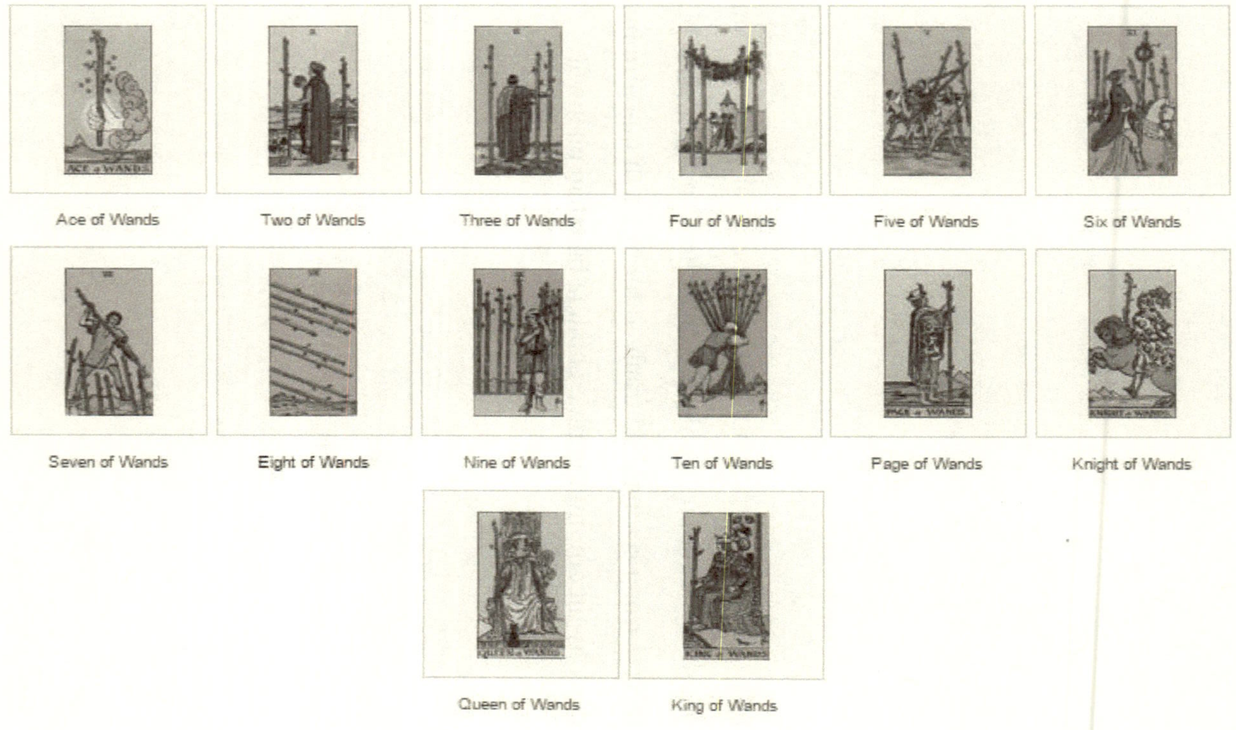
Ace of Wands
Two of Wands
Three of Wands
Four of Wands
Five of Wands
Six of Wands
Seven of Wands
Eight of Wands
Nine of Wands
Ten of Wands
Page of Wands
Knight of Wands
Queen of Wands
King of Wands

CUPS

Ace of Cups:

Đây là lá bài đầu tiên trong các lá hệ cốc, chủ yếu thể hiện vấn đề tình cảm trong chuyện tài chính của nhân vật. Lá bài đầu tiên thường thể hiện trạng thái bắt đầu, ở đây là sự khởi đầu về mặt tình cảm có liên quan đến tài chính, là những tình cảm đầu tiên dành cho con người hay công việc mà nhân vật đang có dự tính gắn bó về tài chính. Lời đoán về lòng chân thật của Waite chứng tỏ yếu tố nổi bật trong chuyện tình cảm của nhân vật giai đoạn này, thể hiện sự thật thà và tin tưởng khi nhân vật được giao phó tiền bạc cũng như khi nhân vật cho đi tiền bạc của mình. Sự màu mỡ, phì nhiêu trong lời đoán của Case thể hiện sự tốt đẹp trong quá trình phát triển về tài chính của nhân vật trong giai đoạn này, chứng tỏ các điều kiện trong việc đầu tư để thu lợi nhuận là rất lớn. Lời khuyên là cần phải nhận ra đâu là điểm dừng, nếu quá chân thật thì sẽ dễ dẫn tới bị lừa đảo về mặt tiền bạc, do vậy cần chú ý đến việc đặt tình cảm của mình đúng chỗ.

Two of Cups:

Đây là lá bài thứ hai trong các lá Minor hệ cốc, thể hiện trạng thái đi sâu hơn vào tình cảm so với lá trước. Hầu hết các lời đoán đều tập trung vào tình yêu, chứng tỏ một bước phát triển mãnh liệt trong tình cảm của nhân vật, và đi kèm với đó sẽ là những chuyển biến lớn về mặt tài chính. Những lợi ích mà tình yêu mang đến cho tài chính đó là sự trợ giúp của người yêu, được thể hiện rõ qua lời đoán về sự tương hỗ của Case, trong trường hợp ngược lại có thể là sự sẻ chia của mình cho người đó, nhưng có thể thấy ở đây sự cho đi về mặt tiền bạc này được bù đắp bởi tình cảm dồi dào nên không thể nói là thất bại được. Sự hài hòa trong lời đoán của Mathers cũng nhấn mạnh thêm vào vai trò quyết định của mối quan hệ với người yêu, nếu mối quan hệ này tốt đẹp sẽ tạo nhiều sự thuận lợi về tài chính cho nhân vật còn nếu không thì sẽ mang lại những tổn thất. Như vậy lời khuyên là trong khi cố gắng vun đắp tình cảm thật nhiều vì nó sẽ mang lại cả lợi ích khác, cụ thể là về mặt tài chính, thì nhân vật cũng cần vạch ra một giới hạn nào đó mà giữ cho mình một mức độ ổn định về tài chính để tránh dồn tất cả vào một thứ.

Three of Cups:

Lá bài này đi theo sự phát triển tình cảm đi lên của hai lá

trước, thể hiện một mức độ tình cảm tăng tiến hơn là tình cảm giữa hai người, ám chỉ sức ảnh hưởng về tình cảm của nhân vật. Niềm vui và tính hiếu khách trong lời đoán của Mathers ngầm thể hiện những tố chất của nhân vật làm tăng tình cảm trong mối quan hệ với mọi người và điều này sẽ gián tiếp giúp cho các vấn đề tài chính của nhân vật được suôn sẻ hơn nhờ sự giúp đỡ của mọi người. Sự phong phú, dư thừa là điểm nổi bật trong các lời đoán, chứng tỏ sự sung túc cả về vật chất lẫn tinh thần mà nhân vật đang có được nên vì thế không có gì phải lo lắng về mặt tài chính trong giai đoạn này, thay vào đó nhân vật nên biết dùng số tiền dư thừa để làm lợi cho người khác. Đây là vấn đề chứng tỏ mức độ tình cảm cao trong nhân vật, là sự kết hợp và đi lên từ hai lá bài trước, chắc chắn những khoản tài chính mà nhân vật cho đi đó sẽ càng giúp tình cảm của nhân vật và những người xung quanh thêm tốt đẹp và chắc chắn sẽ có những sự giúp đỡ khi nhân vật gặp khó khăn. Tuy vậy vẫn cần chú ý vì sự dư dật quá mức sẽ dễ dẫn đến sự phóng túng và sẽ khiến nhân vật bị hao tổn cả về tình cảm lẫn về tài chính, vì thế nên nhân vật vẫn cần phải biết cách tận hưởng những lợi lộc mình có một cách tốt đẹp và trong sáng.

Four of Cups:

Lá bài này thể hiện trạng thái tương đối bình ổn lại trong tình cảm của nhân vật, tương ứng với chủ đề quyền lực trong hành trình của các lá Major. Sự hòa vui trong lời đoán của Waite vẫn cho thấy tính tích cực, đó là những tín hiệu vui vẻ trong chuyện tình cảm vẫn tiếp tục xuất hiện trong lá bài này, tạo thành động lực để nhân vật giải quyết các vấn đề về tài chính. Sự sang trọng trong lời đoán của Crowley chỉ ra sự ổn định về tài chính giúp cho nhân vật có thể khẳng định địa vị xã hội của mình trong mắt mọi người xung quanh. Tuy thế Mathers vẫn đưa ra lời đoán về sự chưa hài lòng với những thành tựu hiện có, như vậy ở đây nhân vật cần có sự nhìn nhận tổng quát lại về chặng đường đã qua nhằm tìm ra những điểm cần phải hoàn thiện trước khi bước vào giai đoạn tiếp theo. Trạng thái này thường xuất hiện rõ nhất sau khi một người hồi tỉnh lại sau những cuộc vui, sau khi sự mãnh liệt của tình cảm dịu xuống thì những suy tư sẽ trỗi dậy và sẽ đặt ra những câu hỏi mà nhân vật cần phải tự trả lời để xác định con đường tiếp theo mình sẽ đi.

Five of Cups:

Đây là lá bài thể hiện bước chuyển biến về mặt tình cảm khi đánh dấu sự đi xuống sau sự đi lên đều đặn ở 4 lá trước, tương ứng với chủ đề tâm linh trong các hành trình thụ pháp và hành pháp. Sự thất vọng trong lời đoán của Crowley thể hiện rõ ràng trạng thái cảm xúc của nhân vật, có lẽ là do sự tan vỡ về mặt tình cảm hay nhận ra những tình cảm mình kỳ vọng đều không như mong muốn, sự thất vọng này kéo theo đau khổ và sẽ ảnh hưởng nhiều tới vấn đề tài chính của nhân vật. Dù vậy Waite đưa ra lời đoán về sự mất mát nhưng còn lại đôi chút, chứng tỏ nhân vật dù chịu tổn thất tiền bạc nhưng vẫn giữ lại được một số của cải cũng như tiền bạc thuộc về mình, đây là điều quan trọng vì nó sẽ là những thứ cần thiết để gây dựng lại mọi thứ. Ngoài ra nhân vật không nên trông đợi vào những sự giúp đỡ về mặt tình cảm trong giai đoạn này vì Mathers còn chỉ ra sự đánh mất niềm vui sướng cũng như cảm xúc không được đáp ứng trong lá bài này. Như vậy lời khuyên ở đây là nhân vật cần nhanh chóng vượt qua nỗi đau và sự mất mát để tập trung vào việc khôi phục lại các nguồn lợi đã mất, và hãy cho bản thân thời gian một mình để có lại những cảm xúc tích cực, vội vàng tìm đến những nguồn tình cảm mới sẽ chỉ dẫn đến những sai lầm mới mà thôi.

Six of Cups:

Lá bài này thể hiện một chiều hướng đi lên trở lại, chứng tỏ mặt tình cảm của nhân vật đã vượt qua khó khăn ở giai đoạn trước, tương ứng đúng với chủ đề tình cảm trong các sự kiện mà các lá Major thể hiện. Mathers đưa ra lời đoán là vui với nhóm thân hữu, chứng tỏ ở đây nhân vật chủ yếu đi tìm niềm vui qua các mối quan hệ với bạn bè chiến hữu quen thuộc, vừa nhẹ nhàng mà lại có tác dụng tốt với công việc đang tiến hành. Điều này có sự liên quan chặt chẽ tới lời đoán của Case về sự khởi đầu của lợi lộc đều đặn, chứng tỏ nhân vật đã có lại các nguồn thu nhập tài chính ổn định và đang dần dần phát triển lên. Dù vậy Mathers vẫn chỉ ra khuyết điểm là kiến thức còn thiếu sót, chứng tỏ nhân vật vẫn dựa nhiều vào sự giúp đỡ bên ngoài và việc thiếu kiến thức sẽ dẫn tới những sự tin tưởng mù quáng trong tình cảm. Vì thế lời khuyên là trong khi phát triển thêm các mối quan hệ bạn bè nhằm tìm sự hỗ trợ tài chính thì nhân vật cũng cần học cách độc lập hơn trong tình cảm, rèn luyện bản lĩnh của mình là cách tốt nhất để giữ được sự thăng tiến về tài chính.

Seven of Cups:

Đây là lá bài có hình ảnh thể hiện thuộc loại ấn tượng nhất trong các lá Minor hệ cốc, chứng tỏ trạng thái mà nó thể hiện cũng thuộc loại đặc biệt trong hành trình tình cảm của nhân vật. Sự thành đạt ảo là điều được cả Hội Bình Minh Vàng và Crowley thể hiện, chứng tỏ nhân vật đang chìm đắm quá sâu vào viễn cảnh do mình vẽ ra trong khi thực tế xảy ra thì không như vậy. Điều này rất nguy hiểm vì nhân vật không còn đủ sáng suốt để nhận xét các tình huống và như vậy sẽ đặt các khoản tiền của mình sai chỗ, tất yếu sẽ dẫn tới những sự thua lỗ trong làm ăn. Khát vọng trong lời đoán của Waite biểu thị rõ ràng nhất trạng thái tình cảm của nhân vật, đó là nhân vật có cảm xúc mạnh mẽ và muốn thực hiện mọi thứ theo hướng cảm xúc đó, nhưng thực tế thì không thể chuyển hóa mơ tưởng thành hiện thực, ít nhất là vào lúc này, do vậy nhân vật càng làm thì càng mâu thuẫn và sẽ tự trói buộc chính mình trong khi tài chính cứ dần hao hụt. Lời khuyên ở đây là cần phân biệt rõ mơ tưởng và hiện thực, như vậy thì nhân vật mới có bình yên trong tâm hồn và có được sự quyết đoán trong tình cảm để làm được những việc phù hợp, đồng thời thoát khỏi những ràng buộc tình cảm đang hạn chế sự phát triển tài chính của mình.

Eight of Cups:

Lá này có sự liên kết chặt chẽ với lá trước khi nó thể hiện hình ảnh nhân vật quay lưng lại trong chuyện tình cảm của chính mình chứ không mù quáng theo đuổi như trước. Lời đoán của Mathers về sự ân hận có lẽ là diễn tả tốt nhất cho cảm xúc của nhân vật khi nhận ra những thứ mình theo đuổi là không thật và cần phải quay lại với những thứ thuộc về mình. Sự thành công đã qua trong lời đoán của Case cũng chỉ ra nhân vật đã để lỡ mất những thời cơ tốt đẹp và sẽ khó có thể đạt tới thành công tài chính như trước, tuy thế việc chọn ra con đường đúng hứa hẹn tương lai tươi sáng hơn nên đây vẫn là con đường tốt nhất cho nhân vật. Sự biếng nhác trong lời đoán của Crowley thể hiện một mặt tiêu cực khác, đó là nhân vật dường như nản chí với thất bại và không có động lực phấn đấu để tiến lên trở lại, đây là trở lực lớn nhất ngăn cản nhân vật phát triển lên về tài chính. Do đó lời khuyên là nhân vật cần xác định đúng động lực tình cảm của mình, đó phải là tình cảm đích thực và có tác động khuyến khích nhân vật phấn đấu có được nhiều thành công hơn trên con đường sự nghiệp và thu nhập tài chính của mình, quan trọng là nhân vật không được nản chí trước khó khăn.

Nine of Cups:

Đây là lá bài kế cuối trong hành trình của các lá Minor hệ cốc, thể hiện chủ đề trí tuệ trong hành trình thụ pháp và hành pháp. Hạnh phúc và sự an nhiên tự tại trong lời đoán của Mathers chứng tỏ những lợi ích mà trí tuệ mang lại, đó là sự thanh thản trong tình cảm của một người đã từng trải và có kinh nghiệm, như thế chuyện tình cảm của nhân vật sẽ không quá vồn vã mà diễn tiến nhẹ nhàng nhưng sâu sắc, thuận lợi cho công việc và tài chính của đôi bên. Ngoài ra Mathers còn nhắc tới sự chế ngự cảm xúc, chứng tỏ nhân vật đã học được cách kiềm chế cảm xúc và không thể hiện nó ra ngoài, nhằm giúp thuận tiện hơn trong xử lí các vấn đề tiền bạc, chúng ta đều biết là khi kết hợp hai vấn đề tiền bạc và tình cảm thì luôn có những vấn đề tế nhị phát sinh và cần những hành xử khôn ngoan. Dù sao thì nhân vật vẫn có thể an tâm với những khoản lời về tiền bạc mà lá bài này mang lại, Case đã thể hiện rõ điều đó trong lời đoán của mình về sự thành đạt về vật chất, chứng tỏ thu nhập ổn định và dư dả trong giai đoạn này, dù có thể không dư dả quá nhiều. Lời khuyên cho lá bài này là nhân vật cần có sự kiểm soát tốt khi xử lí các vấn đề tài chính, phải biết lúc nào nên làm theo tình cảm còn lúc nào nên ẩn chứa nó vì lợi ích cuối cùng của mình, chìa khóa giải quyết mọi vấn đề luôn nằm trong sự khôn ngoan.

Ten of Cups:

Đây là lá bài cuối cùng trong các lá Minor hệ cốc, thể hiện trạng thái kết thúc về mặt cảm xúc trong các vấn đề liên quan đến tài chính, kết thúc của một công việc luôn ít nhiều để lại những dấu ấn cảm xúc nào đó trong mỗi con người. Sự thành công trọn vẹn qua lời đoán của Hội Bình Minh Vàng cũng như sự mãn nguyện trong lời đoán của Waite thể hiện trạng thái tích cực nhất của cảm xúc khi nhân vật đạt được mục đích mình đã đề ra, do đó sự bội thu về mặt tiền bạc đi cùng với sự thỏa mãn về tinh thần, tình cảm. Mathers còn đưa ra lời đoán về sự trợ giúp của gia đình hoặc bè bạn, chứng tỏ không chỉ là cho đi mà ở đây nhân vật còn nhận lại tình cảm từ những người khác, như là một sự đền đáp cho những sự cho đi ở các giai đoạn trước, hạnh phúc ở đây là có rồi còn được cho thêm, là một sự hạnh phúc cao độ. Case nói thêm về sự thành công lâu dài, ám chỉ đến sự lâu bền và chung thủy, những yếu tố cần thiết mà nhân vật cần phải có để duy trì những điều tốt đẹp mà mình đang có. Như vậy lời khuyên cho lá bài này là nhân vật cần chung thủy với những người mình thương yêu cũng như những mục đích tài chính mình đã đề ra, đầu tư vun đắp cho nó rồi bình thản đón chờ kết quả mình xứng đáng có được.

Page of Cups:

Đây là lá bài đầu tiên trong các lá Court thuộc hệ cốc, thể hiện trạng thái tình cảm liên kết với vấn đề tài chính của nhân vật. Lá Page nằm ở vị trí liên kết giữa quá trình khởi đầu tình cảm và quá trình đạt tới những kết quả đầu tiên, là sự kết nối 4 sự kiện đầu trong hành trình của các lá Major. Mathers mô tả sự sẵn lòng tiếp nhận và dâng hiến yêu thương, thể hiện nhân vật đã sẵn sàng bước vào con đường tình cảm, ở giai đoạn đầu tiên này thì chủ yếu là đón nhận tình cảm và kèm theo đó là những sự cộng tác, giúp đỡ về tài chính. Tuy thế Mathers cũng đưa ra lời đoán về người sống trong thế giới ảo, nhắc nhở nhân vật không nên vì những điều tốt đẹp đang có được này mà nảy sinh ảo tưởng vì hầu hết mọi thứ đều có cái giá của nó, vì thế nếu không trở nên xứng đáng thì rất có thể sẽ đánh mất những điều này. Lời khuyên cho nhân vật là phải cố gắng phát huy những phẩm chất tốt của mình để tạo tình cảm tốt với những người xung quanh, những sự giúp đỡ ở giai đoạn đầu là rất cần thiết để phát triển tài chính, nhưng cũng cần chú ý không bị lừa gạt về mặt tình cảm vì lúc này nhân vật vẫn chưa biết nhiều về các vấn đề phức tạp của tình cảm.

Knight of Cups:

Sau khi hoàn thành giai đoạn thứ nhất thì nhân vật bắt đầu cuộc hành trình ở giai đoạn sau, được thể hiện qua sự chuyển đổi về chất từ Page thành Knight. Hội Bình Minh Vàng nêu ra lời đoán về sự biếng nhác nhưng rất nhiệt tình nếu được kích động hợp lý, ưa sự khoái cảm về thể chất, điều này thể hiện nhân vật đã có bước phát triển lên cao hơn trong tình cảm và đang đi tìm nguồn tình cảm làm động lực cho mình, cũng như tìm kiếm những sự hòa hợp cao hơn trong tình cảm. Điều này dẫn tới những trải nghiệm mới trong tình cảm, nếu gặp đúng đối tượng phù hợp sẽ tạo đà cho sự phát triển tài chính của nhân vật, còn nếu không thì sẽ gây ra tác động xấu tới vấn đề này. Tuy thế hầu hết các lời đoán không đưa ra kết cục rõ ràng mà chỉ mô tả nhân vật đang trong cuộc tìm kiếm, chứng tỏ giai đoạn này còn kéo dài và chưa phải là điểm dừng cuối cùng trong chuyện tình cảm của nhân vật. Điều đáng lo là Crowley chỉ ra sự dễ bị ảnh hưởng và lạm dụng chất kích thích, nhân vật cần tránh việc sa lầy vào những cảm giác mơ hồ không thật này, tình cảm chân thực cần có thời gian để kiểm nghiệm và không nên nôn nóng ở giai đoạn này, sẽ chỉ gây ra tổn thất thêm về tài chính mà thôi.

Queen of Cups:

Lá bài này thể hiện sự chuyển biến trạng thái tiếp theo trong bản thân nhân vật, từ Knight thành Queen, cũng là bước chuyển từ trạng thái chuyển động sang trạng thái tĩnh tại hơn. Mathers đưa ra lời đoán về sự kiên nhẫn chờ đợi, thể hiện rằng nhân vật lúc này đã hiểu được sự quan trọng của việc kiên nhẫn để tìm ra nguồn động lực tình cảm đích thực cho mình. Waite mô tả khả năng thấu thị, sự ham mê tri thức để chứng tỏ nhân vật đã biết phối hợp các khả năng khác của mình để hỗ trợ tình cảm trong giải quyết các vấn đề tài chính, trước khi được người khác mang lại hạnh phúc thì nhân vật cố gắng để tự mang lại hạnh phúc và sự ổn định cho chính mình trước. Một yếu tố khác cũng được các lời đoán thể hiện là sự mơ mộng, trí tưởng tượng cũng như sự dễ bị tác động từ các yếu tố bên ngoài, cho dù đã hiểu hơn về sự khó khăn trên con đường tình cảm thì nhân vật vẫn không thể dứt bỏ những đam mê của mình và do thế những cảm xúc mãnh liệt này vẫn song hành cùng nhân vật trong các công việc đang thực hiện. Do đó lời khuyên là trong lúc đang tiến hành các công việc liên quan đến tài chính thì nhân vật vẫn nên tìm kiếm sự hòa hợp tình cảm, tuy thế cần tránh những sự nóng vội và tiến hành một cách từ từ, thiên về tìm hiểu từ xa hơn.

King of Cups:

Đây là lá bài cuối cùng trong các lá Minor hệ cốc, thể hiện sự hoàn thiện về nội tâm của nhân vật trong quá trình phát triển về tình cảm của mình. Sự tinh tế, kín đáo và khéo léo được Mathers nhắc tới chứng tỏ sự trưởng thành ở mức cao nhất trong việc bộc lộ tình cảm của nhân vật, cách thể hiện tình cảm thế này sẽ không gây những ảnh hưởng lớn đến công việc và các vấn đề liên quan đến tài chính của nhân vật. Đi sâu hơn lời đoán mô tả hình ảnh người có dáng vẻ bên ngoài bình thản nhưng bên trong rất mạnh mẽ và nhiều đam mê, chứng tỏ qua thời gian thì những đam mê và tình cảm bên trong nhân vật chỉ càng tích tụ và mạnh mẽ hơn, càng qua nhiều thử thách thì càng khát khao tình cảm đích thực, chỉ có điều những sự vấp ngã đã khiến nhân vật hiểu rằng không thể để lộ các cảm xúc đó của mình ra ngoài. Điểm chưa hoàn thiện được nhắc đến ở đây là sự thích phô trương quyền hành, thể hiện phần bộc phát ra ngoài của những cảm xúc mạnh mẽ của nhân vật trong cách thức giải quyết các vấn đề của mình, nhất là với vấn đề tài chính thường đối lập với tình cảm. Như vậy lời khuyên là cần tận dụng tốt vị thế mình đang có được để lèo lái công việc theo hướng thu được những lợi ích tài chính lớn nhất, nhưng phải cố gắng tránh lạm dụng quyền lực vì điều đó sẽ không giúp ích trong xâu dựng tình cảm với người khác, thay vào đó nên dùng tình cảm bằng cách mềm dẻo, như thế có thể có được tình cảm tốt đẹp của mọi người và cũng có thể thăng tiến từ từ về mặt tài chính.

Ace of Cups
Two of Cups
Three of Cups
Four of Cups
Five of Cups
Six of Cups
Seven of Cups
Eight of Cups
Nine of Cups
Ten of Cups
Page of Cups
Knight of Cups
Queen of Cups
King of Cups

SWORDS

Ace of Swords:

Đây là lá bài đầu tiên trong các lá Minor hệ kiếm, thể hiện mối liên hệ giữa các mối quan hệ giao tiếp và vấn đề tài chính của nhân vật. Lá Ace thể hiện trạng thái khởi đầu của các mối quan hệ à liên hệ với chủ đề về những kỹ năng trong hành trình của các lá Major, ta có thể thấy rõ điều này qua lời đoán của Mathers về lý tưởng, chân lý và việc dựa vào sức mạnh bản thân. Điều này chứng tỏ ở đây nhân vật phát huy những kỹ năng của mình để có thể tạo lập những mối quan hệ trong công việc nhằm tìm kiếm sự hỗ trợ cũng như thu về được lợi ích lớn hơn về tài chính. Sự cân xứng uy lực được nhắc đến trong lời đoán của Crowley là cách thức nhân vật sử dụng sức mạnh để giữ các mối quan hệ được ổn định và phát triển theo ý muốn của mình. Lời khuyên ở đây là cần giữ thận trọng vì đây mới chỉ là giai đoạn khởi đầu, nếu quá nóng vội cũng như quá lạm dụng uy lực sẽ có ảnh hưởng xấu tới các mối quan hệ ở giai đoạn sau.

Two of Swords:

Lá bài này thể hiện hình ảnh của sự xung đột giữa hai thanh kiếm nhân vật đang có, chứng tỏ việc quan trọng cần làm là giải quyết những khúc mắc trong các mối quan hệ đang có. Waite đưa ra sự đối trọng chứng tỏ các bên đã không còn nhìn về một hướng, có thể do mâu thuẫn về mặt ý tưởng khi đưa ra dự án hoặc mâu thuẫn về công sức bỏ ra và khoản tiền thu lại được. Đứng giữa các mối quan hệ đó, vai trò của nhân vật là phải dàn xếp những khó khăn đó để nhanh chóng lập lại sự cân bằng như trước nhằm hướng tới thành công ổn định, Hội Bình Minh Vàng đã nhắc đến sự tái lập thanh bình để nhấn mạnh điều này. Mathers đưa ra ý tưởng về chân lý và điều sai, chứng tỏ lập trường của nhân vật ở đây cần cứng rắn và có sự phân biệt đúng sai rõ ràng, như thế mới khiến những người xung quanh nể phục và nghe theo ý kiến của mình trong việc phân xử các mối quan hệ. Lời khuyên ở đây là nhân vật cần làm tốt vai trò của mình như một trung gian phân xử giữa các mối quan hệ, cố gắng cân bằng lợi ích các bên vì mục tiêu chung nhưng nếu cần thì cũng sẵn sàng chấm dứt nếu mối quan hệ có dấu hiệu đi vào con đường sai lầm.

Three of Swords:
Lá bài này thể hiện mức độ khó khăn nhiều hơn với sự xuất hiện thêm của những mối quan hệ phức tạp mà nhân vật bị

cuốn vào đó dù không muốn. Mathers đưa ra lời đoán về sự chấp thuận hơn là đối kháng, chứng tỏ trong các mối quan hệ này nhân vật ở vào thế bị động và không thể thực hiện công việc theo ý của mình, như thế vấn đề tài chính cũng sẽ bị ảnh hưởng vì nhân vật không thể làm chủ được tình hình. Cả Case và Crowley đều nhắc đến sự muộn phiền như trạng thái chính trong nhân vật lúc này, đây là trạng thái khi các mối quan hệ diễn biến không theo mong muốn, ngược lại còn ảnh hưởng xấu đến các lợi ích của nhân vật, nhất là lợi ích tiền bạc. Waite thể hiện sự xa lánh trong tâm tưởng, chứng tỏ căn nguyên của vấn đề là sự bất đồng chính kiến trong các mối quan hệ, dẫn tới chuyện bên ngoài hợp tác nhưng bên trong không vừa lòng hay tệ hơn là ngầm công kích nhau, điều này rất dễ dẫn tới những sự thất bại và đổ vỡ. Lời khuyên trong trường hợp này là nhân vật cần tìm cách để các bên quan hệ hiểu và thông cảm với mình, tránh đặt nặng chuyện tiền bạc mà hãy chú tâm gìn giữ tốt đẹp các mối quan hệ trước thì mới có điều kiện để phát triển về tài chính.

Four of Swords:

Lá bài này thể hiện một trạng thái tạm rút khỏi công việc và những mối quan hệ liên quan đến nó của nhân vật nhằm tìm kiếm sự thanh thản trước giai đoạn kế tiếp. Mathers mô tả một cuộc hoãn binh, chứng tỏ cả nhân vật và các bên khác đều cảm thấy cuộc đấu tranh không mang lại lợi ích gì nhiều mà chỉ dẫn đến sự tổn thương nên quyết định tạm ngưng để tìm một giải pháp thích hợp hơn. Sự thoải mái, nghỉ ngơi và thư giãn cũng được Mathers nhắc đến như một niềm an ủi mà nhân vật có được trong giai đoạn này, như vậy cho dù không có được những thành công như mong muốn của mình thì ít ra nhân vật cũng không lâm vào cảnh khó khăn về tài chính. Waite thì thiên về hướng tiêu cực hơn khi nhắc tới sự thoái lui, tuy nhiên trong những tình huống khó khăn không thể giải quyết được thì rút lui để tránh nhận thêm tổn thất cũng như để có điều kiện khôi phục lại là một phương án chấp nhận được. Lời khuyên ở đây là nhân vật nên tránh xa các cuộc tranh cãi cũng như các kế hoạch mạo hiểm, chỉ nên hoàn thành nhiệm vụ của mình và tránh bị lôi kéo vào bất cứ một nhóm nào, khi mọi sự đã trở lại bình yên thì mới nên xem xét mình nên đi theo phe nào.

Five of Swords:

Lá bài này thể hiện sự chấm dứt hòa hoãn ở lá trước và đưa ra kết quả của cuộc chiến, ứng với chủ đề tâm linh nên cũng hướng vào những niềm tin mạnh mẽ trong lòng nhân vật. Mathers đưa ra lời đoán về chấp nhận sự phê phán chứng tỏ nhân vật tin rằng những sai sót của mình có thể được chấp nhận miễn là thẳng thắn thừa nhận, cũng như chấp nhận hạ mình xuống miễn là có thể đạt được mục đích đã đề ra. Waite nhắc đến sự tổn thất chứng tỏ việc thất thoát về tài chính trong giai đoạn khó khăn này là khó tránh khỏi vì thế không nên quá tìm cách đấu tranh vì sẽ chỉ gây ra tổn thương, thay vào đó nên tìm cách làm giảm nhẹ những mất mát. Crowley và Case thì nhắc tới sự bại trận chứng tỏ các mối quan hệ đã không đem lại hiệu quả như mong muốn và tan vỡ cùng với công việc bất thành. Như vậy có thể thấy đây là sự chấm dứt chặng đầu tiên của các lá Minor hệ kiếm với kết thúc là sự đoạn tuyệt với những mối quan hệ đã gây tổn thất cho nhân vật trong giai đoạn vừa qua.

Six of Swords:

Hình ảnh của lá bài này thể hiện một quá trình vươn lên, đấu tranh nhằm vượt qua khó khăn để thực hiện những mong muốn của nhân vật. Sự nghiên cứu và chú tâm hết mức trong lời đoán của Mathers thể hiện nhân vật giờ đây chỉ tập trung vào việc làm sao hoàn thành dự án để có được nguồn lợi tài chính như mong muốn, do đó các mối quan hệ cũng bị tác động và chỉ hướng về mục đích này. Sự khoa học được thể hiện trong lời đoán của Crowley chứng tỏ các sự tính toán cẩn trọng của nhân vật, do vậy có thể tránh được những rắc rối mà các mối quan hệ đem lại. Case thì thể hiện sự thành công sau nhiều lo toan chứng tỏ nhân vật sẽ thu về được lợi ích tiền bạc trong giai đoạn này, nhưng chỉ có thể đạt tới thành công đó sau khi vượt qua những trắc trở trên đường đi, do vậy trước khi đến được đích thì vẫn cần cẩn trọng trong chi tiêu và đầu tư. Lời khuyên cho lá bài này là cần phải tạo dựng được những mối quan hệ thật sự đáng tin cậy làm chỗ dựa và cần chú ý chỉ nên đầu tư tiền bạc vào nơi mình chắc chắn mà thôi, không nên dàn trải.

Seven of Swords:

Lá này thể hiện một sự biến chuyển kế tiếp trong các trạng thái của hệ kiếm, ở đây là sự sụt giảm sau khi vừa mới có sự khôi phục ở lá bài trước. Hội Bình Minh Vàng và Case đều nhắc tới nỗ lực không bền, chứng tỏ nhân vật không giữ được sự kiên trì cũng như sự chuyên chú vào mục tiêu đã đề ra như ở lá bài trước, đây là dấu hiệu khá tiêu cực ảnh hưởng tới tài chính của nhân vật. Waite đưa ra ý tưởng về kế hoạch có thể thất bại, cho thấy đây không phải thời điểm thích hợp để phiêu lưu mạo hiểm mà nên bám theo những kế hoạch được tính toán cẩn thận để tránh sai lầm. Tệ hơn nữa là lời đoán của Crowley về việc không có cơ may thành công, chứng tỏ nhân vật cần phải xem xét lại các mối quan hệ khi tiến hành các vấn đề liên quan đến tiền bạc, cần phải xem liệu các mối quan hệ này có tạo ra động lực hay ủng hộ mình hay không, nếu cảm thấy có trở ngại hoặc khiến mình phải thay đổi kế hoạch thì nhân vật cần phải suy tính lại, cần nhớ tránh sự nóng vội mạo hiểm ở giai đoạn này.

Eight of Swords:

Lá bài này thể hiện một trạng thái bị động cao trong hành trình các lá hệ kiếm từ lá Ace tới đây, kết hợp với chủ đề sức mạnh trong hành trình của các lá Major có thể thấy nhân vật không đạt tới sức mạnh như mong muốn được. Lời đoán của Waite về sự đối nghịch cũng như của Crowley về sự ngăn cản cho thấy những trở ngại lớn lao ảnh hưởng tới những dự tính của nhân vật, có vẻ như các mối quan hệ lại nảy sinh xung đột khiến nhân vật bị cô lập. Mathers mô tả về sự can thiệp cũng như sự dè dặt trước cái mới, chứng tỏ có nhân tố mới ảnh hưởng tới quan hệ mà nhân vật không kiểm soát được, thể hiện việc thiếu đi sức mạnh cần có ở nhân vật. Ngoài ra Mathers còn nói về việc quá chú tâm đến chi tiết, đây có thể là nguyên nhân phát sinh mâu thuẫn vì trong các mối quan hệ đan xen phức tạp mà quá xét nét sẽ ảnh hưởng đến lợi ích một vài cá nhân, kéo theo sự bất ổn nội bộ và dẫn tới sự thất thu tài chính do công việc không hoàn thành. Như vậy lời khuyên ở đây là nhân vật cần có tầm nhìn rộng, biết bỏ qua những chuyện nhỏ cũng như sẵn sàng hy sinh một phần lợi ích tài chính của mình vì mục đích chung để có được sự thông cảm và giúp đỡ từ các mối quan hệ nhằm thoát khỏi sự ràng buộc hiện tại.

Nine of Swords:

Lá bài này tiếp tục thể hiện sự kết nối với lá trước trong việc mô tả trạng thái suy sụp của nhân vật khi không thể tháo gỡ những rắc rối trong các mối quan hệ của mình, vấn đề tài chính vì thế vẫn không có dấu hiệu cải thiện. Mathers mô tả sự chán nản và thiếu quyết đoán, thể hiện sự bất lực của nhân vật trong việc níu giữ các mối quan hệ lại bên mình để có thể cùng hợp sức phát huy ý tưởng, vai trò của nhân vật đã không còn như trước trong các mối quan hệ. Waite đưa ra lời đoán về sự tuyệt vọng, thể hiện tình cảnh nhân vật đã không còn với tới mục đích của mình, kể cả trong suy nghĩ, qua đó cũng gián tiếp nói tới sự bế tắc tài chính trong đời sống bên ngoài. Sự lo âu trong lời đoán của Case diễn tả một tương lai u ám đang tới và nhân vật dường như không có đủ tinh thần và khả năng để ngăn chặn nó. Như vậy lời khuyên trong trường hợp này là nhân vật cần phải chấn chỉnh lại tinh thần của chính mình đồng thời tích cực tìm cách giữ lại những mối quan hệ cần thiết, kể cả khi chấp nhận những sự hao hụt về tài chính, như thế mới có thể tạo ra những con đường thoát khỏi sự bế tắc hiện tại.

Ten of Swords:

Đây là lá bài cuối cùng trong các lá Minor hệ kiếm, mô tả trạng thái kết thúc trong các mối quan hệ liên quan đến vấn đề tài chính của nhân vật. Mathers mô tả sự khuất phục và thất bại của dự án, đây là kết quả không bất ngờ khi xâu chuỗi lại với những sự kiện trước nhưng nó vẫn mang đến những khó khăn lớn cho nhân vật, nhất là về tài chính. Sự tàn lụi được thể hiện trong hầu hết các lời đoán cho thấy chiều hướng đi xuống và tiến tới sự tan vỡ trong các mối quan hệ, là một hệ quả trực tiếp từ các thất bại về công việc và tài chính mà nhân vật đang gặp phải. Ngoài ra có phần vì ý tưởng ngông cuồng như lời đoán của Mathers, có lẽ do áp lực trong thời gian dài nên nhân vật đã mất đi sự sáng suốt của mình và nảy sinh những ý nghĩ không có tác dụng thực tế. Vì thế lời khuyên cho lá bài là không nên tiếp tục phung phí tiền bạc mà hãy tích tụ lại tất cả những thứ còn có thể, còn về các mối quan hệ thì hãy để thất bại là sự chấm dứt để rồi có thể xây dựng lại từ đầu, không nên cố chấp níu giữ.

Page of Swords:

Đây là lá bài đầu tiên trong các lá Minor hệ kiếm, thể hiện các mối liên hệ giữa sự giao tiếp, quan hệ và vấn đề tài chính của nhân vật. Điểm khác biệt của lá Page này với các hệ khác là trạng thái mô tả khá chủ động so với sự thụ động ở giai đoạn mở đầu, điển hình qua lời đoán về sự lanh lợi, tinh tế, năng động của Case, tức là nhân vật có sự tiếp cận nhanh trong các mối quan hệ liên quan đến tài chính. Waite mô tả sự nhạy bén với điều lạ cũng như sự quan sát, xem xét tường tận thể hiện óc tính toán vượt trội của nhân vật trong việc thực thi các công việc, giúp nhân vật nổi bật hơn trong các mối quan hệ. Mathers thì nhắc tới sự thay đổi quy trình hành động một cách sâu sắc, chứng tỏ qua sự giao tiếp nhân vật đã ngộ ra nhiều thứ và đã tự giác thay đổi bản thân mình cho phù hợp hơn với công việc. Lời khuyên ở đây là đừng tỏ ra quá tự mãn với tài năng của mình vì đây mới là giai đoạn khởi đầu, hãy biết khiêm tốn để học hỏi những kinh nghiệm của người khác, nhất là có thể nhận được sự che chở và giúp đỡ trong các vấn đề tài chính.

Knight of Swords:

Lá bài này thể hiện sự phát triển mạnh mẽ hơn các mặt tính cách của nhân vật so với lá bài trước, thể hiện nhu cầu phát triển bản thân để đối phó với các mối quan hệ của nhân vật. Waite mô tả tài năng, can đảm, phòng vệ, gây chiến, tàn phá thể hiện sự đa dạng về mặt tính cách mà nhân vật có thể bộc phát trong trường hợp này, cũng ngầm ám chỉ sự đa dạng trong các mối quan hệ mà tùy lúc nhân vật đóng những vai trò khác nhau. Tuy thế, dù ở vai trò nào thì nhân vật cũng đều hướng tới mục đích của mình như lời đoán của Mathers, chủ yếu ở đây là vì lợi ích tài chính, sự thống nhất cao độ trong tư tưởng này là cơ sở tốt cho những tính toán của nhân vật. Crowley thì đưa ra lời đoán về sự tài giỏi nhưng thiếu quyết đoán, thể hiện vấn đề khó khăn của nhân vật khi dường như không thể đưa ra quyết định mình nên đứng hẳn về bên nào trong các mối quan hệ mà hiện tại dường như đang có sự xung đột. Lời khuyên ở đây là nhân vật nên có lập trường xác định trong các mối quan hệ của mình và nên dần loại bỏ những mối quan hệ không phù hợp, không còn có tác dụng giúp ích trong việc giải quyết các vấn đề tài chính nữa, thậm chí còn có thể tạo ra trở ngại.

Queen of Swords:

Lá bài này thể hiện sự biến chuyển tiếp theo trong nội tâm nhân vật, là giai đoạn trung gian giữa hai cuộc đấu tranh mà càng về sau tính chất càng rộng và quyết liệt hơn. Hội

Bình Minh Vàng đưa ra lời đoán về sự tiếp nhận mạnh mẽ, quan sát tinh tường, nhanh trí, tự tin chứng tỏ khả năng nắm bắt và xử lí vấn đề của nhân vật đã phát triển lên một trình độ cao hơn. Tuy thế Crowley lại mô tả những khả năng tốt đẹp này thường được sử dụng vào những mục đích tầm thường, chứng tỏ nhân vật vẫn bị kẹt trong sự tác động qua lại của nhiều mối quan hệ mà chưa tìm được lối đi riêng, mục đích cao nhất mà mình cần hướng tới, do vậy việc mắc sai lầm rất dễ dàng. Dù sao thì Mathers vẫn chỉ ra sự ổn định trong các cuộc khủng hoảng, chí ít thì tài năng đã được khẳng định của nhân vật là điều không thể phủ nhận và có thể giúp đảm bảo về tài chính, ít nhất cho bản thân. Lời khuyên cho lá bài này là nhân vật cần biết đặt tài năng của mình đúng chỗ cũng như biết đặt ra những kế hoạch cho mình chứ không nên mãi chạy theo những dự án của người khác, mấu chốt vẫn là tìm ra mục đích cao nhất mình hướng tới trong vấn đề tài chính.

King of Swords:

Đây là lá bài cuối cùng trong các lá Minor hệ kiếm, thể hiện trạng thái phát triển cao nhất của nhân vật trong các mối quan hệ giao tiếp liên quan đến vấn đề tài chính. Waite mô tả hình ảnh của nhân vật ngồi nơi ghế xét xử, quyền uy, thế lực chứng tỏ được nhân vật đã nắm quyền chi phối trong các mối quan hệ mình tham gia và có thể quyết định xu hướng phát triển hay suy thoái tùy theo mục đích tài chính của mình. Hội Bình Minh Vàng mô tả nhân vật có nhiều ý tưởng mới lạ và nét sáng tạo, phân minh trong yêu thương và căm ghét nhưng quá cẩn trọng và nghiêm khắc, có lẽ do những tác động tiêu cực sau thời gian dài tiếp xúc trong các mối quan hệ nên giờ đây nhân vật xử sự mọi thứ theo quy tắc cứng rắn, điều này tuy tốt nhưng phần nào tổn hại về mặt tình cảm, nhất là với những mối quan hệ thân thích. Crowley thì mô tả hình ảnh khác về người có tri thức và lý tưởng cao đẹp nhưng lại xa rời thực tế và hay thay đổi, thể hiện được những sự thiếu quyết đoán ở bước cuối cùng từ lá Queen, thực ra cũng khó trách khi nhân vật không ngừng mơ về mối quan hệ hoàn hảo nhưng tất nhiên thực tế cuộc sống thì không như thế. Lời khuyên ở đây là phải giữ được lí trí tỉnh táo, đặc biệt ở những phán quyết cuối cùng vì ở cương vị cao thì sai lầm cũng sẽ có ảnh hưởng lớn hơn và khó khắc phục hơn, ngoài ra nhân vật cũng phải xác định được những mục đích khả thi nhất để hướng các mối quan hệ tới đó, phải từ nền tảng thực tế để tiến tới những lý tưởng cao đẹp hơn.

Ace of Swords
Two of Swords
Three of Swords
Four of Swords
Five of Swords
Six of Swords
Seven of Swords
Eight of Swords
Nine of Swords
Ten of Swords
Page of Swords
Knight of Swords
Queen of Swords
King of Swords

PENTACLES

Ace of Pentacles:

Đây là lá bài đầu tiên trong các lá Minor hệ sao, chủ yếu thể hiện về vật chất và sự sở hữu, như vậy có thể thấy hệ này có sự gắn kết chặt chẽ với chủ đề tài chính chúng ta đang nhắc tới. Lời đoán đầu tiên của Mathers là về sự hoạch định phương án, thể hiện những tính toán đầu tiên của nhân vật với những khoản tiền đầu tiên mình có được để làm sao nảy sinh lợi lộc. Lợi lộc vật chất trong lời đoán của Case chứng tỏ các nguồn lợi tiền bạc là điều nhân vật mong muốn nhất lúc này, có thể điều này ám chỉ những thứ nhân vật đang có được hoặc những thứ đang hướng tới, thực tế thì trong giai đoạn mở đầu hầu hết lợi ích đều là từ người khác cho tặng hoặc do được thừa kế, dù sao thì cũng là sự khởi đầu thuận lợi. Tuy thế trong lời đoán của Mathers vẫn thể hiện sự ám ảnh về tiền bạc, chứng tỏ nhân vật quá bị thu hút bởi các vấn đề tiền bạc, điều này dẫn đến sự bất chấp tất cả trong hành động để đạt mục đích, thường dẫn đến những kết quả không mấy tốt đẹp. Vì thế lời khuyên cho nhân vật vẫn là cần sự bình tĩnh thận trọng, những bước đi đầu tiên luôn cần sự tính toán thận trọng vì thế cần lắng nghe những người đi trước nhằm rút kinh nghiệm trong việc đầu tư những khoản tiền đầu tiên, đồng thời tránh những hành động vì quá nóng vội.

Two of Pentacles:

Đây là lá bài thứ hai trong hành trình các lá Minor hệ sao, lá này kế thừa vấn đề ở lá trước là sự tính toán sử dụng các món tiền mình có được. Sự thay đổi là điều được thể hiện trong đa số các lời đoán, chứng tỏ vấn đề ở đây có sự phức tạp hơn, nhân vật cần phải lựa chọn nhiều hơn, cả về nơi sẽ đầu tư tiền bạc và cả việc nên nhận sự trợ giúp từ bên nào trong các bên đang liên hệ với mình. Những sự thay đổi này đều nhằm hướng tới việc chọn ra nơi phù hợp để nhân vật có thể thu được nguồn lợi tài chính như mong muốn nên nếu muốn thành công thì nhân vật không được ngồi yên mà phải tìm ra cho mình hướng đi đúng và sẵn sàng thay đổi nếu đường đi hiện tại không phù hợp. Case đề cập đến sự ôn hòa trong quá trình thay đổi như minh chứng cho việc khôn khéo trong hành động, nhân vật có thể thay đổi công việc và tạm ngưng quan hệ với một số người trong hiện tại nhưng không nên vì thế mà làm mất lòng nhau vì có thể trong tương lai sẽ còn hợp tác, khi xử lý các vấn đề liên quan đến tiền bạc luôn cần có sự lạnh lùng và tỉnh táo. Như vậy lời khuyên là nhân vật cần vận dụng tri thức là chủ đề tương ứng trong các lá Major nhằm tìm ra những nơi phù hợp để phát triển những dự án nhằm thu về lợi ích tiền bạc, điều quan trọng là các hành động trong giai đoạn này cần phải được tính toán cẩn thận và thực hiện một cách ôn hòa, thậm chí là bí mật để tránh những tác động từ bên ngoài ảnh hưởng đến công việc vào giai đoạn khởi đầu.

Three of Pentacles:

Lá bài này thể hiện hình ảnh của trạng thái tiến hành công việc đã được hoạch định trong hành trình các lá Minor hệ sao. Lời đoán của Crowley về việc làm cũng như của Case về sự xây dựng cho thấy ở đây nhân vật là người có vai trò trực tiếp tiến hành công việc nên nhân vật phải hành động trong giai đoạn này để có thể hoàn thành vai trò của mình và thu về lợi ích tiền bạc như mong muốn. Giao dịch kinh doanh nằm trong lời đoán của Mathers, thể hiện sự liên hệ với các vấn đề khác như giao tiếp và tình cảm nhằm hỗ trợ thêm cho các dự án phát triển về vật chất của nhân vật, thể hiện quy luật vận động của tiền bạc là phải cho đi mới nhận lại được nhiều hơn nên yêu cầu nhân vật phải nhanh chóng đầu tư. Mathers còn nhắc tới tính sáng tạo, kết hợp với kỹ năng trong lời đoán của Waite nhắc nhở những kỹ năng mà nhân vật cần phải học hỏi nắm bắt trước khi bắt đầu dấn thân trực tiếp vào con đường làm ăn. Như vậy lời khuyên ở đây là phải nhanh chóng dùng các nguồn tài chính mình đang có để kinh doanh sinh lời, không nên dậm chân tại chỗ, tác phong làm ăn cũng cần nhanh gọn dứt khoát và khuyến khích những sự mới mẻ, sáng tạo.

Four of Pentacles:

Lá bài này thể hiện sự nghỉ ngơi sau khi hoàn thành giai đoạn đầu tiên của công việc, ứng với chủ đề quyền lực trong hành trình thụ pháp và hành pháp của các lá Major. Case chỉ ra vấn đề quyền lực trong lời đoán của mình như mục đích mà nhân vật hướng tới và cũng là phương tiện mà nhân vật sử dụng để bảo đảm các nguồn lợi về tài chính của mình, vì thế hai thứ này có mối quan hệ hết sức chặt chẽ với nhau. Mathers đưa ra lời đoán khá độc đáo về cất giấu tài sản, chứng tỏ nhân vật nghĩ tới chuyện cần phải bảo vệ những thứ mà mình đã cực khổ giành được nên đã nghĩ ra những cách nhằm bảo vệ tiền cũng như các tài sản vật chất, điều này thể hiện rõ tính ưu tiên hàng đầu cho vật chất của hệ sao. Dù vậy Waite vẫn đưa ra lời đoán về sự đảm bảo tài sản, nhân vật trong giai đoạn này vẫn có thể yên tâm với các nguồn thu về tài chính của mình nên không cần thiết phải nghĩ tới chuyện cất giấu. Lời khuyên cho lá bài là nhân vật cần nắm chắc những nguồn thu tài chính của mình để đảm bảo lợi ích lâu dài, đồng thời tìm cách củng cố quyền lực nhằm tạo sự bảo vệ chắc chắn hơn cho bản thân trước những áp lực bên ngoài.

Five of Pentacles:

Lá bài này thể hiện sự đi xuống đột ngột so với lá bài trước, mặc dù quy luật tất yếu là khi lên đến một mức nào đó thì sớm muộn cũng sẽ có sự suy giảm. Mathers thể hiện sự lo lắng cũng như mất tiền hay địa vị, chứng tỏ nhân vật đã đánh mất những lợi thế hoặc những sự đảm bảo vững chắc về tiền bạc mà nhân vật đã đạt được ở các lá trước. Hội Bình Minh Vàng đưa ra lời đoán về sự khó khăn vật chất, chứng tỏ giai đoạn này nhân vật sẽ gặp những khó khăn về tài chính, cụ thể ám chỉ đến chuyện bị mất việc làm, cách chức hay các dự án bị thất bại. Sự lo lắng trong lời đoán của Crowley thể hiện trạng thái tinh thần bị ảnh hưởng từ thất bại trong công việc của nhân vật, trạng thái lo lắng này còn làm trở ngại việc tính toán các kế hoạch khác. Do vậy lời khuyên là nhân vật cần giữ được tinh thần bình tĩnh và mau chóng vượt qua thất bại này để vạch ra những phương án mới trong kinh doanh, có thể cần tìm đến sự trợ giúp về vốn và thử sức với những công việc mới mẻ hơn.

Six of Pentacles:

Lá bài này đánh dấu giai đoạn khôi phục lại những thứ đã

mất trước đây của nhân vật, dù hình ảnh không cho thấy những sự dồi dào và quyền uy như trước. Thay vào đó hình ảnh thể hiện trạng thái chia sẻ về vật chất tương ứng với chủ đề tình cảm trong các lá Major, thể hiện phần nào sự ảnh hưởng và tiếng tăm mà nhân vật đã có lại như lời đoán của Mathers. Ngoài ra Mathers còn nhắc tới việc làm và nghề nghiệp ổn định, chứng tỏ dù không được phát đạt như trước nhưng ít ra tiền bạc nhân vật thu được đã đủ để lo cho bản thân và còn dư ra để có thể giúp đỡ những người xung quanh khi cần. Case đi xa hơn khi mô tả về sự thịnh vượng, tức chỉ ra những nguồn lợi lớn hơn nữa nếu nhân vật tiếp tục phát huy khả năng của mình trên lĩnh vực hiện đang theo đuổi này. Như vậy lá bài này thể hiện sự tích cực đi lên trở lại trong các vấn đề tài chính, nhưng yêu cầu nhân vật phải biết sử dụng tiền bạc của mình khôn ngoan hơn giai đoạn trước thì mới có thể giữ được sự ổn định và tiếp tục làm lợi hơn nữa.

Seven of Pentacles:

Lá bài này đánh dấu một trạng thái có thể coi là tạm thời ngừng nghỉ trên hành trình phát triển các kế hoạch về tài chính của nhân vật. Case nhắc đến sự việc chưa hoàn tất trong lời đoán của mình, chứng tỏ nhân vật không thể hoàn thành công việc như ý mình muốn, do đó không thu về được lợi nhuận như mong muốn. Waite nói rõ hơn khi đề cập tới nguyên nhân gây lo lắng là về tiền bạc, có thể ở đây nhân vật cảm thấy các khoản tiền mình bỏ ra không tương xứng với những gì thu về, hoặc có thể yếu tố nào khác bên ngoài ảnh hưởng xấu tới lợi ích tiền bạc của nhân vật. Crowley thì đưa ra lời đoán tiêu cực hơn về sự thất bại, chứng tỏ đây có thể là yếu tố trực tiếp ảnh hưởng đến xu hướng sụt giảm vật chất ở lá bài này, một thất bại có thể làm ngưng các nguồn tài chính chủ yếu mà nhân vật đang có được và còn gây ảnh hưởng kéo dài cho nhân vật. Do vậy lời khuyên cho lá này là nếu cảm thấy công việc đang tiến hành có điều gì khó khăn thì nên tạm ngưng để xem xét lại, nếu không thể cải thiện thì nên chuyển sang hướng khác để tránh sự thất bại và hao tổn tiền bạc.

Eight of Pentacles:

Trong mô tả hình ảnh thì lá này có sự liên kết chặt chẽ với lá trước, theo đó sự chững lại về mặt tiền bạc ở lá trước sẽ dẫn đến các yếu tố thay đổi được thể hiện trong lá này. Crowley đưa ra lời đoán về sự cẩn trọng, thể hiện nhân vật đã học được nhiều kinh nghiệm từ giai đoạn trước để vận dụng trong giai đoạn này. Mathers thì nhắc tới sự kiên trì và sức chịu đựng cũng như nỗ lực đều đặn nhằm chỉ ra tính chất của giai đoạn này, đó là giai đoạn chủ yếu là hành động để tạo dựng cơ sở vững chắc sau khi vừa trải qua sự thất bại và thay đổi trước đó, vậy nên sẽ khó có thể có thu nhập dồi dào. Tuy thế với nền tảng vững chắc đang được vun vén từ từ này thì tương lai nhân vật sẽ sớm có được nguồn lợi dồi dào về tiền bạc vì đã đi đúng con đường phát triển. Điều quan trọng là hiện tại cần phải sử dụng cho hợp lý những nguồn tiền mình đang có trước khi bắt đầu nhận được các khoản lời vì trước mắt vẫn là giai đoạn khó khăn tạm thời.

Nine of Pentacles:

Đây là lá bài kế cuối trong các lá Minor hệ sao, tương ứng với chủ đề trí tuệ trong hành trình của các lá Major nhằm thể hiện sự liên kết giữa hiểu biết của nhân vật và các khoản lời thu được từ hiểu biết đó. Case vẫn nhắc tới sự thận trọng như một thói quen đã được rèn luyện của nhân vật trong những công việc đang tiến hành, nhưng dường như giai đoạn khó khăn nhất đã qua rồi. Mathers ở đây đã nhắc tới sự thanh thản, an toàn và yên tâm vững chí như để khẳng định rằng nhân vật đã đưa ra các quyết sách đúng đắn về vấn đề tiền bạc và giờ đây chỉ còn việc chờ đợi những thắng lợi xảy đến. Ngoài ra thì các lời đoán hầu như tập trung vào sự thịnh vượng và phát triển, chứng tỏ những thành quả mà nhân vật thu được mặc dù vẫn chưa tới đích đến cuối cùng, chứng tỏ các yếu tố tích cực và những điều kiện thuận lợi vẫn sẽ tiếp tục kéo dài. Chính vì thế nhân vật cần phải tận dụng cơ hội này khi mọi thứ đang thuận lợi để thực hiện những mục đích còn dở dang của mình, với số tiền nhiều hơn cộng thêm vào khả năng làm việc đã qua thử thách thì chắc chắn sẽ thu được những khoản lời còn lớn hơn.

Ten of Pentacles:

Đây là lá bài cuối cùng trong các lá Minor hệ sao, thể hiện về sự kết thúc về vấn đề tài chính của nhân vật. Điều đáng mừng là hầu hết các lời đoán đều mang ý nghĩa tích cực, Crowley nói tới sự giàu có như là kết quả của quá trình làm việc gian khổ mà nhân vật đã trải qua để có được cơ ngơi như ngày hôm nay. Mathers thì nhắc tới sự khôn khéo trong giao dịch tiền bạc thể hiện mức độ khôn ngoan cũng như kinh nghiệm nhân vật tích lũy được đã khiến các vấn đề về vật chất ở giai đoạn này trở nên bình thường và không gây ra trở ngại nào lớn. Ngoài ra các lời đoán đều tập trung vào sự thịnh vượng, chứng tỏ sự sung túc về mặt tiền bạc trong giai đoạn này của nhân vật. Như vậy với những điều kiện tốt mà lá bài chỉ ra thì đây là lúc nhân vật quay lại sử dụng tiền bạc vào những việc mình thích, không bị ràng buộc bởi những toan tính công việc nữa mà chỉ đơn thuần là sử dụng cho mình và chăm lo cho những thứ hay những người mình muốn.

Page of Pentacles:

Đây là lá bài đầu tiên trong các lá Minor của hệ sao, thể hiện vấn đề vật chất và sở hữu trong tương quan với tài chính ở chủ đề này. Lá Page tượng trưng cho hình ảnh đầu tiên của nhân vật khi bắt đầu hành trình nên các lời đoán đưa ra chủ yếu thể hiện sự tiếp nhận hoặc những tính cách tương đối thụ động như Case mô tả là siêng năng, cẩn thận và chín chắn trong hành động. Những tính cách này là khá tốt vì ở giai đoạn đầu thường không có nhiều nguồn lực tài chính cho nhân vật sử dụng nên cần phải chú ý kĩ từng khoản một để xây dựng nền tảng thu nhập ổn định làm cơ sở cho sự phát triển tài chính của mình. Waite nhắc tới sự ứng dụng, nghiên cứu, quản trị và thống lĩnh, thể hiện những phẩm chất tốt ở ngay trạng thái khởi đầu của hành trình, nhân vật ở đây có kỹ năng tốt trong công việc mình đang làm và nếu biết cách sử dụng hợp lý số vốn mình có sẽ thu được thành công về tài chính. Như vậy lời khuyên là nhân vật cần phải kết hợp được những khả năng mình có với công việc đang làm cũng như tính toán cẩn thận trong các khoản tiền mình bỏ ra, quá trình này có thể sẽ lâu dài nhưng nếu làm được từng bước thì sẽ tạo thành thắng lợi to lớn.

Knight of Pentacles:

Tiếp nối với sự phát triển trong nội tại nhân vật, lá Knight vẫn hàm chứa những phẩm chất tốt của lá Page, trước tiên là sự cần mẫn, kiên nhẫn trong công việc mà Mathers đã đề cập, chứng tỏ nhân vật vẫn giữ được tác phong làm việc tốt của mình. Ngoài ra Mathers còn nhắc tới sự lo toan về vật chất nhưng luôn nhu mì và khôn khéo, đây là bước phát triển của nhân vật vì mục tiêu không thay đổi nhưng cách thể hiện bên ngoài khôn ngoan hơn giúp nhân vật tránh được những rắc rối không cần thiết và còn lấy được thiện cảm của mọi người. Waite thì mô tả sự chậm chạp về thân xác nhưng có sự hữu dụng và tinh thần trách nhiệm cao, thể hiện nhân vật không phù hợp với những thứ mang tính chất quá nhanh và bất ổn, do đó cần cân nhắc trong việc nhận lãnh các nhiệm vụ, không cần phải làm nhiều nhưng chỉ cần làm đúng việc phù hợp thì mọi thứ vẫn sẽ ổn thỏa. Crowley còn chỉ ra sự thành công nhờ bản thân và hài hòa với thiên nhiên, chứng tỏ ưu điểm của nhân vật là sự thích ứng tốt với môi trường làm việc xung quanh. Như vậy lời khuyên cho nhân vật là không nên quá cuốn mình theo các vấn đề vặt vãnh xung quanh mà chỉ cần tập trung vào chuyên môn, làm những việc phù hợp nhất với mình, thu nhập tài chính trong giai đoạn này sẽ tự khắc được đảm bảo và có sự phát triển.

Queen of Pentacles:

Khác với trạng thái đi lên khá tích cực ở hai lá bài trước, lá bài này thể hiện trạng thái có phần chững lại trong hành trình chuyển đổi bản chất của nhân vật. Hội Bình Minh Vàng nêu ra lời đoán về sự thông minh, quyến rũ nhưng liều lĩnh và hay thay đổi tính khí, tâm trạng, có lẽ thể hiện những sự chuyển đổi tính cách từ chậm rãi lên nóng vội sau khi trải qua hai giai đoạn phát triển chậm trước đây mà chưa thu được kết quả như ý muốn. Mathers thêm vào đó lời đoán về việc đẩy khả năng của mình tới cực hạn, đây là ý khá tiêu cực khi nói tới vấn đề tài chính vì dường như nhân vật đang cố gắng để thực hiện công việc quá sức mà không để lại cho mình bất cứ lối thoát hay nguồn lực dự trữ nào. Dù vậy Waite vẫn lạc quan đưa ra lời đoán về sự khoáng đạt, sung túc như muốn nói vấn đề tài chính ở giai đoạn này vẫn tương đối ổn định và không có mối đe dọa nào quá lớn tới nhân vật. Lời khuyên ở đây là nhân vật cần giữ được sự thận trọng trong tính toán của mình, không nên vì sở hữu nhiều tiền hơn trước mà có những hành động thiếu suy nghĩ vì rất dễ ảnh hưởng xấu về lâu dài cho công việc đang thực hiện.

King of Pentacles:

Đây là lá bài cuối cùng trong các lá Minor hệ sao, thể hiện trạng thái hoàn chỉnh nhất trong sự phát triển nội tại của nhân vật về các vấn đề vật chất, sở hữu. Waite mô tả hình ảnh nhân vật can trường, tháo vát, lanh lợi, giỏi tính toán và thành đạt, qua đó đưa ra hình ảnh nhân vật đã hoàn toàn trưởng thành và đủ khả năng giải quyết tất cả những khó khăn về vấn đề tài chính của mình. Sự gia tăng vật chất đi với sự gia tăng cả tính thiện và ác được Hội Bình Minh Vàng nhắc tới như để thể hiện sự song hành của hai yếu tố tưởng như mâu thuẫn nhưng luôn tồn tại trong con người, khi thành đạt hơn thì sẽ có nhiều điều kiện hơn để nhân vật làm điều tốt và tất nhiên cũng sẽ nguy hiểm hơn nếu nhân vật muốn thực hiện những việc xấu. Ngoài ra thì lời đoán còn nhắc đến tính cách hiền lành nhưng dễ hung tợn khi bị khiêu khích, chứng tỏ nhân vật chưa hoàn toàn bỏ được những khuyết điểm vẫn còn tồn tại từ những lá trước, và có thể bị kẻ thù lợi dụng để làm hại. Do đó lời khuyên cho lá này là tuy không vội vàng nhưng cũng không được chủ quan trước thắng lợi vì vẫn còn những thế lực muốn hãm hại mình, nhân vật cần phải lựa chọn giữa thiện và ác một cách thật sáng suốt để tìm ra giải pháp phù hợp nhất cho tình hình của mình.

Six of Pentacles
Knight of Pentacles
Five of Pentacles
Page of Pentacles
Four of Pentacles
Ten of Pentacles
King of Pentacles
Three of Pentacles
Nine of Pentacles
Queen of Pentacles
Two of Pentacles
Eight of Pentacles
Ace of Pentacles
Seven of Pentacles

4 CẠNH TRANH VÀ ĐỐI PHÓ

MAJOR ARCANA

0 The Fool:

Đây là lá bài đầu tiên trong các lá Major, trong hành trình chàng khờ đây cũng là lá bài rất quan trọng thể hiện giai đoạn đầu tiên của hành trình với những đặc điểm của người mới, là người mới thì sẽ gặp nhiều khó khăn nên cũng cần phải đối phó. Mathers đưa ra lời đoán về sự độc đáo hoặc kỳ quặc trong tư tưởng và sự điên khùng, chứng tỏ những vấn đề nhân vật gặp phải ở đây phần nhiều xuất phát từ chính những sự khác biệt của bản thân mình, do đó vấn đề chủ yếu là phải nhìn nhận được bản thân mình trong từng bước đi để dần thay đổi cho phù hợp. Waite còn nhắc tới sự phấn khích cao độ thể hiện trạng thái tinh thần tốt của nhân vật, như vậy nhân vật hoàn toàn tự tin để đối phó với những khó khăn đang chờ đợi mình dù bản thân chỉ là người mới. Các lời đoán ở đây đều có sự tập trung vào vấn đề tư tưởng, tinh thần chứng tỏ trong giai đoạn này điều quan trọng là nhân vật phải vượt qua được chính mình, không dám nghĩ thì sẽ không dám làm. Lời khuyên ở đây là nhân vật cần phải tiến hành cuộc đấu tranh đối phó với những tiêu cực trong chính suy nghĩ của mình, vượt qua được nó chính là điều kiện tiên quyết nhất để nhân vật có đủ can đảm tiến bước trên con đường sự nghiệp, cần phải có sự tự tin để đối đầu với bất cứ khó khăn nào trên đường đi của mình.

1 The Magician:

Đây là lá bài thứ hai trong các lá Major, nhưng lại là lá bài đầu tiên thể hiện hành trình thụ pháp của nhân vật, chủ đề của lá bài này là về kĩ năng. Hội Bình Minh Vàng đưa ra lời đoán về kỹ năng, tài trí chứng tỏ đây là hành trang cơ bản và quan trọng nhất mà nhân vật cần phải mang theo suốt hành trình, nếu không tích lũy được nó thì nhân vật chắc chắn không thể đối phó với khó khăn và sẽ thất bại.

Crowley nhắc đến sự giỏi thích ứng còn Case nói tới khả năng tạo dựng, chứng tỏ để đối đầu với những khó khăn nhân vật không được cứng nhắc và bảo thủ mà phải luôn linh hoạt cho phù hợp với tình huống cũng như phải có khả năng gây dựng nền tảng cho sự nghiệp của mình. Mathers thì nhắc nhở về việc nhắm đến mục đích, chứng tỏ nhân vật cần luôn bám sát theo định hướng đã đặt ra từ ban đầu để tránh bị ảnh hưởng dao động từ môi trường làm việc phức tạp xung quanh. Tóm lại lá bài này nói nhiều đến việc nhân vật phải chủ động trang bị cho mình những kĩ năng cần thiết trước khi dấn thân vào con đường công danh sự nghiệp, đây là điều quan trọng nhất vì nếu bản thân nhân vật không có năng lực thì tất yếu sẽ thất bại, ngoài ra trong quá trình tiếp thu học hỏi ban đầu thì nhân vật cũng nên linh động thay đổi, chỉ cần nhớ giữ vững mục đích của mình.

2 The High Priestess:

Lá bài này thể hiện hình ảnh nữ thượng tế, biểu hiện cho quá trình tiếp nhận tri thức trong hành trình thụ pháp của nhân vật, đây cũng là một yếu tố quan trọng nhân vật cần phải có để đối đầu với các khó khăn trong công việc của mình. Waite đưa ra lời đoán về sự bí ẩn, tương lai chưa lộ dạng nhằm thể hiện nhân vật đang gặp phải những khó khăn mà không nắm rõ được nó để có thể tính cách giải quyết cho hợp lý, do vậy đặt ra nhu cầu tìm tòi nâng cao hiểu biết cho nhân vật. Crowley thì nhắc đến sự trồi lụt, đổi thay chứng tỏ tính bất ổn và nhiều biến cố trong công việc sẽ xảy ra trong giai đoạn này, do vậy nhân vật cần phải cẩn thận khi tiến hành công việc của mình. Case còn nhắc tới tính hai mặt, đây là lời đoán có ý mở vì nó vừa ám chỉ đến những sự phản bội trong các mối quan hệ, cũng có thể ám chỉ chính mặt trái trong những thứ nhân vật đang tìm cách học hỏi, dù bây giờ chưa rõ ràng nhưng tương lai có thể gây ra những hậu quả khó lường trước. Do đó lời khuyên ở đây là nhân vật cần có sự bình tĩnh trong xem xét vấn đề cũng như cân nhắc trước khi đưa ra quyết định, giai đoạn này ẩn chứa nhiều mối nguy hiểm tiềm tàng nên rất cần thiết trong việc nâng cao bản lĩnh và kiến thức nhằm vượt qua trở ngại.

3 The Empress:

Đây là lá bài ở vị trí thứ 3 trong chuỗi 10 lá bài của hành trình thụ pháp, thể hiện chủ đề về sự bảo hộ trong quá trình đối phó với những khó khăn trong công việc của nhân vật. Mathers đưa ra lời đoán về sự vui sướng và hạnh phúc, sự gia tăng, phát triển và hoạch lợi, chứng tỏ những trạng thái đã thay đổi theo chiều hướng tích cực hơn nhiều so với lá bài trước, sự bảo hộ khiến nhân vật yên tâm không phải lo đấu tranh với các thế lực chống đối. Crowley nói đến tình yêu và niềm vui chứng tỏ nền tảng tình yêu tốt đẹp sẽ đem đến sự bảo trợ và giúp đỡ cho nhân vật trong giai đoạn này, do đó nhân vật cần quý trọng và chăm lo cho những người thương yêu mình. Waite nhắc đến hành động và ánh sáng sự thật nhằm thể hiện nhân vật cần bám sát vào chân lí cũng như phải có những hành động mạnh mẽ nhằm bảo vệ quan điểm của mình trong những cuộc đối đầu, chỉ cần vững vàng tất sẽ vượt qua được. Lời khuyên ở đây là nhân vật cần phải có sự nỗ lực hơn nữa, nhất là sau khi đã tích lũy các kỹ năng và kiến thức cơ bản ở giai đoạn trước, không có sự bảo hộ nào kéo dài mãi nên nhân vật phải chuẩn bị cho những khó khăn sẽ đến trong tương lai.

4 The Emperor:

Lá bài này thể hiện hình ảnh hoàng đế, là sự tiếp nối trong hành trình chàng khờ sau lá bài nữ hoàng, về mặt sự kiện thì lá này thể hiện chủ đề về quyền lực trong hành trình thụ pháp của nhân vật. Hội Bình Minh Vàng thể hiện lời đoán của mình về chiến tranh, sự chinh phục, xung đột chứng tỏ đây là giai đoạn có những sự đối đầu quyết liệt trong công việc, nhiều khả năng là cuộc cạnh tranh để nắm giữ những vị trí quyền lực trong công việc. Crowley cũng đưa ra lời đoán về năng lực, sự vững tin và cả sự ngang bướng nhằm thể hiện nhân vật rất quyết tâm và tự tin trong cuộc đấu tranh này vì đã có được bản lĩnh vững vàng và khá chắc chắn về thành công. Waite nhắc tới sự ổn định, quyền lực, lý trí chứng tỏ những thắng lợi nhân vật có thể có được sau quá trình đấu tranh này là rất lớn và nhân vật cần giữ được bản lĩnh, ý chí cho tới giờ phút cuối cùng. Như vậy lời khuyên ở đây là nhân vật cần phải nỗ lực trong giai đoạn này nhằm chạm tới mục đích của mình, không thể có được thành công thực sự nếu không trải qua cuộc tranh đấu quyết liệt khó khăn nhưng nếu nhân vật vận dụng tốt những khả năng của mình cũng như có được tinh thần kiên quyết thì sẽ có nhiều cơ hội thắng lợi.

5 The Hierophant:

Đây là lá bài thể hiện hình ảnh vị thượng tế, qua đó đã thể hiện khá rõ về chủ đề tâm linh trong hành trình của nhân vật, sự chuyển giao từ chủ đề quyền lực từ giai đoạn trước sang chủ đề tâm linh tất yếu sẽ dẫn đến những khó khăn mà nhân vật phải đối phó. Mathers đưa ra lời đoán về trực giác, sự học hỏi từ tha nhân và sự liên hiệp chứng tỏ nhân vật đang tìm đến những sự giúp đỡ từ những nguồn khác với trước đây cũng như tin tưởng nhiều vào cảm tính, điều này có thể là do những khó khăn vượt ra ngoài khả năng dự liệu như trước đây và có sự thay đổi trong bản thân nhân vật trong nhận thức về cuộc đời và sự nghiệp. Hội Bình Minh Vàng nhắc tới trí năng thần thánh, sự minh giải, giảng dạy ám chỉ nhân vật cần tận dụng cơ hội tiếp xúc với các bậc cao nhân vì sẽ lĩnh ngộ được thêm nhiều kiến thức bổ ích trong việc đối phó với những khó khăn ngày càng nhiều trong công việc. Crowley cũng nhắc đến sự từ tâm cũng như việc nhận sự giúp đỡ của người trên, nếu chỉ đơn độc thì sẽ rất khó cho nhân vật khi tiếp cận với những lĩnh vực mới, đặc biệt là tâm linh, vì thế điều quan trọng là nhân vật cần tìm cho mình một minh sư trong giai đoạn khởi đầu này. Lời khuyên ở đây là nhân vật cần tìm kiếm sự giúp đỡ dựa trên sự hòa hợp về mặt tinh thần, đây là cơ sở để có được nhận thức mới về các vấn đề đang gặp phải, từ đó có thể dễ dàng hơn trong việc đối phó với những khó khăn thử thách.

6 The Lovers:

Đây là lá bài thứ 6 trong các lá Major thể hiện hành trình thụ pháp của nhân vật, chủ đề được thể hiện ở đây là tình yêu – một yếu tố cũng hết sức quan trọng liên quan đến công danh sự nghiệp của nhân vật. Hội Bình Minh Vàng đưa ra lời đoán về sự phấn khích, động lực, thể hiện tình yêu đem lại cho nhân vật những nguồn năng lượng tích cực để đối đầu với những thử thách ở giai đoạn này. Waite đưa ra lời đoán về sự quyến rũ, vẻ đẹp cũng như sự vượt qua thử thách chứng tỏ những khó khăn mà nhân vật phải đối phó vẫn tồn tại trong thời điểm này nhưng nhân vật ũng hoàn toàn đủ khả năng vượt qua vì lúc này nhân vật có người yêu bên cạnh. Tuy thế Crowley cũng chỉ ra nhược điểm ở đây là sự bồng bột, thiếu quyết đoán và tính trẻ con chứng tỏ trong tình yêu thì ưu điểm được nhân đôi nhưng những sai sót cũng sẽ tăng lên, như vậy nhân vật cần biết cách phát huy những đặc điểm tốt vào công việc và hạn chế những nhược điểm của mình. Lời khuyên ở đây là nhân vật nên có những giới hạn nhất định để tránh việc để tình cảm quyết định hoàn toàn trong công việc của mình, dù sao tình yêu vẫn phù hợp với vai trò động lực hơn.

7 The Chariot:

Lá bài này thể hiện một sự chuyển đổi quan trọng trong hành trình của nhân vật, từ sự kiện về tình cảm sang sự kiện về quản lí, kiểm soát, chứng tỏ trạng thái từ tinh thần đã quay về với các vấn đề vật chất, thực tế. Hội Bình Minh Vàng đưa ra lời đoán về sự chiến thắng, sức khỏe, thành công chứng tỏ nhân vật đạt được những kết quả tích cực trong việc đối phó với những khó khăn trong công việc, điều này có thể xuất phát từ những nền tảng từ giai đoạn trước cũng như sự điều chỉnh hợp lý ở thời điểm này. Sự khỏe mạnh và tráng kiện cũng được Mathers nhắc đến chứng tỏ nhân vật rất chú trọng vào sức khỏe bản thân, điều này nhằm vượt qua khó khăn trước mặt và sẵn sàng cho chặng đường dài phía trước, gián tiếp cũng cho thấy những vấn đề khó khăn có phần tăng dù chưa gây được nguy hiểm cho nhân vật. Crowley còn đưa ra sự bảo thủ trong lời đoán của mình nhằm thể hiện quyết tâm của nhân vật trong việc ổn định các kế hoạch cũng như tiến độ công việc, đi kèm với đó là nỗ lực nhằm kiểm soát tình hình cũng như khống chế các lực lượng chống đối. Lời khuyên cho nhân vật là bên cạnh sự cứng rắn cần thiết để duy trì sự ổn định thì trong những tình huống nhất định nhân vật nên có sự mềm dẻo linh hoạt, đó cũng là nghệ thuật quản lí nhằm giúp nhân vật dễ dàng hơn trong việc loại bỏ những trở ngại của mình.

8 Strength:

Đây là lá bài thể hiện chủ đề sức mạnh trong hành trình thụ pháp của nhân vật, đây là sự kiện quan trọng vì nó là bước chuẩn bị có tác động trực tiếp tới kết quả cuối cùng của hành trình, do vậy cần lưu ý đặc biệt tới lá bài này. Mathers đưa ra lời đoán về lòng can đảm, niềm vui và sự háo hức thể hiện trạng thái tinh thần sẵn sàng đương đầu với những thử thách của nhân vật trong giai đoạn này, ngoài ra lời đoán còn nhắc tới việc thám hiểm những nơi xa lạ nhằm ám chỉ nhân vật đang tìm kiếm thử thách trong lĩnh vực mới nhiều cơ hội nhưng cũng hứa hẹn có nhiều khó khăn. Crowley nhắc tới hành động đam mê mãnh liệt chứng tỏ nhân vật có động lực trong việc thực hiện những sự thay đổi quan trọng nhằm hướng tới sức mạnh trong giai đoạn này, sức mạnh tinh thần cũng chính là nền tảng quan trọng để vượt qua những trở ngại. Uy lực cũng được thể hiện trong các lời đoán nhằm nhấn mạnh những năng lực tiềm ẩn trong nhân vật bộc phát ở giai đoạn này khiến nhân vật nắm quyền quyết định trong tình hình. Như vậy lời khuyên cho nhân vật là cần tập trung phát huy tốt nội lực của bản thân trước, từ cơ sở đó có thể phát hiện ra những hướng đi phù hợp nhằm tìm kiếm sức mạnh cần thiết cho mình trên con đường công danh sự nghiệp.

9 The Hermit:

Đây là lá bài thứ 9 trong các lá Major thể hiện hành trình thụ pháp của nhân vật, sự kiện chính được thể hiện ở đây là về trí tuệ, điều này thể hiện hành trình đang đến gần hồi kết vì trí tuệ là điều không dễ có được và có vai trò quyết định trong việc kết thúc khó khăn. Sự khôn ngoan, cẩn trọng, giấu kín được Waite đưa ra nhằm thể hiện phong thái của nhân vật trong việc đối phó với những khó khăn trong giai đoạn này, điều này thể hiện nhân vật có sự tin tưởng chắc nịch trong thành công của mình. Mathers cũng nhắc tới sự tỏa sáng, rạng danh nhằm chứng tỏ nhân vật có sự thành công trong giai đoạn này và có địa vị quan trọng trong công việc và đặc biệt là vai trò quyết định của nhân vật trong các cuộc đấu tranh. Crowley thì lại nhắc đến chuyện lui về hưởng nhàn không tham gia thế sự chứng tỏ lúc này nhân vật lại không mấy mặn mà trong việc đối phó với các thế lực chống đối, có lẽ là do nhân vật đã nhìn thấu được kết quả nhờ sự khôn ngoan của mình nên không muốn tham gia đấu tranh. Lời khuyên cho nhân vật là cần sự suy xét thật kĩ trước khi hành động ở giai đoạn này vì đây là giai đoạn ngay trước sự kết thúc, vì vậy sự khôn ngoan là cực kì quan trọng, nếu sai sót thì sẽ không có cơ hội cứu vãn, vì vậy nếu không chắc chắn thì tốt hơn là không nên hành động.

10 Wheel of Fortune:

Đây là lá bài cuối cùng trong các lá Major thể hiện hành trình thụ pháp của nhân vật, thể hiện sự chấm dứt hành trình và cũng là sự chuyển đổi giữa các giai đoạn. Crowley nhắc tới sự thay đổi vận số như thể hiện một sự thay đổi quan trọng sắp xảy tới trong giai đoạn này và nhân vật cần có sự chuẩn bị sẵn sàng để không bị bất ngờ khi đối phó với những khó khăn có thể xảy đến. Hội Bình Minh Vàng nhắc tới vận may và hạnh phúc thể hiện những dấu hiệu tích cực mà nhân vật có thể gặp được trong thời điểm này, dường như các quá trình tốt vừa qua đã giúp nhân vật không phải đối phó với những vấn đề quá nghiêm trọng trong giai đoạn này. Waite nhắc tới sự thành đạt nhằm thể hiện thành quả mà nhân vật đạt được trong quá trình vừa có và cũng khẳng định được sự thắng lợi của nhân vật trong cuộc đấu tranh với các thế lực chống đối. Lời khuyên cho nhân vật ở giai đoạn này là cần có sự bình tĩnh và xem xét cẩn thận trong các tình huống ở giai đoạn này vì từng sự chuyển biến ở đây sẽ ảnh hưởng nhiều đến giai đoạn sau, thắng lợi ở đây không thể đảm bảo kéo dài trong giai đoạn sau và nhân vật cần có sự chuẩn bị tốt để đối đầu với các thử thách mới.

11 Justice:

Đây là lá bài đầu tiên trong hành trình hành pháp của nhân vật, là cặp tương ứng cùng thể hiện về sự kiện kỹ năng đối với nhân vật, ở đây là việc nhân vật vận dụng kỹ năng của mình trong đối phó với các vấn đề của công việc. Waite đưa ra lời đoán về sự công bằng, đúng mực, luật lệ ở mọi lãnh vực chứng tỏ nhân vật đang cố gắng để giữ công việc đi đúng theo quỹ đạo tính toán cũng như giữ sự cân bằng, đúng luật và đối đầu với những âm mưu làm ăn sai trái. Crowley thì nói tới sự điều chỉnh, sự đình hoãn những hoạt động cần phải quyết định thực hiện, như vậy ở đây nhân vật rất quyết liệt trong hành động và đang đưa ra nhiều sự thay đổi quan trọng trong công việc nhằm hướng tới thắng lợi, sự trì hoãn có thể ám chỉ những khó khăn to lớn hoặc cũng có thể là nhân vật tự hoãn để chờ thời cơ thích hợp. Mathers thậm chí còn nhắc tới sự kiện tụng để chỉ ra sự đấu tranh lên đến cao trào mà khó có thể giải quyết trong nội bộ nữa, khi đó nhân vật sẽ phải nhờ tới quyền lực của luật lệ, điều này phần nào thể hiện kết quả tốt vì lá bài ám chỉ nhân vật đi theo đúng con đường của pháp luật. Lời khuyên ở đây là nhân vật nên có những quyết định thận trọng, nhất là liên quan đến vấn đề công lý và luật pháp vì một khi đưa ra là sẽ không thể rút lại, dù vậy khi quyết định thì cũng phải hành động hết sức dứt khoát, khó khăn tuy nhiều nhưng nhân vật vẫn đủ khả năng đối phó với nó.

12 The Hanged Man:

Đây là lá bài thứ 12 trong các lá Major thể hiện chuỗi sự kiện chính trên hành trình chàng khờ, tương ứng với vị trí thứ hai trong hành trình hành pháp là sự kiện tri thức, nắm được tri thức chính là chìa khóa để nhân vật đối phó với những thách thức trong công việc. Hội Bình Minh Vàng đưa ra lời đoán về sự hy sinh miễn cưỡng và sự mất mát thể hiện nhân vật đang đối đầu với những thách thức lớn và có thể phải chấp nhận những kết quả bất lợi ở giai đoạn này. Case thì nói nhiều tới sự tổn thất và vận rủi, chứng tỏ có những biến cố mới xảy ra trong giai đoạn này và ảnh hưởng xấu tới công việc của nhân vật làm cho nhân vật lâm vào khó khăn và chịu tổn thất. Sự khuất phục và chấp nhận cũng được Mathers nhắc tới như một khẳng định về việc nhân vật không nên kịch liệt chống đối đến cùng vì những vấn đề này vốn dĩ vượt ngoài tầm kiểm soát, thay vào đó ông đưa ra lời đoán về sự đảo nghịch, nói lên những sự thay đổi, học hỏi mà nhân vật cần đưa ra để chuẩn bị cho sự trở lại trong giai đoạn sau. Lời khuyên cho nhân vật ở đây là cần biết dừng đúng lúc khi cảm thấy không thể tiếp tục, trên hành trình đường dài thỉnh thoảng cũng phải chấp nhận những bước lùi nhất thời, quan trọng là sự rút kinh nghiệm cũng như học hỏi nâng cao trình độ để chờ đợi thời cơ phát triển trở lại.

13 Death:

Lá bài này thể hiện bước liên kết tiếp theo từ trạng thái treo ngược ở lá trước, sự kiện được đề cập đến đây là sự che chở cũng như sự thay đổi một cách chủ động vì đây là hành trình hành pháp của nhân vật. Crowley đưa ra lời đoán về sự thay đổi tự nguyện hoặc miễn cưỡng, cái chết và sự hủy diệt bất ngờ chứng tỏ xu hướng diễn biến của công việc đã đẩy nhân vật đến ngã rẽ và bắt buộc phải đưa ra sự lựa chọn nếu muốn tiếp tục, ở đây cũng rất khó đối phó vì nhân vật có vẻ không đủ sức thay đổi tình thế và nếu không khéo sẽ phải chịu thất bại. Sự kết thúc, sự chết và sa đọa cũng được Waite nhắc tới trong lời đoán của mình thể hiện xu hướng đi xuống trong công việc của mình và nhân vật phải đấu tranh, trước hết là chỉnh đốn bản thân mình thì mới mong cứu vãn được tình thế. Tuy thế Mathers cũng nhắc tới sự thay đổi, cải tiến, sự khởi đầu mới nhằm chứng tỏ nhân vật cần phải vượt qua giai đoạn khó khăn này để hướng tới tương lai tươi sáng, phải nỗ lực đấu tranh để chiến thắng khó khăn ở đây. Lời khuyên ở đây là nhân vật cần có sự chuẩn bị và hành động quyết đoán khi từ bỏ những thứ chưa phù hợp và thay đổi cung cách làm việc của mình, có thể ban đầu sẽ khó khăn nhưng mọi thứ sẽ tốt đẹp hơn theo thời gian.

14 Temperance:

Đây là lá bài đứng ở vị trí thứ 4 trong hành trình hành pháp của nhân vật, thể hiện trạng thái về sự kiện quyền lực và địa vị, ở đây là vận dụng quyền lực để cân bằng mọi thứ theo ý mình, chứng tỏ nhân vật muốn điều đình và kiểm soát các cuộc đấu tranh trong công việc. Mathers đưa ra lời đoán về thử thách cam go chứng tỏ khi nắm trong tay quyền lực rồi thì những khó khăn của nhân vật cũng sẽ phức tạp hơn chứ không đơn giản vì thế nhân vật luôn phải ở trong tư thế sẵn sàng và cảnh giác. Hội Bình Minh Vàng thì nhắc tới sự kết hợp mọi sức mạnh, sự hiện thực và hành động chứng tỏ yếu tố quyết định thành bại trong việc đối phó của nhân vật là việc vận động được các nguồn lực xung quanh trong việc trợ giúp mình, hành động quyết đoán cũng là một yếu tố đem đến thắng lợi ở đây. Tính kinh tế và sự quản trị được Case nhắc tới nhằm nhấn mạnh những kĩ năng mà nhân vật cần phải sử dụng, đó là khả năng tính toán lợi hại trong các kế hoạch cũng như tầm nhìn chiến lược và ảnh hưởng của mình tới người khác trong quá trình đấu tranh với các thế lực chống đối. Lời khuyên ở đây là nhân vật cần có sự cân nhắc rất kỹ lưỡng trong quá trình đối phó của mình, mục đích quan trọng nhất vẫn là sự thành công của công việc nên cần chú ý đến việc giữ sự cân bằng trong môi trường làm việc, vì thế điểm nhấn ở đây là nhân vật cần áp đặt được sự kiểm soát lên tình hình.

15 The Devil:

Đây là lá bài thứ 5 trong hành trình hành pháp của nhân vật, thể hiện sự chuyển biến trong các sự kiện chính từ quyền lực, địa vị sang tâm linh, thể hiện quá trình tự đào sâu tìm hiểu về căn tính của nhân vật. Crowley đưa ra lời đoán về sự phấn khích mù quáng, tham vọng cuồng nhiệt nhằm ám chỉ nhân vật bị lôi cuốn bởi những ý nghĩ của chính mình và dồn toàn bộ tâm trí, sức lực theo đuổi, lời đoán còn nhắc đến sự ngoan cố thể hiện ý chí rất mạnh của nhân vật và bất cứ ai tìm cách ngáng trở sẽ nghiễm nhiên trở thành kẻ thù và nhân vật sẽ đối phó với kẻ đó. Sự cám dỗ và ám ảnh được Hội Bình Minh Vàng nhắc tới như là nguyên nhân của các hành động của nhân vật, như vậy ở đây nhân vật đi theo những ý niệm của mình chứ không phải dựa trên những kế hoạch hay tính toán chi li như ở lá bài trước. Waite thì nói tới nỗ lực và sức mạnh phi thường chứng tỏ nhân vật bộc lộ nguồn nội lực mạnh mẽ trên hành trình tìm kiếm bản ngã của mình, và quả thật rất khó khăn nếu phải đối phó với nhân vật thời điểm này. Lời khuyên của nhân vật trong giai đoạn này là nên xác định cho kĩ mục đích hướng tới để tránh sự mù quáng, cụ thể là cần tìm một tấm gương trên con đường tâm linh này để có thể dễ dàng hơn trong việc đối đầu với những khó khăn.

16 The Tower:

Đây là lá bài thể hiện về sự kiện tình cảm trong hành trình hành pháp của nhân vật, đây là trạng thái tiếp diễn sau chủ đề tâm linh ở lá bài trước, tuy vậy lá bài này lại mang ý nghĩa khá tiêu cực. Mathers đưa ra lời đoán về việc mất sự hỗ trợ và an toàn, ảo ảnh tan biến, điều này cho thấy nhân vật nhận ra những thứ mình đang theo đuổi đều là phù du không thật và đã khiến bản thân không còn có được những sự ủng hộ, nguy hiểm hơn là lời đoán về sự xung đột, ganh đua chứng tỏ các thế lực chống đối nhân cơ hội phát triển và sẽ khiến nhân vật gặp nhiều khó khăn. Sự lừa gạt, sụp đổ và giam cầm trong lời đoán của Waite thể hiện nhân vật đang là trung tâm của những sự công kích từ các kẻ thù và với trạng thái không ổn về tinh thần này thì khả năng thất bại là rất lớn. Case cũng đưa ra lời đoán về sự xung đột và đại họa không lường trước, chứng tỏ ngay cả hoàn cảnh cũng chống lại nhân vật, như vậy nhân vật vừa mắc bẫy trong chính suy nghĩ của mình, vừa bị chống đối phản bội vừa gặp vận rủi trong công việc. Do đó lời khuyên ở đây là không nên quá cố chấp trong tranh đấu mà nên biết lánh những việc nhiều rủi ro và tập trung vào những việc nhỏ mà chắc, ngoài ra còn phải cẩn thận tránh những sự hãm hại từ những người xung quanh, đồng thời cố gắng lấy lại ổn định trong đời sống tinh thần của chính mình.

17 The Star:

Đây là lá bài thứ 7 trong hành trình hành pháp của nhân

vật, nội dung chính của lá bài nói về sự kiện quản lý trong hành trình chàng khờ, là bước chuyển biến từ chặng đường tâm linh, tình cảm trở về con đường thực tế, công việc. Hội Bình Minh Vàng đưa ra lời đoán về hy vọng, sự giúp đỡ bất ngờ chỉ ra những yếu tố tích cực, may mắn sẽ đến và giúp ích nhiều cho nhân vật trong cuộc đấu tranh với những thách thức, nhưng lời đoán cũng nói tới hy vọng ảo như để nhắc nhở nhân vật phải bình tĩnh xem xét các vấn đề để tránh lại tự sai lầm. Waite thì nói tới hy vọng và viễn cảnh tươi sáng, chứng tỏ nhân vật đã có thể nhìn thấy con đường thoát ra khỏi những rắc rối kéo dài và cần nỗ lực để vươn tới những thắng lợi đó. Tuy vậy Crowley vẫn chỉ ra những sai sót trong nhận định cũng như nỗi thất vọng chứng tỏ nhân vật vẫn chưa thực sự lấy lại được thăng bằng cũng như khôi phục lại bản lĩnh, nhất là khả năng đoán định vấn đề của mình, do vậy rất cần sự thận trọng cũng như những lời khuyên trước khi nhân vật bắt tay vào việc. Lời khuyên cho lá bài này là nhân vật cần tiến hành công việc từ từ, trong các cuộc đấu tranh cần kêu gọi các sự hỗ trợ chứ không nên đơn phương nóng vội.

18 The Moon:
Đây là lá bài thể hiện chủ đề sức mạnh trong hành trình hành pháp của nhân vật, là sự tiếp nối vấn đề quản lí, kiểm

soát ở lá bài trước vì nếu thiếu sức mạnh thì sẽ không thể đối phó và kiểm soát được khó khăn, vì thế sự ngưỡng vọng sức mạnh là yếu tố nổi bật ở đây. Mathers đưa ra lời đoán về cuộc đấu tranh từ từ nhưng cam go và bên bờ của sự thay đổi quan trọng, chứng tỏ đây là bước đệm quan trọng cho hành trình đấu tranh chống lại những thử thách của nhân vật, lá bài chỉ ra sắp có những sự kiện lớn xảy ra và nhân vật cần có sự sẵn sàng. Waite nói tới sự lừa dối, hiểm nguy và kẻ thù giấu mặt nhằm chỉ ra khó khăn đang ở mức độ cao và có thể gây nguy hiểm cho nhân vật, chính vì thế trong công việc nhân vật cần hết sức cảnh giác vì lá bài ám chỉ sự ám hại từ bên trong, nhân vật phải lưu ý vì đối phó với loại kẻ thù này khó hơn kẻ thù công khai rất nhiều. Crowley nói về sự ảo tưởng, lẫn lộn và tình trạng khủng hoảng ám chỉ về việc môi trường làm việc đang bất ổn và sẽ ảnh hưởng tới nhân vật, do vậy điều quan trọng là nhân vật phải có cái nhìn chính xác về những con người và dự án xung quanh mình, tránh để bị lôi kéo vào những kế hoạch không an toàn. Lời khuyên ở đây là nhân vật nên giữ tâm tĩnh lặng và phong thái bình thản trong công việc, tránh để lộ những sai sót và nóng vội vì kẻ thù đang mong chờ điều đó, trong công việc thì đây không phải lúc thuận lợi lắm cho việc phát triển nên nhân vật cũng phải cẩn thận khi quyết định đối phó với một thế lực nào đó, tốt nhất là xác định đây là cuộc chiến lâu dài.

19 The Sun:

Đây là lá bài thứ 9 trong hành trình hành pháp của nhân vật, thể hiện trạng thái vận dụng trí tuệ trong việc đối phó với những khó khăn trong công việc của nhân vật. Hội Bình Minh Vàng đưa ra lời đoán về vinh quang lợi lộc chứng tỏ những dấu hiệu khả quan về việc nhân vật sẽ thành công trong việc đối phó với những thế lực chống đối mình và thu về nhiều lợi ích cho bản thân. Crowley thì đưa ra lời đoán về thắng lợi, chân lý và sự tự hào chứng tỏ ở đây nhân vật đã đòi lại được những tổn thất mà mình phải gánh chịu ở những giai đoạn trước, không những thế thanh danh cũng được lên cao nhờ việc đi theo lẽ phải trong hành động. Mathers nhắc tới sự ngây thơ và thành thật để nói lên điểm nhấn trong phong thái ứng xử của nhân vật, chính điều này khiến nhân vật vượt lên những kẻ thù của mình và được mọi người quý mến, giúp đỡ. Như vậy lời khuyên ở đây là nhân vật cần vận dụng trí tuệ để có tầm nhìn xa, nhờ đó có thể đưa ra những quyết định, hành động tuy bề ngoài đơn giản nhưng lại có sức lan tỏa sâu xa giúp nhân vật vững tiến về lâu dài.

20 Judgement:

Đây là lá bài thể hiện sự kiện cuối cùng trong hành trình hành pháp của nhân vật, đó là sự kiện về số mệnh, hình ảnh trên lá bài cũng cho thấy trạng thái của sự kết thúc, của sự đánh giá về chặng đường đã qua của nhân vật. Case đưa ra lời đoán về khả năng làm mới lại chứng tỏ quá trình cũ đã khép lại và giải thoát nhân vật khỏi việc tranh đấu và đối phó với những sự chống đối dai dẳng suốt thời gian qua, bây giờ nhân vật có thể tự do thực hiện những ý tưởng mà mình muốn trong điều kiện thuận lợi hơn. Hội Bình Minh Vàng thì đưa ra lời đoán về quyết định cuối cùng, sự phán xét, khẳng định vấn đề cho thấy đây là giai đoạn nhân vật cần đưa ra hành động cuối cùng để quyết định thắng thua trong cuộc đấu và mặc dù kết quả là của toàn bộ quá trình nhưng bước cuối cùng vẫn rất quan trọng. Waite thì nhấn mạnh tới sự thay đổi vị trí chứng tỏ nhân vật đạt được vị trí mới cao hơn hoặc chuyển sang một công việc mới nào đó, dù thế nào thì cũng nói lên rằng nhân vật chuẩn bị bước vào cuộc chiến cam go với những thử thách mới. Lời khuyên ở đây là nhân vật nên nhanh chóng giải quyết nốt những tàn dư sau những cuộc đấu tranh quyết liệt ở giai đoạn cũ để có thể nhanh chóng sẵn sàng tận hưởng những thành quả cũng như chuẩn bị cho giai đoạn mới, đây là giai đoạn nghỉ hiếm hoi mà nhân vật không phải bận tâm quá nhiều về các mối nguy hiểm.

21 The World:

Đây là lá bài cuối cùng trong 22 lá Major, thể hiện sự kết thúc trong hành trình chàng khờ, đến đây chàng khờ không còn là người mới chập chững nữa mà đã trải qua tất cả những thử thách và đã đạt tới trạng thái cao nhất, thấu hiểu được những nguyên lí cơ bản của mình và của cả thế giới. Mathers đưa ra lời đoán về kết quả hoặc mục đích đạt được, sự chịu đựng hoặc kiên trì và sự thống trị, như vậy ở đây ta thấy nhân vật hoàn toàn đủ năng lực để vươn tới thắng lợi trong công việc và chỉ cần chờ thời điểm thích hợp để tiến hành mà thôi, sự kiên nhẫn là yếu tố quan trọng ở đây vì hành động quyết định luôn cần được chuẩn bị kĩ càng và đưa ra đúng lúc. Crowley thì đưa ra lời đoán có hơi khó khăn hơn cho nhân vật khi nhắc tới sự chậm trễ, đối nghịch cũng như sự trơ lì chứng tỏ mặc dù đã tới chặng cuối của hành trình nhưng vẫn có những yếu tố trở ngại và những thế lực mong muốn làm chậm trễ tiến trình công việc của nhân vật, do vậy vẫn cần sự đề cao cảnh giác ngay cả khi sắp thành công. Waite thì nhắc tới sự thay đổi nơi chốn, sự trường cửu và sự tưởng thưởng thể hiện nhân vật xứng đáng được hưởng những kết quả tốt đẹp cho việc đương đầu với khó khăn và được cất nhắc lên vị trí mới cùng những lợi ích lâu dài và bền vững. Lời khuyên ở đây là nhân vật cần ý thức được mình đang là bên nắm quyền chủ động và không nhất thiết phải nóng vội trong việc đấu tranh, thay vào đó là bình tĩnh chờ thời cơ để giải quyết dứt điểm những rắc rối nhằm đạt tới mục đích cuối cùng mà mình đã đề ra.

V – The Hierophant
XI – Justice
XVII – The Star
IV – The Emperor
X – Wheel of Fortune
XVI – The Tower
XXI – The World
III – The Empress
IX – The Hermit
XV – The Devil
XX – Judgement
II – The High Priestess
VIII – Strength
XIV – Temperance
XIX – The Sun
I – The Magician
VII – The Chariot
XIII – Death
XVIII – The Moon
0 – The Fool
VI – The Lovers
XII – The Hanged Man

WANDS

Ace of Wands:

Đây là lá bài đầu tiên trong các lá Minor hệ gậy, đặc trưng của hệ này là nguyên tố lửa và tượng trưng cho các vấn đề về tư tưởng, tinh thần của nhân vật, với vấn đề đối phó thì tinh thần chính là phần động cơ cho các hành động bên ngoài của nhân vật. Waite nhắc đến sự khởi đầu của doanh nghiệp, chứng tỏ đây là trạng thái ứng với tinh thần của nhân vật khi vừa bắt tay vào công việc, là tinh thần còn mãnh liệt và tin tưởng tuyệt đối vào lý tưởng của mình khi bước vào cuộc chiến đấu. Case nhắc đến năng lực như là điểm tựa cho tinh thần của nhân vật, chứng tỏ sự sẵn sàng cho bất cứ thử thách nào, như vậy xét về phương diện tinh thần thì rất khó để các thế lực chống đối có thể lấn át được nhân vật. Mathers thậm chí còn lạc quan hơn khi đưa ra lời đoán về sức mạnh vô địch như để khẳng định thắng lợi trong tầm tay của nhân vật, thực tế dù chưa nắm bắt được kết quả nhưng với tinh thần tích cực như vậy thì cũng đã giúp nhân vật đảm bảo một phần thắng lợi rồi. Lời khuyên ở đây là nhân vật cần phát huy tinh thần của mình thật đúng lúc, tránh để bản thân bị cuốn hút vào những thứ không quan trọng mà cần giữ được sự tập trung vào công việc và đối phó với kẻ thù mà thôi.

Two of Wands:

Đây là lá bài tiếp nối hành trình sau sự khởi đầu của lá Ace, trạng thái của lá này bổ nghĩa cho hai lá The High Priestess và The Hanged Man trong sự kiện về tri thức ở hành trình các sự kiện chính mà chàng khờ trải qua. Sự thống trị là đặc điểm được thể hiện rõ trong hầu hết các lời đoán, chứng tỏ mọi diễn biến của việc đấu tranh với các thế lực chống đối đều nằm trong tính toán của nhân vật và ý chí của nhân vật đang hoàn toàn áp đảo các đối thủ. Sự kiểm soát và giải pháp còn được Mathers nhắc tới như là nhân vật đã tính toán và có hướng đi rõ ràng trong việc đối phó với kẻ thù và đây chính là điểm khiến nhân vật nắm được phần thắng, từ đó càng khiến tinh thần thêm mạnh mẽ. Như vậy có thể thấy là tư tưởng, tinh thần và kết quả công việc có mức độ tương tác sâu sắc với nhau và việc giữ được sự ổn định và thống trị về tinh thần có tác động lớn đến kết quả của công việc nhân vật đang theo đuổi cũng như giúp nhân vật vượt qua những sự chống đối. Lời khuyên ở đây là nhân vật cần đảm bảo sự ổn định trong tinh thần cũng như có sự khống chế tốt đối với các kế hoạch của mình để chắc chắn có thể đạt được kết quả như mong muốn trong công việc.

Three of Wands:

Lá bài này vẫn thể hiện sự kết nối chặt chẽ từ hai lá trước và mô tả trạng thái tiến triển mới trong cuộc hành trình của nhân vật, ứng với lá này là sự kiện về bảo hộ trong hành trình thụ pháp và hành pháp của nhân vật. Hội Bình Minh Vàng đưa ra lời đoán về quyền uy, chứng tỏ sự thay đổi về địa vị, dường như là dựa trên cơ sở tốt từ lá bài trước nên giờ đây ý chí của nhân vật ở vị trí cao và có uy quyền khiến những thế lực chống đối phải chấp nhận nghe theo. Mathers thì nói tới sức mạnh ổn định và quyết định đúng chứng tỏ nhân vật tiếp tục có sự thăng tiến trong công việc và trong việc đối phó với những sự ngăn cản, chống đối nhờ ý chí mạnh mẽ kiên định và những quyết định đúng đắn của mình, như vậy chỉ cần nhân vật tiếp tục giữ tinh thần ổn định và tiếp tục bám theo kế hoạch đã được vạch ra thì sẽ có được thành công chắc chắn. Crowley còn nhắc đến đức hạnh nhằm ám chỉ nhân vật nên giữ tinh thần được trong sáng và suy nghĩ dựa trên những nguyên lí đúng đắn tốt đẹp để tạo sự thanh thản cho chính mình và có được sự ủng hộ của những người xung quanh. Lời khuyên ở đây là nhân vật nên đẩy mạnh việc khuếch tán ý chí của mình trong môi trường làm việc nhằm thúc đẩy tiến độ lên cao, phải tranh thủ thời cơ hành động vì thời điểm này nhân vật đang có ưu thế hoàn toàn so với các thế lực chống đối.

Four of Wands:

Đây là lá bài thứ 4 trong các lá Minor hệ Wands, thể hiện trạng thái tương ứng với chủ đề quyền lực trong chuỗi các sự kiện chính được các lá Major thể hiện, trong hành trình thì đây là trạng thái tạm thời đứng yên sau giai đoạn đầu. Mathers đưa ra lời đoán về công việc hoàn thành, sự hoàn thiện chứng tỏ nhân vật đã đạt được điều mình muốn, do vậy cũng không phải gồng mình lên tính toán đấu tranh với các kẻ thù nữa, tinh thần ở đây được giải thoát khỏi những gánh nặng. Ngoài ra còn có lời đoán về việc rút ra kết luận từ những kiến thức thu thập trước đó, chứng tỏ tuy không phải căng thẳng đối phó với kẻ thù bên ngoài nhưng nhân vật phải âm thầm chuẩn bị bản thân cho tốt để tiến hành bước kế tiếp, tuy thoải mái hơn nhưng cũng không mấy dễ dàng. Hội Bình Minh Vàng thì nhắc tới thành tựu để minh chứng cho những gì nhân vật đã giành được và khẳng định tinh thần này nên được giữ vững và tiếp tục phát huy, tránh tự mãn và kiêu ngạo. Lời khuyên ở đây cho nhân vật cũng tập trung vào việc gìn giữ những thành quả mà phải trải qua đấu tranh khó khăn mới đạt được và chuẩn bị cho bước kế tiếp vì cách gìn giữ tốt nhất chính là phát triển, sự chậm chạp và chủ quan là yếu tố cần phải tránh nếu không muốn rơi vào thế bất lợi trong đối phó với kẻ thù.

Five of Wands:

Đây là lá bài thể hiện sự bắt đầu của giai đoạn mới trong hành trình các lá Minor hệ gậy, ứng với sự chuyển biến trong sự kiện chính từ quyền lực sang tâm linh, đây là bước chuyển biến quan trọng trong hành trình chàng khờ. Sự xung đột được thể hiện trong hầu hết các lời đoán chứng tỏ đây là giai đoạn khó khăn khi những quan điểm, tư tưởng của nhân vật vấp phải nhiều sự mâu thuẫn bất đồng và do vậy việc đối phó với những luồng tư tưởng trái chiều này là việc quan trọng nhất trong giai đoạn này. Waite nói cụ thể về một cuộc tranh giành cam go, chứng tỏ việc ganh đua về mặt lợi ích chính là nguyên nhân chính dẫn đến xung đột trong giai đoạn này, nhân vật do đó cần xem xét lại các ý tưởng của mình nhằm điều chỉnh vấn đề lợi ích sao cho cân bằng lại để hạn chế những sự phản đối, tuy thế vẫn phải lưu ý giữ vững vị thế và quyền lợi chính đáng của mình. Tuy vậy lời đoán của Mathers vẫn có nhắc tới nỗ lực để thể hiện tính mạnh mẽ và quyết tâm cao độ về mặt tinh thần của nhân vật nhằm kiểm soát tình hình và thoát khỏi tình trạng rắc rối này, đây là lúc nhân vật cần phát huy tối đa những phẩm chất của mình vốn đã trải qua sự rèn luyện ở giai đoạn trước. Lời khuyên ở đây là nhân vật cần phải có niềm tin vào chính khả năng của mình và phải có sự nỗ lực hết mình để khẳng định tính đúng đắn trong các quan điểm, ý tưởng của mình, tránh sự lung lạc và nhụt chí trước những áp lực và sự phản đối từ xung quanh, nếu nhân vật không tin tưởng vào ý chí của chính mình thì sẽ không thể vượt qua được khó khăn này.

Six of Wands:

Đây là lá bài thứ 6 trong các lá Minor thuộc hệ gậy, thể hiện trạng thái tương ứng với chủ đề tình cảm, tức là một bước chuyển quan trọng nữa trong hành trình các sự kiện chính mà các lá Major thể hiện. Cả Hội Bình Minh Vàng và Crowley đều đưa ra lời đoán về thắng lợi, chứng tỏ nhân vật có được kết quả rất khả quan trong các cuộc đối đầu với các thế lực chống đối với mình, như vậy đây là kết quả tích cực so với lá bài trước. Waite cũng nói tới việc giành được chiến thắng như là trạng thái thăng hoa về tinh thần do tính hiệu quả của những ý tưởng mà nhân vật đã vạch ra. Quyền hành chính là yếu tố xuất hiện thêm trong lời đoán của Mathers, chứng tỏ những thắng lợi giúp nhân vật đạt được vị trí mình mong muốn trong công việc, ở chiều tương tác ngược lại thì vị trí này sẽ đem lại quyền lực nhiều hơn giúp nhân vật thuận lợi trong việc triển khai các ý tưởng của mình, như vậy giúp nhân vật có ưu thế hơn trong việc đối phó với các đối thủ của mình. Như vậy lời khuyên ở đây là nhân vật cần mạnh dạn trong việc hoàn thành các dự án của mình vì xu thế thắng lợi trong các cuộc đối đầu của nhân vật ở đây là không thể ngăn cản, điều đáng lưu ý là những bước đi tiếp theo sau khi thành công của nhân vật cần phải được tính toán kỹ lưỡng nhằm tránh sự lạm dụng ưu thế quyền hành của mình sau thành công.

Seven of Wands:

Đây là lá bài tiếp nối sau trạng thái thành công ở lá bài trước, nếu như lá trước trạng thái tinh thần đạt mức cao độ do những thành công thì ở đây nhân vật lại phải chịu áp lực lớn, có thể là do bước vào trận chiến mới. Mathers đưa ra lời đoán về sự trở ngại hoặc khó khăn chứng tỏ nhân vật lại tiếp tục vấp phải những thử thách trên hành trình thực hiện những dự tính của mình, có thể do sự ganh ghét bắt nguồn từ thành công ở giai đoạn trước. Hầu hết các lời đoán ở lá bài này đều nhắc đến lòng dũng cảm để thể hiện sự quyết tâm và ý chí mạnh mẽ của nhân vật khi đối diện với các khó khăn cũng như đối phó với những thế lực muốn ngăn cản bước tiến của mình. Chính nhờ sự mạnh mẽ về tinh thần này mà dường như nhân vật vẫn trụ vững giữa nhiều áp lực trong tình huống này, không những thế còn có thể có được một số thắng lợi nhỏ như trong lời đoán của Mathers, rõ ràng tinh thần ổn định và bền bỉ là không thể thiếu trong các cuộc đối đầu công việc. Lời khuyên ở đây là bên cạnh việc mạnh mẽ và luôn kiên định trên con đường mình đã chọn thì nhân vật cũng nên tìm kiếm những sự giúp đỡ từ những người đáng tin cậy, hoặc đơn giản hóa trong công việc, chỉ tập trung vào những điểm mấu chốt để hóa giải khó khăn.

Eight of Wands:

Đây là lá bài đánh dấu sự chuyển biến quan trọng trong hành trình các lá Minor hệ gậy, ứng với nó là sự chuyển biến sự kiện chính từ quản lí, kiểm soát sang sức mạnh, tượng trưng cho bước đột phá nhằm giải quyết các vấn đề khó khăn của nhân vật. Mathers đưa ra lời đoán về một quan điểm mới và sự dâng trào sức mạnh, điều này rõ ràng nhân vật đã xác định cho mình một hướng đi mới rất khả quan trong việc đối phó với các kẻ thù và những trở ngại, điều này thúc đẩy nhân vật mạnh mẽ hơn trong giai đoạn này qua lời đoán về sự dâng trào sức mạnh. Case cũng đưa ra lời đoán về hoạt động, khẳng định thêm sự chủ động trong tinh thần, nhất là việc đề xuất ý tưởng trong công việc của nhân vật, chứng tỏ nhân vật đang rất muốn thoát khỏi sự trì hoãn và khống chế trong giai đoạn này. Các lời đoán còn lại hầu hết đều hướng vào sự nhanh nhẹn nhằm nói lên nhân vật suy nghĩ cũng như hành động rất nhanh nhẹn trong thời điểm này, nó mang lại ưu thế về sự bất ngờ cũng như tốc độ triển khai công việc nhưng lại ẩn chứa nguy cơ về sự bất ổn do nóng vội và chuẩn bị thiếu kỹ lưỡng. Như vậy lời khuyên ở đây là phải có đủ bản lĩnh, năng lực để triển khai những ý tưởng của mình, nếu chưa hội tụ đủ các yếu tố cần thiết thì nhất thiết không nên nóng vội vì rất dễ mắc những sai lầm tai hại.

Nine of Wands:

Đây là lá bài thứ 9 trong hành trình các lá Minor của hệ gậy, thể hiện trạng thái của sự kiện trí tuệ trong hành trình thụ pháp và hành pháp của nhân vật, hình ảnh trên lá bài cho ta thấy trạng thái tinh thần của nhân vật đã phần nào trở nên tĩnh hơn lá bài trước. Mathers đưa ra lời đoán về nội lực và sức mạnh phi thường, khẳng định về nội tâm nhân vật vẫn rất mạnh mẽ và có sự vững tin lớn vào thành công của những kế hoạch mà mình đã vạch ra nhằm đánh bại những đối thủ. Crowley và Hội Bình Minh Vàng thì cùng đưa ra lời đoán về uy lực, như vậy có thể thấy nhân vật đã phần nào lấy lại tư thế chủ động cũng như vị trí cao hơn các đối thủ của mình trong cuộc đấu vì thế việc đối phó ở đây cũng trở nên dễ dàng hơn nhiều và nhân vật có cơ hội thể hiện khả năng của mình. Sự sẵn sàng trong lời đoán của Case cũng nói lên rằng nhân vật đã sẵn sàng cho những biến động trong giai đoạn gần kết thúc của hành trình này và có vẻ như đã nắm được phần hơn, có nhiều cơ may chiến thắng các đối thủ của mình. Như vậy lời khuyên ở đây là nhân vật cần tập trung vào việc vận dụng trí tuệ là chủ đề chính của sự kiện trong việc tìm ra những nhân tố quyết định tới sự thành bại của công việc và tận dụng triệt để nó nhằm thu về kết quả có lợi nhất cho mình.

Ten of Wands:

Đây là lá bài cuối cùng trong các lá Minor hệ gậy, thể hiện trạng thái kết thúc tương ứng với sự kiện thứ 10 trong hành trình thụ pháp và hành pháp của nhân vật, là kết quả về mặt tinh thần trong các vấn đề đối phó mà nhân vật đã trải qua. Sự suy thoái trong lời đoán của Mathers là một dấu hiệu tiêu cực vì nó cho thấy nhân vật đã mệt mỏi sau thời gian dài phải tính toán trong việc chống lại những kẻ chống đối và đã không còn vững vàng ở giai đoạn cuối cùng. Sự lạc hướng, mất cứu cánh cũng được nhắc đến như là một mối nguy hiểm cho nhân vật, sự kiên định ở đây dường như đã lung lay và nhân vật không còn có niềm tin vững chắc vào những thứ mình đã gây dựng nữa, điều này sẽ ảnh hưởng trực tiếp tới kết quả của cuộc đấu. Sự áp bức xuất hiện trong hầu hết các lời đoán khiến chúng ta cảm nhận được nhân vật chịu một sức ép rất lớn, có thể do sự xuất hiện của một thế lực nào đó ở giai đoạn cuối này với khả năng có thể khiến nhân vật phải chấp thuận nghe theo dù tinh thần nhân vật không muốn. Như vậy lời khuyên cho lá bài này là nhân vật cần phải tìm cách tự giải thoát tinh thần cho mình, phải tin tưởng vào những giá trị mà mình đã cố gắng vì nó từ những ngày đầu và phải có đủ bản lĩnh để đi đến bước cuối cùng, thành công chỉ có thể đến sau khi đã thực sự trải qua tất cả những khó khăn và đừng nên nản lòng khi chờ lâu mà không thấy kết quả gì.

Page of Wands:

Đây là lá bài đầu tiên trong các lá Court hệ gậy, thể hiện trạng thái đầu tiên trong nội tâm nhân vật, là đối tượng chính của sự chuyển giao từ sự kiện về kỹ năng, tri thức sang sự kiện về bảo hộ và quyền lực trong hành trình thụ pháp và hành pháp. Mathers đưa ra lời đoán về sự nóng nảy, quá nhiệt tình thể hiện nhân vật rất mong muốn thực hiện những ý tưởng của mình, thậm chí là dẫn đến cả sự hấp tấp bất cẩn trong các hành động của mình. Điều này dễ khiến nhân vật sa vào những khó khăn lớn ngay ở giai đoạn đầu của công việc vì lúc này nhân vật vẫn chưa nắm được hết mọi tình hình biến động về công việc cũng như chưa hiểu rõ thực lực của đối thủ. Dù vậy trong lời đoán còn nhắc tới người sáng trí, liều lĩnh và vị kỷ, qua đó cho thấy dù vẫn chưa thực sự chín chắn và vẫn còn quá ích kỷ, chỉ suy nghĩ cho bản thân mình thì nhân vật vẫn có những phẩm chất đáng xem trọng, nhất là sự nhanh nhạy trong việc đưa ra giải pháp trong các vấn đề. Như vậy lời khuyên ở đây là nhân vật cần giữ được sự bình tĩnh của mình trong việc đối đầu với những khó khăn, điều quan trọng nhất là không được để tinh thần mạnh mẽ của mình biến thành sự nóng nảy bất chấp.

Knight of Wands:

Đây là lá bài thứ hai trong các lá Court hệ gậy, thể hiện trạng thái phát triển nội tâm của nhân vật từ Page lên Knight, chứng tỏ trải qua giai đoạn đầu tiên nhân vật đã tiếp thu thêm nhiều bài học và có sự thay đổi. Crowley nhắc tới sự dữ dội, làm liều và tính cách mạng, chứng tỏ nhân vật vẫn kế thừa và phát triển tư tưởng mạnh mẽ ở giai đoạn trước, nhưng với bản lĩnh cao hơn nên bây giờ nhân vật dám nghĩ, dám làm và rất quyết đoán trong việc đối phó với những khó khăn trong công việc. Case nhắc tới sự khởi hành, thay đổi nơi cư ngụ chứng tỏ nhân vật quyết chí tìm nơi thuận tiện nhất để thực hiện những dự định của mình, vì thế mà nhân vật có thể sẵn sàng thay đổi nơi chốn, môi trường làm việc nếu phát sinh những mâu thuẫn không có lợi cho công việc. Mathers cũng đưa ra lời đoán về sự năng động, kiêu hãnh, mạnh mẽ thể hiện phẩm chất mạnh mẽ đúng với sự chuyển giao từ nền tảng của chủ đề quyền lực, lời đoán còn nhắc đến việc tìm kiếm điều mơ ước chứng tỏ nhân vật hành động dựa theo sự dẫn lối của đam mê, động lực lớn này sẽ giúp nhân vật còn có thể tiến xa. Như vậy lời khuyên ở đây là nhân vật cần tận dụng tốt những lợi thế về mặt tinh thần của mình trong các cuộc đấu, nhưng ngoài ra vẫn phải thận trọng tránh sự nóng nảy của chính bản thân mình làm hỏng việc, tốt hơn là vẫn cần có những kế hoạch rõ ràng để thực hiện.

Queen of Wands:

Đây là lá bài thứ 3 trong các lá Court hệ gậy, thể hiện hình ảnh nữ hoàng, chứng tỏ vị thế và năng lực của nhân vật đã có sự tăng tiến trong việc đối đầu với những thách thức khó khăn về mặt tư tưởng, ý chí. Mathers nhắc tới trong lời đoán của mình người có sức hút lạ thường và đang điều khiển được cuộc đời mình chứng tỏ nhân vật có khả năng xác định các mục đích cần đạt được trong công việc cũng như kiểm soát tốt các tình hình hiện tại trong công việc, do vậy an toàn trước những sự công kích, đồng thời còn tạo ra được sức hấp dẫn để tranh thủ được những sự giúp đỡ có ích. Crowley thì nói tới năng lực bền bỉ và quyền hành ngầm, chứng tỏ nhân vật trong giai đoạn này chú trọng tác động theo hướng gián tiếp về tinh thần để đối phó với kẻ thù, có lẽ do rút kinh nghiệm từ các cuộc đối đầu trực tiếp không mấy hiệu quả ở giai đoạn trước. Hội Bình Minh Vàng thì nhắc tới sự cai trị ổn định nhưng còn có cả sự dữ và độc đoán, đây chính là mặt trái của việc quá coi trọng ý tưởng của bản thân mình mà thiếu đi sự lắng nghe từ xung quanh. Như vậy nhìn chung lời khuyên cho nhân vật là cần phải biết khôn khéo trong hành động của mình, cuộc đối đầu gián tiếp phức tạp hơn nhiều so với trực tiếp, ngoài ra cần cẩn thận sự độc đoán có thể tạo ra những bất mãn nội bộ khiến nhân vật dễ bị ám hại từ bên trong.

King of Wands:

Đây là lá bài cuối cùng trong các lá Minor hệ gậy, thể hiện trạng thái phát triển hoàn chỉnh nhất trong nội tâm nhân vật. tư tưởng nhân vật lúc này đã đủ trưởng thành nhất trong suốt quá trình đối phó với các khó khăn trong công việc. Hội Bình Minh Vàng đề cập đến sự mạnh bạo và ngay thẳng, quảng đại và quý phái, thể hiện phẩm chất tốt mà nhân vật tiếp tục gìn giữ và phát huy suốt chặng đường, nhân vật vẫn là biểu tượng của sự mạnh mẽ nhiệt huyết trong thực hiện mục tiêu và đấu tranh với những khó khăn trong công việc. Case cũng nói về sự sáng trí và can trường, qua đó cho thấy nhân vật vẫn là người đề xuất ra những ý tưởng hay để giải quyết vấn đề và luôn là người tiên phong trong việc đối đầu với những thử thách. Tuy vậy Crowley chỉ ra nhược điểm là nhân vật còn mạnh bạo và cố chấp khi giận dữ hoặc yêu thương, như vậy những lúc tình cảm dâng trào thì nhân vật vẫn thiếu đi sự bình tĩnh và các kẻ thù có thể sẽ tìm cách lợi dụng điểm yếu này để công kích nhân vật. Như vậy lời đoán ở đây là nhân vật cần phải thể hiện được vai trò dẫn dắt, chỉ đường trong công việc của mình để giữ vững sự thắng lợi trong các cuộc đấu tranh, ngoài ra còn phải chú ý tránh bộc lộ ra ngoài những hạn chế về tình cảm, tính tình để tránh bị lợi dụng.

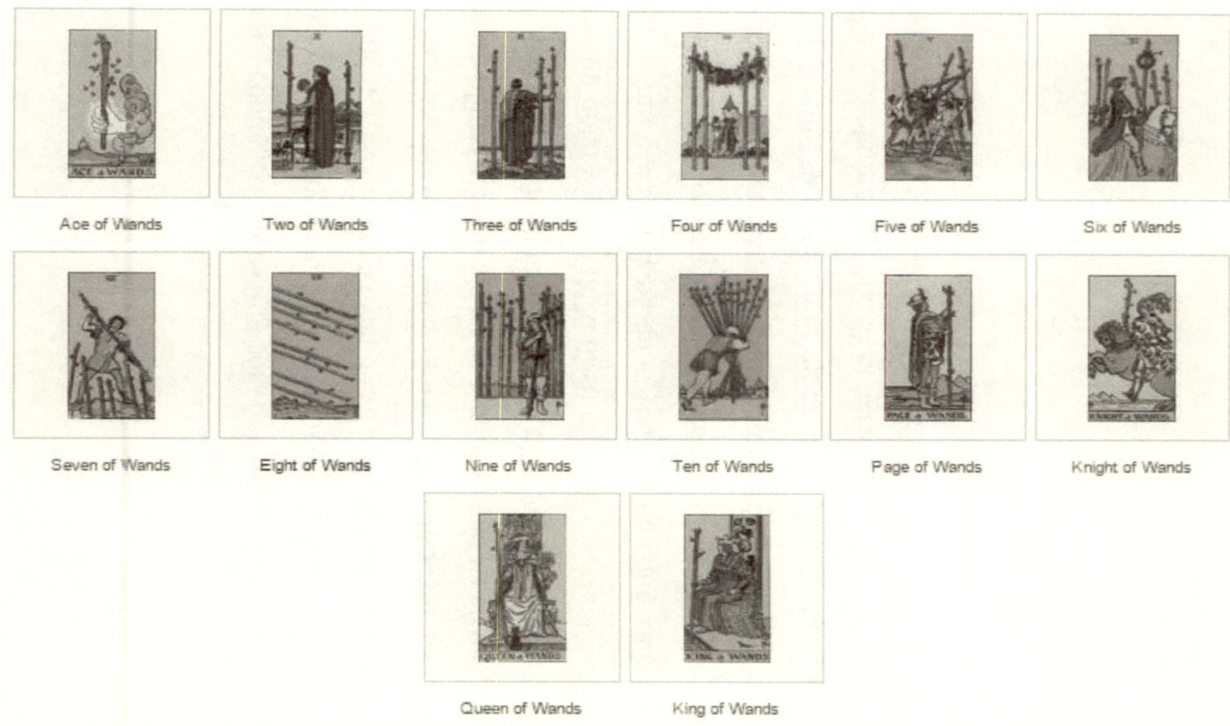
Ace of Wands
Two of Wands
Three of Wands
Four of Wands
Five of Wands
Six of Wands
Seven of Wands
Eight of Wands
Nine of Wands
Ten of Wands
Page of Wands
Knight of Wands
Queen of Wands
King of Wands

CUPS

Ace of Cups:

Đây là lá bài đầu tiên trong các lá Minor hệ cốc, hệ này thể hiện các trạng thái tình cảm ứng với các sự kiện chính trong hành trình chàng khờ, trong chương này là các trạng thái tình cảm của quá trình đối phó trong công việc của nhân vật. Waite đưa ra lời đoán về nhà của lòng chân thật, chứng tỏ giai đoạn bắt đầu ứng phó với các khó khăn trong công việc này tình cảm của nhân vật rất chân thật rõ ràng theo chuẩn mực chứ không có sự thiên vị tính toán. Mathers thì nhắc đến cảm xúc để thể hiện phần tình cảm có phần mạnh trong con người nhân vật, mọi vấn đề trong các cuộc đối đầu dường như đều để lại những ấn tượng sâu sắc cho nhân vật, tuy nhiên điều đó dẫn đến một số tác hại mà cụ thể là lời đoán về ảo ảnh tình yêu, cảm xúc mạnh làm nhân vật ngộ nhận về tình cảm của người khác dành cho mình, điều này nên tránh nhất là ở giai đoạn đầu của công việc. Sự màu mỡ phì nhiêu được đề cập trong nhiều lời đoán chứng tỏ nhân vật là người có tiềm năng trong việc giải quyết những tranh chấp nên ai cũng muốn lôi kéo nhân vật về mình để đối phó với các thế lực còn lại và nhân vật cần thận trọng xem mình nên đứng về phía nào. Lời khuyên ở đây là nhân vật nên dựa trên những năng khiếu của bản thân chứ không nên hoàn toàn dựa vào tình cảm để xem mình thật sự phù hợp với vị trí nào, cảm giác ban đầu tuy tốt nhưng chưa chắc về lâu dài đã là sự ổn định thật sự mà nhân vật cần tới.

Two of Cups:

Đây là lá bài thứ hai trong các lá Minor hệ cốc, thể hiện trạng thái của mình trong sự kiện tri thức được các lá Major đề cập đến trong chuỗi các sự kiện chính. Tình yêu xuất hiện trong hầu hết các lời đoán chứng tỏ tình cảm của nhân vật trong giai đoạn này rất phát triển và thậm chí trở thành tình yêu, cũng ngầm cho thấy nhân vật đã xác định rõ mình sẽ đứng về phía nào trong các cuộc đối đầu về vấn đề công việc. Sự hỗ tương trong lời đoán của Case và sự hài hòa trong lời đoán của Mathers làm rõ hơn về việc nhân vật xác định rõ lập trường của mình cũng như hết lòng hỗ trợ người yêu trong việc chống lại những thế lực ngáng trở công việc của hai người. Mathers có nhắc đến gương soi và sự phản chiếu trong lời đoán của mình nhằm thể hiện sự thống nhất về tình cảm giữa hai người đến từ việc mỗi người nhìn thấy phần bên trong của chính mình ở đối phương, điều này chứng tỏ hai người thực sự hợp nhau nhưng nó cũng hàm chứa ý nghĩa rằng người kia có thể chứa những nét tính cách hoàn toàn đối lập với nhân vật mà chưa bộc lộ ra. Như vậy lời khuyên ở đây là hãy cố gắng phát huy những điểm tương đồng trong tình cảm để tạo thêm động lực vượt qua khó khăn trong công việc và đừng quá khắt khe với nhau mà hãy chấp nhận những khuyết điểm như là một phần con người của nhau, điều này sẽ tạo thêm niềm tin về lâu dài cho cả hai người.

Three of Cups:

Đây là lá bài thể hiện chủ đề bảo hộ trong các lá Minor hệ cốc, trạng thái của lá bài này nói lên sự phát triển an toàn của tình cảm dưới nền tảng của sự bảo vệ vững chắc ở sự kiện chính. Mathers đưa ra lời đoán về niềm vui, sự hiếu khách và tính kết hợp để khẳng định việc nhân vật tiếp tục thu hút thêm những sự trợ giúp nhờ cách cư xử tình cảm của mình, điều này rất có lợi trong việc phát triển thực lực nhằm đối phó với những khó khăn ngày càng phức tạp hơn trong công việc. Sự phong phú, dư thừa dư dật xuất hiện trong hầu hết các lời đoán chứng tỏ nhân vật trở thành người nhận được rất nhiều sự quan tâm và giai đoạn này nhân vật sẽ rất hài lòng với chuyện tình cảm, tuy nhiên một sự nguy hiểm tiềm ẩn là nhân vật trở nên có quá nhiều mối quan hệ và nếu không khéo cân đối sẽ dễ dẫn đến những mâu thuẫn đáng tiếc hoặc bị kẻ thù lợi dụng. Niềm hoan lạc được Case thể hiện trong lời đoán của mình chứng tỏ dù sao hiện tại nhân vật vẫn đang ở trong trạng thái rất tốt và có thể thoải mái hưởng thụ những niềm vui và sự hạnh phúc mà mọi người mang đến cho mình, sự ngăn trở từ các thế lực chống đối ở đây không đủ mạnh để ảnh hưởng tới công việc của nhân vật. Lời khuyên ở đây là nhân vật phải cố gắng cân bằng trong tình cảm để giữ thiện cảm tốt với tất cả mọi người, tránh sự thiên vị trong tình cảm cũng như những mối quan hệ mới mà nhân vật cảm thấy mơ hồ không rõ về mục đích tiếp cận của người kia.

Four of Cups:

Đây là lá bài thứ 4 trong các lá Minor hệ cốc, lá này vẫn thể hiện sự tiếp nối hành trình từ các lá trước và ứng với sự kiện về chủ đề quyền lực trong hành trình thụ pháp và hành pháp của nhân vật. Hội Bình Minh Vàng đưa ra lời đoán về sự hợp hoan chứng tỏ nhân vật vẫn đang ở trạng thái hạnh phúc cao độ và vẫn có sự ủng hộ rất lớn từ các mối quan hệ tình cảm trong việc đối đầu với những thử thách trong công việc. Crowley và Mathers thì nhắc tới sự sang trọng và Mathers còn thêm vào đó là sự vui sướng, như vậy nhân vật vẫn đang có được đầy đủ các điều kiện cần thiết để đối phó với kẻ thù và không cần phải lo lắng quá nhiều trong giai đoạn này. Tuy nhiên Case lại nhắc đến sự suy niệm còn Mathers nói tới sự chưa hài lòng với những thành tựu hiện có, chứng tỏ trong thâm tâm nhân vật lại không hoàn toàn bình yên như giai đoạn trước mà có sự lo lắng về tương lai cũng như những vấn đề phát sinh bên dưới bề mặt bình ổn hiện tại. Như vậy lời khuyên ở đây là nhân vật cần phải chủ động tìm hiểu và xác minh nguồn gốc của những điều làm mình lo lắng, đồng thời cần tự chủ trong việc ra những quyết định cuối cùng trong việc đối phó với những khó khăn, tránh lệ thuộc quá nhiều vào người khác.

Five of Cups:

Đây là lá bài thứ 5 trong hành trình các lá Minor hệ cốc, thể hiện trạng thái bắt đầu bước đi mới sau khi tạm thời có bước ổn định ở giai đoạn trước, trạng thái này cũng ứng với sự chuyển đổi chủ đề từ quyền lực sang tâm linh trong chuỗi các sự kiện chính mà nhân vật phải trải qua. Hội Bình Minh Vàng đưa ra lời đoán về đắm mình trong lạc thú, Case thậm chí còn nói về việc mất hết do lạc thú, như vậy nhân vật gặp phải vấn đề do quá đắm mình hưởng thụ tình cảm nên không có sự quan tâm đến công việc và những khó khăn nên đã không thể ứng phó với kẻ thù và gặp phải những thất bại ở đây. Crowley và Mathers nhắc đến sự thất vọng, là những cảm xúc hiện tại khi nhân vật phải hứng chịu những thất bại, trong suốt hành trình từ các lá trước thì đây là thất bại lớn nhất mà nhân vật gặp phải nên sẽ tương đối khó khăn để có thể tự mình vượt qua được nỗi đau. Mặc dù thế nhưng Waite vẫn đưa ra ý kiến lạc quan rằng tuy mất mát nhưng vẫn còn đôi chút, chứng tỏ dù tinh thần bị tổn thương nhưng nhân vật vẫn còn nền tảng về vật chất và quan trọng hơn là vẫn còn đó năng lực và bản lĩnh, chỉ cần hồi tỉnh là nhân vật có thể tiếp tục chiến đấu. Như vậy lời khuyên ở đây là nhân vật cần phải có cái nhìn thực tế và biết chấp nhận từ bỏ những thứ mình không thể có được ở giai đoạn này, thay vào đó nhân vật cần nhìn lại để gạt bỏ những khuyết điểm và chuẩn bị gây dựng lại những thứ mình đã đánh mất.

Six of Cups:

Đây là lá bài thể hiện sự tiếp nối của các lá Minor hệ gậy từ trạng thái của chủ đề tâm linh sang chủ đề tình cảm, với tính chất của hệ cốc thì lá bài này mang lại ý nghĩa tươi sáng về tình cảm cho nhân vật. Mathers đưa ra lời đoán về khởi đầu của sự hoạnh phát và vui với nhóm thân hữu chứng tỏ nhân vật đang bắt đầu tìm lại niềm vui của mình và lấy điểm khởi đầu là tình bạn, những sự giúp đỡ chân thành từ bạn bè cũng là nguồn động lực chính giúp nhân vật vượt qua những khó khăn ở thời điểm này. Hội Bình

Minh Vàng và Crowley nói tới sự hoan lạc để thể hiện sự vui vẻ đã trở lại với nhân vật, sau những thất bại ở giai đoạn trước nhân vật càng quý trọng hơn những tình cảm tốt đẹp mà mình đang có được ở hiện tại. Case nói tới sự khởi đầu của lợi lộc đều đặn chứng tỏ những mối quan hệ tình cảm tốt đẹp giúp nhân vật vững vàng trong sự nghiệp và có thể thực hiện được những điều mình mong muốn, tuy không có thắng lợi to lớn nhưng ở đây nhân vật không gặp bất lợi như giai đoạn trước và có thể thu về được phần lợi của mình trong cuộc đối đầu. Lời khuyên ở đây là nhân vật cần biết tận dụng những điều kiện mình đang có để tập trung vào những điểm mà mình chắc chắn có thể thành công, không nên dàn trải quá nhiều và cũng không nên vướng vào quá nhiều cuộc đối đầu vì tình cảm của nhân vật chỉ mới ổn định trở lại sau giai đoạn trước.

Seven of Cups:

Đây là lá bài quan trọng bậc nhất trong các lá Minor hệ cốc, lá này thể hiện trạng thái chuyển tiếp từ chủ đề tình cảm sang chủ đề quản lý, kiểm soát, ứng với con số 7 là con số quan trọng trong chuỗi 10 sự kiện chính. Sự thành đạt ảo là yếu tố xuất hiện trong hầu hết các lời đoán chỉ ra yếu tố nguy hiểm đối với nhân vật, đó là nhân vật quá tin vào những thành quả mà tình cảm có thể đem lại cho mình mà không xét đến những yếu tố thực tế trong việc đối phó với các khó khăn, điều này rất dễ dẫn đến thất bại. Waite đưa ra lời đoán về khát vọng chứng tỏ nguyên nhân của tất cả chuyện này xuất phát từ những ý tưởng, tham vọng của nhân vật về những thành tựu mà mình có thể đạt được, chỉ có điều dường như những tham vọng này đã đi quá xa và trở nên vô lý, có thể do nhân vật có sự trở lại quá tốt sau thất bại nên đã quá tự mạn về bản thân. Nghiêm trọng hơn Crowley còn nhắc tới sự trác táng thể hiện sự sa đọa trong tình cảm của nhân vật, những tham vọng vô lý cộng thêm sự tự mãn ăn chơi nên những dấu hiệu ở đây chỉ ra một tương lai khá u ám, nếu như nhân vật không sớm nhận ra thì chắc chắn sẽ thất bại. Lời khuyên ở đây là nhân vật cần nhận thức được mình nên theo đuổi những tình cảm trong sáng, chân thực chứ không nên lạm dụng tình cảm quá mức và tin tưởng rằng dùng tình cảm sẽ có được mọi thứ, nếu không nhanh chóng thay đổi rất có thể nhân vật sẽ phải trả giá đắt.

Eight of Cups:

Đây là lá bài có liên hệ trực tiếp với lá trước đó, là kết quả do những yếu tố từ lá trước mang lại, nó cũng thể hiện trạng thái tương ứng với chủ đề sức mạnh trong hành trình thụ pháp và hành pháp của nhân vật. Mathers đã đưa ra lời đoán về sự ân hận và quên đi quá khứ để làm cho hiện tại tốt đẹp, như vậy ta thấy dường như nhân vật đã nhận ra được những sai sót của mình trong giai đoạn trước, dù có thể để nhận ra được nó nhân vật phải chịu ít nhiều đau khổ, dù sao thì điểm tích cực là nhân vật đã quyết đoán dứt bỏ những thứ đó. Ông còn nhắc tới thành công bị khước từ, như vậy ở đây đáng chú ý là nhân vật không cần những thành công không phù hợp với đích đến tình cảm mà mình hướng tới, chứng tỏ nhân vật đã xác định được mục đích lớn và rất kiên quyết theo đuổi nó. Sự biếng nhác trong lời đoán của Crowley chỉ ra nhân vật dường như rơi vào trạng thái chán nản và không có sự mạnh dạn trong hành động, dường như vẫn bị ám ảnh bởi những sai lầm trong quá khứ. Như vậy lời khuyên ở đây là nhân vật phải can đảm vượt qua những sai sót của bản thân thì mới có thể vượt lên, quá khứ không thể quay lại và nếu cứ mãi trăn trở thì sẽ đánh mất luôn cả hiện tại và cả tương lai vì những thế lực chống đối sẽ không bỏ qua cơ hội này.

Nine of Cups:

Đây là lá bài thứ 9 trong các lá Minor hệ cốc, thể hiện trạng thái tương ứng với chủ đề trí tuệ trong hành trình thụ pháp và hành pháp của nhân vật, đây là bước đệm cuối cùng trước khi đến với điểm kết thúc trong hành trình tình cảm với các vấn đề đối phó của nhân vật. Mathers đưa ra lời đoán về sự hạnh phúc và an nhiên tự tại, chứng tỏ nhân vật đã tìm được cảm giác thanh thản đích thực mà tình cảm đem lại, đó không phải là thắng lợi trong các cuộc chiến mà chính là sự giải thoát khỏi các cuộc chiến đó. Sự chế ngự cảm xúc cũng được nhắc đến như là bản lĩnh cao vượt trội so với các giai đoạn trước giúp nhân vật nhìn nhận được toàn cảnh và biết cách không để tình cảm làm ảnh hưởng đến việc đối phó với kẻ thù như trước. Sự thành đạt về vật chất được Case nhắc tới như là những thành quả mà nhân vật xứng đáng được hưởng sau những vất vả và cũng là hệ quả tương xứng mà nhân vật có được sau khi vun đắp những mối quan hệ tình cảm tốt đẹp. Lời khuyên cho nhân vật là hãy tự tạo sự bình thản cho mình, giai đoạn này nhân vật không cần phải quá mạnh mẽ như các giai đoạn trước mà phải vững tâm kiên định vì những kết quả của tình cảm sắp tới và nếu vun đắp tốt thì giờ đây nhân vật có thể vui vẻ với thành quả của mình.

Ten of Cups:

Đây là lá bài cuối cùng trong các lá Minor hệ cốc, thể hiện trạng thái kết thúc trong hành trình phát triển tình cảm qua vấn đề đối phó trong công việc của nhân vật. Đưa ra lời đoán cho lá bài này, Waite nhắc tới sự mãn nguyện để chỉ ra sự hài lòng của nhân vật với những thành tựu mà mình đã đạt được trong các cuộc đối đầu, giờ đây nhân vật cảm thấy hạnh phúc với những kết quả của mình. Mathers thì nói tới sự giúp đỡ của gia đình, bạn bè và thành công trọn vẹn, như vậy nhân vật không chỉ có được thắng lợi trong các cuộc đối đầu ở nơi làm việc mà còn hơn những người khác vì có sự hạnh phúc trong vấn đề gia đình và bạn bè, sự tương tác qua lại giữa hai yếu tố này tạo nên trạng thái hạnh phúc đáng ngưỡng mộ nơi nhân vật. Sự dư dật trong lời đoán của Crowley cũng như thành công lâu dài trong lời đoán của Case chỉ là sự khẳng định thêm vào những lời đoán trước và dự báo về tương lai tốt đẹp nếu nhân vật vẫn tiếp tục giữ vững được những phẩm chất và sự chân thành trong tình cảm của mình. Như vậy lời khuyên ở đây là nhân vật không còn cần phải lo lắng về vấn đề đối phó, mà cần phải tập trung vào đối phó với chính mình, khắc phục sự ích kỷ bằng sự quan tâm chăm sóc tới những người mình yêu thương, đó mới chính là trạng thái của sự hạnh phúc thực thụ.

Page of Cups:

Đây là lá bài đầu tiên trong các lá Minor hệ cốc, thể hiện sự liên quan giữa vấn đề tình cảm trong việc đối phó với những khó khăn, đối thủ trong công việc, lá Page thể hiện hình ảnh thằng hầu tượng trưng cho giai đoạn đầu khi nhân vật mới bước chân vào chuyện tình cảm. Mathers đưa ra lời đoán về sự sẵn lòng tiếp nhận và dâng hiến yêu thương, chứng tỏ nhân vật mở lòng mình ra đón nhận tình cảm trong giai đoạn này, với tâm tình như vậy thì khó có chuyện chủ động tranh đấu, trừ trường hợp phải đối phó với những thứ ngăn cản tình yêu của mình. Ông còn đưa ra lời đoán về người lãng mạn và dễ ưng thuận, chứng tỏ nhân vật rất dễ bị xúc động trước những sự quan tâm của người khác, đây cũng là cách nói gián tiếp cho thấy nhân vật chỉ đang ở giai đoạn khởi đầu và ít có kinh nghiệm trong chuyện tình cảm. Tuy vậy trong lời đoán có nói đến việc sống trong thế giới ảo, chứng tỏ nhân vật vì quá tin vào tình cảm và thiếu kinh nghiệm nên dễ rơi vào việc tự huyễn hoặc mình và mơ mộng quá mức mà quên đi thực tại. Như vậy lời khuyên ở đây là nhân vật cần có được sự tự chủ cần thiết trong tình cảm, đừng quá tin tưởng mà giao phó toàn bộ mọi thứ vì tình yêu và cũng đừng thiên vị tình yêu mà chống lại tất cả mọi thứ khác một cách mù quáng.

Knight of Cups:

Đây là lá bài thứ hai trong các lá Court hệ cốc, thể hiện trạng thái phát triển về bản chất của nhân vật giữa hai nhóm chủ đề chính từ kỹ năng, tri thức sang bảo hộ và quyền lực địa vị. Mathers đưa ra lời đoán về tìm kiếm tình yêu hoặc sự phấn khích tinh thần chứng tỏ nhân vật vẫn lấy việc theo đuổi mục đích tinh thần làm mục đích chính để đấu tranh trong sự nghiệp của mình. Lời đoán còn nhắc tới người thanh nhã và tính nghệ sĩ, người dễ cảm xúc và thụ động, chứng tỏ nhân vật vẫn còn tương đối thụ động trong các cuộc đấu tranh và thường chỉ hành động khi có tác động tới cảm xúc bản thân, điều này đôi lúc khiến nhân vật gặp bất lợi do không có ưu thế khi chỉ khi gặp chuyện rồi mới phản ứng lại. Hội Bình Minh Vàng thì nói đến sự biếng nhác nhưng rất nhiệt tình khi được kích động hợp lý và ưa sự khoái cảm về thể chất, như vậy dường như phải tạo động lực về tình cảm thì nhân vật mới chủ động thực hiện các dự tính cũng như là tích cực xử lý những khó khăn phát sinh trong công việc. Như vậy lời khuyên ở đây là nhân vật cần tích cực tiến hành công việc của mình, không cần trông chờ đến sự thúc giục hay giúp đỡ từ bên ngoài, nhất là của người yêu, chỉ cần cảm thấy yêu thích và có khả năng thì nhân vật nên tận dụng thời cơ để thực hiện.

Queen of Cups:

Đây là lá bài thứ 3 trong các lá Court hệ cốc, thể hiện sự chuyển đổi hình ảnh từ Knight sang Queen, tương ứng với sự trưởng thành của nhân vật và đạt tới ngưỡng chuyển giao giữa hai nhóm sự kiện chính từ tâm linh, tình cảm sang quản lý và sức mạnh. Sự mơ mộng và kiên nhẫn xuất hiện trong nhiều lời đoán thể hiện sự phát triển về chiều sâu tình cảm trong nhân vật, ở đây tình cảm được chuyển sang bên trong nội tâm và nhân vật chấp nhận chờ đợi để có tình cảm thật sự chứ không nôn nóng như giai đoạn trước. Waite thì nhắc tới khả năng thấu thị, sự ham mê tri thức chứng tỏ nhân vật bắt đầu kết hợp giữa cảm nhận của bản thân và tri thức chuyên môn để giải quyết những khó khăn gặp phải, đây chính là sự tiến bộ so với giai đoạn trước. Các lời đoán còn nhắc tới sự dễ bị tác động từ bên ngoài, như vậy dù đã có sự chín chắn hơn giai đoạn trước nhưng nhân vật vẫn chỉ chuyển từ bên ngoài vào bên trong, thực tế vẫn không kiểm soát tốt tình cảm nên vẫn dễ bị ảnh hưởng khi có vấn đề liên quan tình cảm xảy ra trong các cuộc đối đầu. Như vậy lời khuyên ở đây là nhân vật nên tiếp tục thận trọng trong các vấn đề khó khăn liên quan đến tình cảm, lúc này nhân vật đã có đủ kinh nghiệm để hiểu được sự phức tạp của tình cảm nên càng cần phải xử lý tinh tế và khôn ngoan để tránh những kết quả đáng tiếc.

King of Cups:

Đây là lá bài cuối cùng trong các lá Court hệ cốc, thể hiện trạng thái nội tâm hoàn chỉnh của nhân vật trong chặng đường tình cảm và những cung cách ứng xử của nhân vật đối với những khó khăn hiện tại. Mathers đưa ra lời đoán về sự tinh tế, kín đáo, khéo léo, chứng tỏ nhân vật đã đạt tới trình độ cao về kiểm soát cảm xúc của mình, không để lộ ra bên ngoài những tình cảm có thể ảnh hưởng xấu tới công việc và tạo điều kiện cho kẻ thù công kích mình. Lời đoán còn mô tả người có dáng vẻ bên ngoài bình thản nhưng bên trong rất mạnh mẽ và đam mê chứng tỏ nhân vật vẫn lấy tình cảm làm động lực và mục đích cao nhất để hướng tới dù bên ngoài có che giấu thế nào, tình cảm mạnh mẽ nên cũng có thể thấy là những mâu thuẫn và khó khăn mà nhân vật phải đối đầu cũng không hề đơn giản. Ngoài ra lời đoán còn nói tới người có uy lực, thích phô trương quyền hành, như vậy nhân vật ở đây có xu hướng áp đặt người khác, nhất là cấp dưới làm theo ý mình, điều này phần nào cũng đúng vì cần sự đồng nhất từ trên xuống để thực hiện công việc nhưng thỉnh thoảng những quyết định quá cảm tính dễ vấp phải sự bất đồng và mâu thuẫn. Như vậy lời khuyên ở đây cho nhân vật là cần phải biết những giới hạn mà tình cảm không thể vượt qua trong công việc, tránh áp đặt các quyết định quá cá nhân lên người khác, đồng thời cũng phải biết có những thứ nằm ngoài khả năng của công việc để tránh việc mơ mộng hão huyền không thực tế.

Ace of Cups
Two of Cups
Three of Cups
Four of Cups
Five of Cups
Six of Cups
Seven of Cups
Eight of Cups
Nine of Cups
Ten of Cups
Page of Cups
Knight of Cups
Queen of Cups
King of Cups

SWORDS

Ace of Swords:

Đây là lá bài đầu tiên trong các lá Minor hệ kiếm, thể hiện sự khởi đầu trong hành trình các mối quan hệ, giao tiếp trong việc đối phó với những khó khăn công việc của nhân vật. Hội Bình Minh Vàng đưa ra lời đoán về cội rễ sức mạnh của khí, chứng tỏ tính chủ động và linh hoạt của khí chính là những tư chất của nhân vật trong suốt cuộc hành trình này. Mathers đưa ra lời đoán về ý tưởng, lý tưởng, sức mạnh chân lý và dựa vào sức mạnh bản thân chứng tỏ nhân vật có quan điểm rất rõ ràng và chắc chắn trong công việc dù đây chỉ là bước khởi đầu, nhân vật ở đây bám rất sát theo ý tưởng của mình và dựa theo nó để quyết định mọi việc trong đối phó với các thế lực chống đối, bắt đầu từ việc thiết lập các mối quan hệ. Waite và Crowley đều nhắc đến uy lực trong lời đoán của mình, Waite thì nói về chiến thắng của uy lực còn Crowley nói tới sự cân xứng uy lực, chứng tỏ nhân vật có tư chất và bản lĩnh tốt trong cuộc đối đầu này và chỉ cần phát huy được thì sẽ nắm được phần chiến thắng trong tầm tay. Lời khuyên ở đây là nhân vật cần có sự yên bình như lời đoán của Case, cụ thể là trong chính tâm trí mình, sự chủ động quá mức khiến nhân vật dễ lộ sơ hở trong giai đoạn đầu này hoặc vô tình tạo ra nhiều kẻ thù, trong giai đoạn đầu tiên cái quan trọng nhất vẫn là ổn định vị trí, củng cố năng lực bản thân cũng như thiết lập các mối quan hệ có ích chứ không phải công kích các ý tưởng trái với mình.

Two of Swords:

Đây là lá bài thứ hai trong các lá Minor hệ kiếm, lá bài này thể hiện trạng thái của chủ đề tri thức trong hành trình thụ pháp và hành pháp của nhân vật, là bước dấn thân sâu hơn vào các mối quan hệ và cạnh tranh đối đầu trong công việc. Waite nói tới sự đối trọng chứng tỏ lúc này nhân vật gặp nhiều trở ngại hơn giai đoạn trước, khác biệt chính là nhân vật không còn nắm chắc những ưu thế nữa mà tình hình lúc này đã cân bằng hơn và không thể đoán định trước kết quả được. Hội Bình Minh Vàng và Crowley đều đưa ra lời đoán về sự thanh bình, như vậy sau giai đoạn khởi đầu tương đối mạnh mẽ thì giờ đây nhân vật dường như đã chậm lại vì ý thức được con đường công danh sự nghiệp không đơn giản như mình nghĩ mà ẩn chứa nhiều khó khăn thử thách. Mathers thì nhắc tới sự chấm dứt tranh cãi, chân lý và điều sai nhằm ngụ ý nhắc nhân vật nên biết khi nào là điểm dừng trong các cuộc đối đầu cũng như tranh cãi và phải căn cứ theo lý lẽ mà hành sự, không nên khư khư theo cảm tính. Như vậy có thể rút ra lời khuyên ở đây là nhân vật cần biết tìm cách cân bằng và kiểm soát trong các mối quan hệ của mình, tránh bị lún quá sâu vào việc đối đầu với nhau mà quên mất mục đích quan trọng nhất chính là kết quả công việc, sự chừng mực trong suy nghĩ và hành động chính là điều mà nhân vật cần đạt được ở đây.

Three of Swords:

Đây là lá bài thứ 3 trong các lá Minor hệ kiếm, thể hiện sự tiếp nối của hành trình trong các mối quan hệ lên một mức độ cao hơn, do đó hình ảnh của lá bài cũng được thể hiện là có sự ảnh hưởng mạnh mẽ hơn tới nhân vật. Nỗi muộn phiền được thể hiện trong hầu hết các lời đoán chứng tỏ nhân vật có trạng thái tinh thần không được tốt trong giai đoạn này, hình ảnh trên lá bài cũng thể hiện sự tổn thương cho nhân vật, như vậy các mối quan hệ trong giai đoạn này không được ổn định và sự đối đầu trong công việc sẽ ảnh hưởng nhiều tới nhân vật. Waite thể hiện sự xa lánh trong tâm tưởng chứng tỏ nhân vật không có được sự đồng thuận về ý tưởng, tinh thần trong các mối quan hệ do đó dần trở nên cô đơn lạc lõng trong việc đối phó với những ý tưởng hay những thế lực chống lại mình trong công việc. Mathers thì nhắc tới sự chấp thuận hơn là đối kháng, như vậy chứng tỏ trong giai đoạn này nhân vật không có được những điều kiện tốt nhất để có thể chiến thắng trong các cuộc đối đầu nên tốt hơn là nên nhẫn nhịn, tránh gây chuyện xung đột và có thể chấp nhận lui bước khi cần thiết. Như vậy lời khuyên ở đây là nhân vật cần phải nhận thức được rõ những nguy hiểm nào đang xuất hiện trong các mối quan hệ của mình để nhanh chóng tìm cách khắc phục, nếu không sẽ ảnh hưởng trực tiếp đến công việc hiện tại của nhân vật và để lại ảnh hưởng nặng nề đến tinh thần.

Four of Swords:

Đây là lá bài thứ 4 trong hành trình các lá Minor hệ kiếm, thể hiện trạng thái về chủ đề quyền lực trong chuỗi các sự kiện chính của hành trình chàng khờ, về mặt hình ảnh thì lá bài này thể hiện trạng thái tương đối khởi sắc của nhân vật so với giai đoạn trước. Sự thoái lui được Waite đề cập đến như là giải pháp cho nhân vật trong giai đoạn này, thể hiện quá trình khó khăn tiếp diễn từ giai đoạn trước khiến nhân vật phải có những đối sách thích hợp, và khi không thể chiến thắng khi đối đầu trực diện thì bắt buộc nhân vật phải có bước lùi tạm thời để tính toán kế hoạch cho giai đoạn sau. Mathers và Crowley nhắc đến sự hoãn binh chứng tỏ nhân vật chủ động tạm ngưng các cuộc tranh cãi và đấu đá trong giai đoạn này, nếu có hoạt động thì chỉ tập trung vào giải quyết công việc mà thôi. Ngoài ra Mathers còn nhắc tới sự thoải mái, nghỉ ngơi, thư giãn như là trạng thái tốt lành mà nhân vật có được sau một thời gian dài phải khổ sở vì những sự công kích trong các mối quan hệ, đây thực sự là trạng thái hiếm hoi xuất hiện trong hệ kiếm. Nhìn chung thì lá bài này mang ý nghĩa khá tích cực vì nhân vật không còn bị ảnh hưởng nhiều từ sự đối đầu trong các mối quan hệ như trước nhưng sự bình yên ở đây là do nhân vật tự tạo ra cho mình mà thôi, do đó nếu không có sự chuẩn bị kĩ càng cho bước kế tiếp thì sẽ rất bất lợi trong giai đoạn sau.

Five of Swords:

Đây là lá bài thứ 5 trong các lá Minor hệ kiếm, thể hiện trạng thái tương ứng với sự chuyển đổi từ chủ đề quyền lực sang chủ đề tâm linh trong hành trình thụ pháp và hành pháp của nhân vật, qua hình ảnh lá bài là sự dấn thân trở lại trong cuộc đấu của nhân vật. Waite đưa ra sự tổn thất khá phù hợp khi đối chiếu với hình ảnh các thanh kiếm trong lá bài, như vậy có thể ở đây nhân vật phải chịu đựng những tổn thương mà các mối quan hệ gây ra, có thể ảnh hưởng tới cả kết quả công việc, điều đáng nói ở đây là dường như những điều này là do những người mà nhân vật tin tưởng gây ra. Mathers nói tới sự nhận thức sai, chứng tỏ nhân vật dường như đã đặt niềm tin của mình sai chỗ và do đó vào những thời khắc quan trọng của công việc nhân vật đã phải trả giá cho sai sót đó bằng chính kết quả của mình trong cuộc đối đầu với các thế lực chống đối. Sự bại trận được thể hiện trong hầu hết các lời đoán chứng tỏ sự tiêu cực đã lại được thể hiện rõ trong ý nghĩa của lá bài, như vậy nhiều khả năng nhân vật sẽ không thể thực hiện được các mục đích mình đặt ra cũng như không thể chiến thắng trong các cuộc đối đầu trong công việc. Như vậy lời khuyên cho nhân vật ở đây là đừng nên quá nóng vội và cứng rắn trong đối phó mà phải có tầm nhìn xa và sự mềm dẻo nhất định, nếu cảm thấy không đủ thời cơ thì không nên dùng biện pháp cứng rắn ngay lúc này, ngoài ra nhân vật cần có sự nhìn nhận lại bản thân để kịp thời loại bỏ những yếu tố nguy hại cho công việc còn tồn tại trong các mối quan hệ.

Six of Swords:

Đây là lá bài thể hiện trạng thái tương ứng với sự chuyển đổi từ chủ đề tâm linh sang tình cảm trong hành trình thụ pháp cũng như hành pháp của nhân vật, như vậy yếu tố chính ảnh hưởng đến các mối quan hệ đã có sự thay đổi rõ rệt. Mathers đưa ra lời đoán về sự minh bạch, thấu hiểu và tập trung cũng như nghiên cứu và chú tâm hết mức, chứng tỏ nhân vật đã rút ra được những bài học bổ ích sau thất bại ở giai đoạn trước, do đó trong quan hệ công việc ở giai đoạn này nhân vật rất rõ ràng và không để xảy ra sai sót gì trong việc dùng người cũng như sự phân công trách nhiệm trong thực thi công việc. Waite nhắc đến lợi ích còn Crowley nhắc tới khoa học đều nhằm ám chỉ tới mục tiêu và các biện pháp mà nhân vật sử dụng để hướng tới mục tiêu đó, như vậy dù chủ đề chính ở đây là tình cảm nhưng có thể thấy nhân vật khá lí trí trong các mối quan hệ cũng như vấn đề đối phó, không phải vì nhân vật thiếu tình cảm mà vì nhân vật hiểu rõ những nguy hiểm có thể xảy ra nếu đặt tình cảm nhầm chỗ. Case nói tới thành đạt sau nhiều lo toan chứng tỏ nhân vật có triển vọng thu về kết quả khả quan trong giai đoạn này, dù có thể không to lớn nhưng là thành quả xứng đáng sau sự nỗ lực, có thể là việc được công nhận trong nơi làm việc hay sự vượt qua đối thủ của mình, dù thế nào thì cũng là bước tiến tích cực so với lá bài trước. Như vậy lời khuyên ở đây là nhân vật nên cố gắng hết sức trong giai đoạn này, cùng với nỗ lực bản thân là sự vận dụng tất cả mọi sự giúp đỡ từ những mối quan hệ đã được xác định chắc chắn, đây chính là mấu chốt quan trọng dẫn đến thành công trong đối phó ở giai đoạn này của nhân vật.

Seven of Swords:

Đây là lá bài thứ 7 trong các lá Minor hệ kiếm, thể hiện

trạng thái chuyển đổi từ chủ đề tình cảm sang chủ đề quản lý, kiểm soát, do ứng với số 7 là con số rất quan trọng trong môn thần số nên lá bài này cũng rất đáng được chú ý. Mathers nhắc tới sự vô dụng và phương pháp không chính thống, chứng tỏ nhân vật gặp khó khăn trong thực hiện điều mình muốn là nắm quyền kiểm soát các mối quan hệ của mình để phục vụ cho việc đối phó với những thử thách. Nỗ lực không bền được Hội Bình Minh Vàng và Case nhắc tới thể hiện nguyên nhân chủ yếu dẫn tới những thất bại trong giai đoạn này là do nhân vật không có sự cố gắng hết mình và kiên trì trong quá trình thực hiện công việc cũng như đối phó với những thử thách của mình. Crowley cũng nhắc đến chuyện không có cơ may thành công, chứng tỏ các điều kiện trong công việc của nhân vật là không mấy thuận lợi và sẽ khó khăn cho nhân vật trong việc đấu tranh với các thế lực đối đầu với mình. Tóm lại ở đây hoàn cảnh cho thấy sự việc đang trở nên khó khăn và có vẻ như vượt quá khả năng kiểm soát của nhân vật, điều này được thể hiện từ cả các yếu tố bên ngoài lẫn bên trong, do đó sẽ là không khôn ngoan nếu nhân vật tìm đến cuộc đối đầu trực diện trong giai đoạn này, thay vào đó nhân vật nên cố gắng bình ổn các mối quan hệ của mình trước.

Eight of Swords:

Đây là lá bài thứ 8 trong các lá Minor hệ kiếm, trạng thái của lá bài này tương ứng với chủ đề sức mạnh trong hành trình thụ pháp và hành pháp của nhân vật, đây là cột mốc quan trọng trên hành trình và là bước chuẩn bị cho điểm kết thúc. Hội Bình Minh Vàng đưa ra lời đoán về chúa tể của uy lực ngắn hạn, như vậy ở đây nhân vật không có được vị thế trong các mối quan hệ giao tiếp như mình mong muốn nên khó có thể thúc đẩy công việc theo ý mình và cũng khó có thể tạo ra áp lực lên các đối thủ như ý định. Waite nhắc tới sự đối nghịch còn Crowley nhắc tới sự ngăn cản, qua đó nhắc tới sự khó khăn trong việc đối phó với những kẻ thù trong công việc, các kế hoạch của nhân vật do vậy phải hết sức cẩn thận trong các hành động của mình để tránh rơi vào tình thế bất lợi. Sự thiếu quyết đoán trong lời đoán của Case và sự dè dặt trước cái mới trong lời đoán của Mathers chỉ ra về mặt ý chí nhân vật không còn giữ được sự mạnh mẽ kiên định, đây là điều đáng lo lắng vì chủ đề chính của lá bài này là về vấn đề sức mạnh, như vậy nếu không cải thiện điều này để đạt tới trạng thái sức mạnh cần có thì nhân vật sẽ không thể giành chiến thắng trong các cuộc đối đầu. Như vậy lời khuyên ở đây là nhân vật cần thay đổi bản thân mình để nhanh chóng tạo ra bước đột phá và đạt tới sức mạnh như mình ngưỡng vọng, chỉ có như thế mới đủ sức vượt qua được những khó khăn hiện tại.

Nine of Swords:

Lá bài này thể hiện sự tiếp nối từ chủ đề sức mạnh sang chủ đề về tiềm thức, trí tuệ, là bước chuẩn bị quan trọng cuối cùng trong chuỗi các sự kiện chính được các lá Major thể hiện trước khi nhân vật tới được đích đến của mình. Mathers đưa ra lời đoán về sự thiếu quyết đoán, chán nản và vâng phục mù quáng chứng tỏ nhân vật trở nên quá sa sút về mặt tinh thần đến nỗi không còn tự chủ được trong các kế hoạch cũng như hành động trong đối phó với những khó khăn của mình, thay vào đó là sự lệ thuộc vào các thế lực khác. Waite đưa ra lời đoán về sự tuyệt vọng thể hiện trạng thái chủ yếu trong tinh thần của nhân vật, Crowley thì nhắc tới sự tàn nhẫn để mô tả sự khó khăn ở đây không những không giảm đi mà các sự tác động từ bên ngoài sẽ ngày càng mạnh mẽ hơn, với sự yếu ớt về tinh thần hiện tại thì nhân vật khó tránh khỏi thất bại lớn. Sự lo âu trong lời đoán của Case cũng thể hiện nhân vật rất quan tâm đến sự biến đổi tình hình và những kết quả sắp tới trong tương lai, sự mờ mịt ảm đạm phủ bóng lên những sự kiện sắp tới càng khiến cho ý nghĩa lá bài thêm tiêu cực. Như vậy lời khuyên cho lá bài này là nhân vật cần nhanh chóng tìm ra lối thoát cho mình, nếu cứ tiếp tục trạng thái như vậy thì sớm muộn cũng thất bại, nhân vật phải tìm người giúp đỡ, tận dụng các mối quan hệ để thay đổi hướng đi nhằm tìm kiếm điều mới mẻ, tích cực.

Ten of Swords:

Đây là lá bài cuối cùng trong các lá Minor hệ kiếm, thể hiện sự kết thúc trong hành trình liên kết các mối quan hệ với vấn đề đối phó trong các vấn đề công việc, tương ứng với chủ đề về số mệnh trong các sự kiện chính được các lá Major thể hiện. Sự khuất phục và thất bại của một dự án nằm trong lời đoán của Mathers thể hiện kết quả không mấy tích cực trong các cuộc đối đầu của nhân vật, dường như một kế hoạch nào đó của nhân vật ở đây sẽ không thể thành công. Sự tàn lụi được nhắc đến trong hầu hết các lời đoán chứng tỏ các mối quan hệ cũng chịu sự tác động từ kết quả công việc mà đi xuống và có thể sẽ có những mối quan hệ đi đến hồi kết, như vậy có thể thấy đây là kết quả khá tồi tệ đối với nhân vật khi phải chịu cả tổn thất về vật chất và tinh thần. Trong lời đoán của Mathers còn xuất hiện ý tưởng ngông cuồng, chứng tỏ ở đây nhân vật còn có những suy nghĩ và hành động khác thường, có thể là nỗ lực nhằm tìm cách thoát ra khỏi tình hình hiện tại, hoặc cũng có thể là do nhân vật hiểu rằng kết quả là không thể tránh khỏi nên muốn tự mình làm theo những suy nghĩ của bản thân, không chịu sự ràng buộc gì từ các mối quan hệ. Lời khuyên ở đây là nhân vật cần cố gắng tìm lại sự bình yên cho bản thân, cố gắng hạn chế tối đa những ảnh hưởng xấu mà các mối quan hệ gây ra khi đổ vỡ, đồng thời tìm cách xây dựng những ý tưởng mới để có thể bắt đầu lại một cách tốt đẹp hơn so với chặng đường đã qua..

Page of Swords:

Đây là lá bài đầu tiên trong các lá Court hệ kiếm, thể hiện sự tương quan trong các mối quan hệ giao tiếp khi nhân vật phải đối phó với những khó khăn trong sự nghiệp, kinh doanh, đã là công việc thì luôn có vướng mắc với các mối quan hệ nên vấn đề này thường không mấy dễ dàng. Case nhắc tới sự tinh tế, lanh lợi, năng động thể hiện phong cách cuốn hút của nhân vật và điều này dễ dàng giúp nhân vật thiết lập được các mối quan hệ trong hoàn cảnh khởi đầu công việc nhanh chóng hơn so với các hệ khác. Waite thì nhắc tới sự luôn nhạy bén với điều lạ, sự quan sát kỹ và xem xét tường tận chứng tỏ nhân vật có khả năng ứng biến rất nhanh với các tình huống phát sinh trong công việc, do vậy thường có ưu thế chủ động khi đối đầu với những khó khăn bộc phát trong các mối quan hệ hơn là những người khác. Tuy vậy Mathers lại nhắc tới người bỡn cợt, mưu mô, nhiều lo toan chứng tỏ nhân vật không hoàn toàn chân thành trong các mối quan hệ mà có cái nhìn rất sâu sắc và chủ yếu nhắm tới những lợi ích trong công việc, điều này chính là mầm mống cho những mâu thuẫn ở giai đoạn sau. Lời khuyên ở đây là nhân vật nên tập trung vào chất lượng thay vì số lượng khi tạo dựng các mối quan hệ, đồng thời nên lưu tâm đến những giá trị đích thực để gìn giữ các mối quan hệ được lâu dài.

Knight of Swords:

Đây là lá bài thứ hai trong các lá Court hệ kiếm, thể hiện sự chuyển đổi địa vị của nhân vật từ thằng hầu thành hiệp sĩ, tương ứng với sự chuyển giao từ nhóm sự kiện về bảo hộ, quyền lực sang nhóm sự kiện về tâm linh, tình cảm, đây cũng là giai đoạn phát triển nhanh của các mối quan hệ. Crowley đưa ra lời đoán về người hay phát động công kích, năng nổ, khôn khéo, tài giỏi nhưng thiếu quyết đoán, phân tích thì thấy lời đoán này mô tả điều rất thú vị, đó là nhân vật muốn thể hiện vai trò của mình trong quan hệ công việc nên thường chủ động đề xuất ý tưởng và những hành động nhằm bảo vệ lợi ích của bản thân và của nhóm trước những sự chống đối, nhưng nhân vật lại không dám làm tới cùng vì muốn giữ được tất cả các mối quan hệ. Hội Bình Minh Vàng thì đưa ra lời đoán về sự năng động, khôn khéo, can đảm nhưng lại thích thống trị và thường đánh giá quá mức các việc quá nhỏ thể hiện rằng nhân vật có khả năng nhưng lại quá ích kỷ, từ ích kỷ nên chỉ nhắm tới những lợi ích nhỏ trước mắt mà quên đi tính lâu dài, vì thế có thể đạt được thắng lợi trước mắt nhưng về lâu dài dễ bị đối thủ vượt qua. Mathers cũng đề cập đến việc nhân vật không có khả năng quyết định chứng tỏ việc thiếu sự dứt khoát ở thời điểm quan trọng nhất là khó khăn chính yếu trong giai đoạn này và nhân vật phải cải thiện nó nếu muốn đạt được thắng lợi trong các cuộc đối đầu. Lời khuyên ở đây là nhân vật cần cải thiện chính bản thân mình nếu muốn hướng các mối quan hệ theo ý muốn, vì mọi người sẽ không nghe theo ý kiến của người thiếu quyết đoán cũng như không có tầm nhìn xa.

Queen of Swords:

Đây là lá bài thể hiện trạng thái chuyển từ địa vị hiệp sĩ sang nữ hoàng, tức là sự tăng thêm một bậc trong hành trình các mối quan hệ của nhân vật và việc đối phó với những khó khăn do các mối quan hệ này phát sinh trong công việc. Waite đưa ra lời đoán về việc quen với muộn phiền, nỗi buồn của nữ giới và than thở, như vậy nhân vật có sự sa sút về mặt tinh thần sau quãng đường đấu tranh dài và đầy khó khăn từ các giai đoạn trước đến nay nhưng dường như cũng không dám để lộ ra ngoài. Hội Bình Minh Vàng tiếp tục nhắc tới những phẩm chất tốt như sự tiếp nhận mạnh mẽ, quan sát tinh tường, nhanh trí, tự tin nhưng khó nhờ cậy, như vậy nhược điểm vẫn là tính ích kỷ cao khiến nhân vật chỉ chăm lo cho lợi ích của mình, trong các mối quan hệ mà chỉ nghĩ đến bản thân mình là điều tiêu cực vì nó sẽ khiến nhân vật dần đánh mất sự tin tưởng và giúp đỡ từ người khác trong các cuộc đối đầu trong công việc. Lời đoán của Mathers thì khá mâu thuẫn vì nó vừa nhắc tới người luôn ổn định trong các cuộc khủng hoảng vừa nhắc tới sự thiếu ổn định, không đáng tin cậy, qua đó có thể thấy tự thân nhân vật đang trải qua giai đoạn không mấy dễ chịu và do vậy các mối quan hệ cũng trở nên mỏng manh dễ vỡ hơn, đây là trạng thái rất căng thẳng, đặc biệt nếu nhân vật còn đang rơi vào những cuộc đấu trong công việc. Lời khuyên ở đây là nhân vật cần loại bỏ tính ích kỷ và sẵn sàng dấn thân đi đầu trong công việc, như vậy mới tạo được ấn tượng tốt và lấy được niềm tin cũng như sự giúp đỡ từ các mối quan hệ, như vậy mới có thể thành công đối phó với những khó khăn trong hoàn cảnh này.

King of Swords:

Đây là lá bài cuối cùng trong các lá Court hệ kiếm, thể hiện trạng thái trưởng thành và có nhiều kinh nghiệm của nhân vật nhất sau khi trải qua những sự kiện khác nhau trên hành trình thụ pháp và hành pháp. Mathers đưa ra lời đoán về mẫu người lý tưởng, thông minh xuất chúng, có nhiều ý tưởng và trung thành trong tình bạn, như vậy đến đây sau khi trải qua nhiều sự rèn luyện thì nhân vật đã thật sự hoàn thiện bản thân mình và trở thành mẫu người lý tưởng trong các mối quan hệ. Hội Bình Minh Vàng thì đưa ra lời đoán về người có nhiều ý tưởng mới lạ và sáng tạo, phân minh trong yêu ghét nhưng lại quá đa nghi và nghiêm khắc, có thể do nhiều thử thách và tổn thương mà các mối quan hệ mang lại nên giờ đây nhân vật không dành nhiều sự tin tưởng cho người khác mà làm việc rất nguyên tắc, về cơ bản việc này có thể hiểu được nhưng sẽ là đáng tiếc nếu vì vậy mà làm nhân vật bỏ qua những mối quan hệ tốt. Waite nhấn mạnh đến quyền uy, thế lực trong lời đoán của mình chứng tỏ nhân vật có được vị thế tốt để giành được những kết quả có lợi trong việc đối phó với những khó khăn trong quan hệ cũng như công việc, nhân vật dường như nắm rõ được từng mối quan hệ của mình nên không còn bị bất ngờ. Như vậy lời khuyên ở đây là nhân vật cần giữ được sự ổn định hiện tại vì chỉ có điều này mới dẫn nhân vật đến những thành công, ngoài ra với khả năng hiện tại nhân vật cũng không khó khăn để lọc ra những mối quan hệ chân thành, khi đó nhân vật nên chăm lo cho những mối quan hệ này nhiều hơn để càng vững chắc hơn với vị thế của mình.

Ace of Swords
Two of Swords
Three of Swords
Four of Swords
Five of Swords
Six of Swords
Seven of Swords
Eight of Swords
Nine of Swords
Ten of Swords
Page of Swords
Knight of Swords
Queen of Swords
King of Swords

PENTACLES

Ace of Pentacles:

Đây là lá bài đầu tiên trong các lá Minor hệ sao, hệ bài này thể hiện các vấn đề liên quan đến vật chất và sở hữu, tương ứng với chuyên đề này là sự liên quan tới các vấn đề đối phó trong công việc của nhân vật. Case đưa ra lời đoán về lợi lộc vật chất chứng tỏ nhân vật được thụ hưởng những điều kiện có lợi về vật chất và có lợi thế bước đầu trong việc đối đầu với những trở ngại ở giai đoạn này. Mathers thì nói tới sự hoạch định phương án chứng tỏ điều quan trọng nhất trong giai đoạn này vẫn là chuẩn bị những nhân tố quyết định cho các giai đoạn sau khi trực tiếp xúc tiến công việc, đây vẫn là trạng thái khởi đầu nên có vẻ chưa có sự xung đột trực diện nào. Waite cũng nhắc tới sự hoàn toàn mãn nguyện để thể hiện sự hài lòng của nhân vật với hoàn cảnh hiện tại, có vẻ như dù có trở ngại nhưng nhân vật hoàn toàn có đủ năng lực để đối phó và vượt qua trong thời điểm này. Lời khuyên ở đây là nhân vật nên tận dụng tốt những yếu tố có lợi cho mình để nhanh chóng triển khai những dự tính nhằm thu về kết quả có lợi nhất, không nên giữ tiền quá lâu mà không đầu tư vì thời cơ sẽ trôi qua.

Two of Pentacles:

Đây là lá bài thứ hai trong các lá Minor hệ sao, lá này thể hiện trạng thái tượng trưng cho chủ đề về tri thức trong hành trình thụ pháp và hành pháp của nhân vật, ở đây cụ thể nói về cách thức vận dụng vật chất ở mức cao hơn lá trước trong việc đối phó các vấn đề phát sinh trong công việc. Waite đưa ra lời đoán về bản thông điệp nhằm chứng tỏ nhân vật vẫn tiếp tục là bên tiếp nhận, lần này là một thông điệp trong công việc và nhân vật cần phải thực hiện tốt những điều trong thông điệp này nếu muốn vượt qua được những kẻ cạnh tranh để có được vị trí tốt hơn trong công việc. Sự thay đổi là yếu tố được thể hiện trong hầu hết các lời đoán, dường như ở đây có cả yếu tố chủ động và bị động khi nhân vật thay đổi trong cách làm việc của mình cho hiệu quả hơn và đồng thời cũng bị tác động từ bên ngoài làm cho phải thay đổi để đứng vững trước những thế lực có ý định công kích. Hội Bình Minh Vàng và Case nhấn mạnh tới sự hài hòa trong quá trình thay đổi để nhắc nhở nhân vật phải giữ được sự ổn định về bản chất, tránh để những thay đổi bên ngoài ảnh hưởng đến chất lượng công việc. Lời khuyên ở đây là nhân vật cần linh hoạt trong hành động nhưng phải hướng đến một mục tiêu chung nhất, đó là bí quyết để tận dụng tốt các nguồn giúp đỡ cũng như đối phó với nhiều khó khăn từ nhiều hướng hơn so với giai đoạn trước.

Three of Pentacles:

Đây là lá bài thứ 3 trong các lá Minor hệ sao, lá bài này thể hiện sự tiếp nối câu chuyện từ hai lá bài trước, trạng thái của nó còn tượng trưng cho chủ đề về sự bảo hộ trong hành trình thụ pháp và hành pháp của nhân vật. Case nhắc đến sự xây dựng chứng tỏ nhân vật đang tập trung vào việc vun đắp cho công việc của mình, sự toàn tâm toàn ý này thể hiện ngoài chuyên môn nhân vật không quan tâm lắm đến các mâu thuẫn và đối phó với các ý kiến và sự việc trái với mong muốn của mình. Hội Bình Minh Vàng cũng đưa ra lời đoán về chúa tể của thế giới vật chất chứng tỏ mối quan tâm hàng đầu của nhân vật là về tiền bạc, dường như đó là thứ cần thiết nhất để giúp ích cho việc thúc đẩy công việc lúc này, vì thế tất cả những thứ gây ngăn trở về vật chất sẽ là mục đích đối phó của nhân vật trong giai đoạn này. Mathers nhắc tới công việc mang tính sáng tạo cũng như việc giao dịch kinh doanh chứng tỏ nhân vật cần thiết phải có bước đột phá trong suy nghĩ và hành động nếu muốn có được thành quả tốt hơn trong công việc, mang lại lợi ích nhiều hơn chính là biện pháp tốt nhất để nhân vật chiến thắng trong các cuộc đối đầu. Lời khuyên ở đây là nhân vật cần chọn lựa đúng việc phù hợp với sở trường và đầu tư hết mức vào nó để sinh lợi, tránh dự dàn trải cũng như sự dao động phân tâm trong hành động, ngoài ra cũng cần sự sáng tạo để thu được những thành quả vượt hơn những người cạnh tranh với mình.

Four of Pentacles:

Lá bài này thể hiện sự ngừng chân sau khi hoàn thành chặng đầu tiên trên hành trình của nhân vật, trạng thái của lá bài này ứng với chủ đề quyền lực trong chuỗi các chủ đề chính mà các lá Major thể hiện, lá bài này thể hiện một hình ảnh khá ổn định so với các lá Four ở các hệ khác. Quyền lực chính là yếu tố được nhắc đến nhiều nhất trong lá bài này, chứng tỏ địa vị và khả năng tác động đến tình hình chung của nhân vật là khá lớn, nhất là vấn đề vật chất, như vậy nhân vật có lợi thế không nhỏ trong các cuộc đối đầu. Mãnh lực đồng tiền và quà tặng bằng hiện kim trong lời đoán của Mathers thể hiện hai mặt tích cực và tiêu cực của vấn đề vật chất, tích cực ở chỗ nó giúp nhân vật tạo áp lực lên đối thủ và lèo lái công việc theo ý mình, còn tiêu cực ở chỗ nó dễ khiến nhân vật sa ngã và mất đi sự sáng suốt. Ngoài ra ông còn nhắc tới sự cất giấu tài sản, cũng giống Waite khi nói tới sự đảm bảo tài sản, chứng tỏ nhân vật tương đối tiêu cực trong việc tìm cách bảo vệ thành quả mà mình đã đạt được trong giai đoạn trước. Lời khuyên ở đây là nhân vật nên tìm cách sử dụng hiệu quả và phát huy thêm những thành tựu của mình, không nên ngủ quên trên thắng lợi và trở nên bảo thủ chậm chạp, như vậy sẽ đánh mất những ưu thế mà phải khó khăn mới giành được và dễ bị đối thủ tìm ra điểm yếu mà công kích hơn.

Five of Pentacles:

Đây là lá bài thứ 5 trong các lá Minor hệ sao, thể hiện trạng thái của sự chuyển đổi từ chủ đề quyền lực sang tâm linh trong hành trình thụ pháp và hành pháp của nhân vật, đồng thời cũng là một giai đoạn bước ngoặt trong hành trình của hệ sao. Hội Bình Minh Vàng đưa ra lời đoán về chúa tể của sự khó khăn vật chất, chứng tỏ nhân vật rơi vào trạng thái trái ngược hoàn toàn với sự đầy đủ vật chất của chặng trước cuộc hành trình, như vậy việc đối phó với kẻ thù ở đây sẽ gặp nhiều khó khăn hơn. Mathers chỉ rõ khó khăn là do mất tiền hay địa vị và khuyên nhân vật nên cẩn trọng trong vấn đề tiền bạc, như vậy ở đây có thể do chính sự bảo thủ và sai lầm trong tính toán tiền bạc ở giai đoạn trước mà nhân vật đã phải trả giá, do thiếu đề phòng nên hậu quả ở đây khá nghiêm trọng. Sự lo lắng được Crowley nêu ra như là hệ quả tất yếu của quá trình này, nhân vật cần phải cố gắng hạn chế những tổn thương tinh thần và sớm khôi phục lại ý chí làm việc để nhanh chóng thoát ra khỏi sự suy thoái này. Như vậy lời khuyên ở đây là đã đến lúc nhân vật nghiêm túc nhìn lại bản thân để loại bỏ những khuyết điểm, từ đó chấn chỉnh bản thân để bước vào hành trình mới với những ý tưởng và khả năng xử lý các vấn đề tiền bạc tốt hơn trong việc đối đầu với những khó khăn thử thách.

Six of Pentacles:

Đây là lá bài thứ 6 trong các lá Minor hệ sao, thể hiện trạng thái của chủ đề tình cảm trong hành trình thụ pháp và hành pháp của nhân vật, hình ảnh cho thấy sự phát triển trở lại của vấn đề vật chất sau sự suy thoái ở lá trước. Mathers đưa ra lời đoán về sự thành công sau nhiều nỗ lực, chứng tỏ nhân vật rất cố gắng để lấy lại những thứ đã mất, nhất là về vấn đề tiền bạc vật chất vì đây dường như là mục đích phấn đấu cao nhất của nhân vật. Ông còn nhắc đến tiếng tăm, quyền thế, sự ảnh hưởng cũng như quyền lực, như vậy một lần nữa nhân vật lại vượt qua được những khó khăn trong việc đối phó với những thế lực chống đối mình và có được tình cảm tốt đẹp từ những người xung quanh trong công việc. Crowley thì nhắc đến thịnh vượng còn Case nhắc đến thành đạt làm rõ nghĩa hơn cho sự thành công của lá bài này, như vậy đây là lá bài biểu hiện trạng thái đi lên khá tốt đẹp trong hành trình các lá hệ sao, thậm chí còn có phần tốt hơn cả lá Four của chặng trước. Như vậy lời khuyên cho nhân vật là cần sử dụng tốt nguồn lợi vật chất để tránh lập lại sai sót ở lá Four, cụ thể hình ảnh đưa ra sự san sẻ với những người xung quanh, điều này rất phù hợp với chủ đề tình cảm, nhân vật không nên quá chăm chú vào việc giữ hết lợi ích vật chất cho mình mà sự chia sẻ chính là đầu tư gián tiếp cho tương lai.

Seven of Pentacles:

Lá bài này là sự nối tiếp các vấn đề vật chất từ lá trước, thể hiện trạng thái chuyển biến từ chủ đề tình cảm sang quản lý, kiểm soát trong hành trình thụ pháp và hành pháp của nhân vật, hai chủ đề này vốn khác nhóm nên sự chuyển đổi này tương đối khó khăn. Case đưa ra lời đoán về sự việc chưa hoàn tất chứng tỏ nhân vật bị mắc kẹt trong những khó khăn công việc và không thể giải quyết được những vướng bận này để hoàn thành công việc như mong muốn. Waite chỉ ra nguyên nhân lo lắng là về vấn đề tiền bạc, chứng tỏ nhân vật gặp khó khăn khi không có được thu nhập như ý muốn và có thể là phải chi tiêu quá mức để giúp ổn định công việc, tránh khỏi những sự chống phá của kẻ thù. Hội Bình Minh Vàng thì nói tới chúa tể của điều chưa toại nguyện còn Mathers thì nói về việc mất khoản tiền đã được hứa, như vậy ở đây nhân vật bị tước đoạt hoặc không có được những phần mà mình xứng đáng được hưởng, điều này ảnh hưởng đến tinh thần khiến cho nhân vật khó có được ý chí mạnh mẽ nhất trong các cuộc chiến đấu với kẻ thù. Lời khuyên ở đây là nhân vật nên xem xét lại cụ thể từng việc, nếu có thể chấp nhận một bước lùi tạm thời cũng là một việc tốt, nếu không thì nên cân nhắc tạm ngưng một số công việc hoặc những cuộc đối đầu mà có dấu hiệu không thể có được những kết quả khả quan như mong đợi.

Eight of Pentacles:

Đây là lá bài thứ 8 trong các lá Minor hệ sao, thể hiện trạng thái chuyển đổi từ chủ đề quản lý, kiểm soát sang chủ đề sức mạnh, sự chuyển đổi này được thể hiện khá rõ qua sự chuyển đổi nghề nghiệp trên hình ảnh lá bài. Sự cẩn trọng được Hội Bình Minh Vàng và Crowley nhắc đến trong lời đoán để thể hiện tác phong làm việc đã được điều chỉnh lại của nhân vật, một phần do đã tỉnh táo trở lại sau giai đoạn bất ổn tinh thần trước, một phần cũng từ những khó khăn vật chất ở giai đoạn trước khiến nhân vật bắt buộc phải thay đổi. Waite nói tới việc giỏi về thủ công nghệ còn Case nói chung hơn là giỏi về việc làm ăn, như vậy ở đây nhân vật không gò bó mình trong những khuôn khổ cố định mà tự do hơn trong nhận thức và hành động, nhân vật chú trọng làm việc theo sở trường của mình vì đó chính là thứ căn bản nhất để tạo ra lợi ích vật chất lâu dài. Mathers nói tới sự kiên trì và sức chịu đựng, qua đó chỉ ra những khó khăn trong giai đoạn này, do đây là giai đoạn mới chuyển đổi nên nhân vật chưa có được những nền móng vững chắc nhất để phát triển nên dễ bị chèn ép, nhân vật cần phải kiên trì trong cuộc đấu tranh của mình. Lời khuyên ở đây là nhân vật nên tạm thời nhẫn nhịn tránh sự khiêu khích và những chuyện chi tiêu trong việc đối phó với người khác, thay vào đó mọi khoản tiền nên được sử dụng cho công việc hiện tại, tuy khó khăn hiện tại nhưng tương lai nhân vật sẽ được lợi vì điều này.

Nine of Pentacles:

Đây là lá bài kế cuối trong các lá Minor hệ sao, thể hiện trạng thái của chủ đề trí tuệ trong hành trình thụ pháp và hành pháp của nhân vật, đây là bước đà quan trọng cho kết quả vật chất của nhân vật ở cuối hành trình. Sự thanh thản, an toàn và yên tâm vững chí là điều được Mathers thể hiện trong lời đoán của mình, chứng tỏ trạng thái tinh thần của nhân vật đã tốt hơn rất nhiều, có lẽ là do công việc phát triển đúng hướng, như vậy nhân vật cũng hoàn toàn vững tâm ứng phó với những khó khăn và kẻ thù của mình. Sự hoạch lợi cũng được thể hiện trong hầu hết các lời đoán, qua đó ta thấy nhân vật cũng gặp nhiều thuận lợi về vấn đề tiền bạc và đây chính là điều kiện không thể tốt hơn để nhân vật tập trung giải quyết dứt điểm các thế lực đối phó mình để dọn đường cho kết thúc tốt đẹp nhất. Tuy vậy Case vẫn nhắc tới sự thận trọng để chỉ ra nhân vật vẫn cần phát huy tốt những phẩm chất đã được hình thành từ giai đoạn trước để đảm bảo tiến độ công việc, tránh sự trễ nải và tự mãn. Nhìn chung đây là một lá bài tích cực và thực ra khó khăn lớn nhất với nhân vật là phải vượt qua được chính bản thân mình mà thôi, chỉ cần giữ được bản lĩnh vững vàng tới chặng cuối con đường thì nhân vật tất sẽ có được điều mà mình muốn.

Ten of Pentacles:

Đây là lá bài cuối cùng trong các lá Minor hệ sao, thể hiện sự kết thúc của hành trình của tiền bạc vật chất gắn với vấn đề đối phó trong công việc của nhân vật, lá bài này thể hiện trạng thái tương ứng với chủ đề số mệnh trong chuỗi các sự kiện chính được các lá Major thể hiện. Waite nhắc tới sự hoạch lợi, tiếp tục thể hiện sự dồi dào về vật chất của nhân vật, có vẻ như những khó khăn và đối thủ cuối cùng đã chấp nhận thực tế là không thể ngăn chặn được sự phát triển trong công việc của nhân vật. Crowley và Mathers cùng nhắc đến sự giàu có, Mathers còn thêm vào đó sự khôn ngoan trong giao dịch tiền bạc, thể hiện kỹ năng điêu luyện của nhân vật trải qua quá trình rèn luyện đầy khó khăn ở những giai đoạn trước đã trở nên vượt trội và là nguồn sức mạnh giúp nhân vật vượt qua khó khăn và có lợi nhuận như mong muốn. Case và Hội Bình Minh Vàng nhấn mạnh tới sự thịnh vượng như để khẳng định trạng thái tốt đẹp và sự bền vững lâu dài của thành công này, chứng tỏ nhân vật có được những thành tựu hết sức tốt đẹp mà người khác phải ngưỡng mộ. Như vậy đây là một lá bài tốt và nó ám chỉ nhân vật sẽ đạt được chiến thắng trong các cuộc đối đầu công việc, như vậy nhân vật cần tận dụng tốt thời cơ cũng như những khoản lợi vật chất để tiếp tục đầu tư thêm nhằm đảm bảo tính ổn định và lâu dài cho thành công của mình

Page of Pentacles:

Đây là lá bài đầu tiên trong các lá Court hệ sao, thể hiện sự liên quan giữa vấn đề tiền bạc với sự đối phó trong công việc của nhân vật, riêng lá Page thể hiện trạng thái của nhân vật khi chịu ảnh hưởng từ những sự kiện chính đầu tiên trên hành trình. Hội Bình Minh Vàng đưa ra lời đoán về sự thiện tâm, can đảm, thận trọng chứng tỏ những phẩm chất tốt trong con người nhân vật giúp nhân vật có sự khởi đầu tương đối tốt trong vấn đề tài chính và không bị bất lợi nhiều như các hệ khác trong vấn đề đối phó. Mathers thì nhắc tới sự thụ động, người tốt bụng, tận tụy và cẩn thận chứng tỏ nhân vật không có phong thái chủ động trong việc đối phó, chỉ khi xảy ra khó khăn nhân vật mới hành động, tuy vậy không thể phủ nhận phong thái làm việc rất tốt của nhân vật, nền tảng ổn định này sẽ giúp nhân vật tiến xa trong tương lai. Crowley thì nhắc tới những đặc tính của phụ nữ sẽ nổi bật hay chìm dần theo thời gian, chỉ có căn tính là không đổi, qua đó có thể thấy nhân vật là người rất kiên định với mục tiêu của mình, dù có gặp thất bại ban đầu thì cũng không thay đổi trong thời gian còn lại. Như vậy lời khuyên ở đây là nhân vật nên chọn những công việc sao cho phù hợp với khả năng và tính cách của mình, cụ thể là những công việc dài hạn, việc đầu tư cũng cần chú trọng, nhất là tiết kiệm vì lúc này chưa có dấu hiệu dư dật, trong đối phó các vấn đề khó khăn cũng phải thận trọng vì tiềm lực chưa dồi dào để có thể hành động mạnh mẽ.

Knight of Pentacles:

Đây là lá bài thứ hai trong các lá Court hệ sao, thể hiện sự chuyển đổi, trưởng thành trong bản tính của nhân vật thông qua những sự tác động từ bên ngoài, những tác động đó chính là nhân tố chủ yếu khiến nhân vật biến đổi từ thằng hầu thành hiệp sĩ, thường tượng trưng cho những thắng lợi và bước đầu thăng tiến. Hội Bình Minh Vàng đưa ra lời đoán về người khôn khéo, siêng năng, kiên nhẫn trong tạo dựng sự nghiệp chứng tỏ những phẩm chất và năng lực của nhân vật tiếp tục được phát huy tốt cho thấy nhân vật đang đi đúng hướng và sẽ gặp nhiều thuận lợi hơn trong xử lí các khó khăn phát sinh. Waite thì nhấn mạnh đến sự hữu dụng và trách nhiệm cao chứng tỏ nhân vật luôn cố gắng hết sức để hoàn thành những nhiệm vụ được giao và đóng góp hết mình cho những nhiệm vụ chung, qua đó vai trò của nhân vật trong các cuộc đối đầu công việc là rất quan trọng. Mathers thì nói tới việc nhân vật luôn bận tâm tới các vấn đề vật chất, như vậy đúng với bản chất của hệ nên nhân vật làm mọi việc đều hướng tới lợi ích vật chất, mục đích rõ ràng này giúp nhân vật dễ hoạch định kế hoạch, tuy nhiên nó cũng dễ dẫn đến những tính toán nhỏ nhen, ganh tỵ mà Mathers cũng đã nhắc tới. Lời khuyên ở đây là nhân vật nên hoạch định rõ các kế hoạch để dễ ứng phó với các biến cố vì vật chất là chủ đề luôn rất phức tạp trong công việc, nhưng đồng thời cũng cần tránh việc hoàn toàn chú tâm vào nó mà bỏ qua những điều tốt đẹp khác trong cuộc sống.

Queen of Pentacles:

Lá bài này thể hiện sự biến chuyển từ hình ảnh hiệp sĩ sang nữ hoàng, tượng trưng cho sự chuyển giao giữa nhóm sự kiện về tâm linh, tình cảm sang quản lí và sức mạnh, đây là quá trình chuyển đổi quan trọng tạo nền tảng cho đích đến mà nhân vật nhắm tới. Mathers đưa ra lời đoán về người tham vọng, thực tiễn, thiện tâm và thành thật để thể hiện nhân vật vẫn giữ được bản chất theo từng giai đoạn của hành trình dù những khó khăn càng ngày càng gia tăng, tuy vậy yếu tố đẩy khả năng của mình tới giới hạn cũng như thiếu quyết đoán, dễ thay đổi cho ta thấy sự nôn nóng ngầm phát triển bên trong nhân vật. Hội Bình Minh Vàng cũng nhấn mạnh yếu tố hay thay đổi nhằm nhắc nhở đây chính là điểm yếu của nhân vật trong giai đoạn này, thật vậy bởi ở các giai đoạn trước nhân vật luôn giữ được sự điềm tĩnh và hướng đến mục đích lâu dài nhưng ở đây lại dễ bị tác động bên ngoài làm dao động là điều đáng quan tâm. Waite thì nhắc tới sự quảng đại, nghiêm túc, khoáng đạt, sung túc chứng tỏ nhân vật có được sự dồi dào về nguồn của cải vật chất là điều mà ở hai lá trước chưa có được, như vậy nguồn lực để thực hiện các dự định trong việc đối phó các khó khăn sẽ thuận tiện hơn nhiều. Như vậy lời khuyên ở đây là nhân vật cần có sự nhìn nhận lại trong chính bản thân mình để loại bỏ những suy nghĩ tiêu cực đang là trở ngại chính trong công việc, đôi lúc chiến đấu với chính bản thân mình lại khó khăn nhất, ngoài ra nhân vật cũng phải tính toán sử dụng các khoản vật chất mình đang có sao cho hiệu quả nhất, đây là vấn đề mới đặt ra so với hai lá trước.

King of Pentacles:

Đây là lá bài cuối cùng trong các lá Court hệ sao, thể hiện trạng thái phát triển hoàn chỉnh nhất của nhân vật sau khi trải nghiệm những sự kiện trên suốt hành trình thụ pháp và hành pháp của mình. Waite nhắc tới sự can trường, tháo vát, lanh lợi, giỏi tính toán chứng tỏ những phẩm chất ban đầu trải qua quá trình rèn giũa giờ đây đã thành những vũ khí lợi hại mà nhân vật sử dụng để đạt được mục tiêu công việc cũng như đối đầu với những thử thách ở chặng cuối con đường của mình. Crowley thì nhắc tới sự nghiêm túc, thành thật, lành tính nhưng dễ hung tợn nếu bị khiêu khích, như vậy dù bản lĩnh đã cao hơn trước nhưng nhân vật vẫn dễ bị vướng những bẫy khiêu khích, điều này có thể lí giải từ sự ức chế trong suốt thời gian dài nhẫn nhịn của nhân vật và giờ đây có điều kiện bộc phát khi nhân vật có đủ thực lực. Các lời đoán còn nhắc tới tính trung thực và đáng tin cậy chứng tỏ nhân vật là trung tâm và trụ cột của bất cứ công việc nào mình tham gia và luôn nhận được sự ủng hộ của các đồng nghiệp, điều này là tiền đề quan trọng cho sự chiến thắng đối thủ và những thắng lợi về vật chất sắp tới. Như vậy điều quan trọng ở đây là nhân vật phải ý thức được vai trò quan trọng của mình mà có thái độ ứng xử cho phù hợp, nếu quá dễ bị kích động sẽ dễ đánh mất hình tượng trong mắt người khác và gián tiếp ảnh hưởng xấu tới hiệu quả của công việc.

Ace of Pentacles
Two of Pentacles
Three of Pentacles
Four of Pentacles
Five of Pentacles
Six of Pentacles
Seven of Pentacles
Eight of Pentacles
Nine of Pentacles
Ten of Pentacles
Page of Pentacles
Knight of Pentacles
Queen of Pentacles
King of Pentacles

5 ĐỒNG NGHIỆP VÀ HỢP TÁC

MAJOR ARCANA

0 The Fool:

Lá bài này là lá bài đầu tiên trong các lá Major của bộ bài Tarot, thể hiện điểm xuất phát trong hành trình chàng khờ nơi chàng khờ có bước đi đầu tiên của mình trước khi trải qua chuỗi sự kiện quan trọng ở hai hành trình thụ pháp và hành pháp tiếp sau. Nói về vấn đề đồng nghiệp, lá bài này thể hiện một chiều hướng tương đối thuận lợi khi các ý kiến luận giải về lá bài này đều tập trung vào sự khởi đầu. Cả

Waite, Crowley và Case đều nhấn mạnh về sự kì dị, riêng Waite mô tả rõ hơn khi nhắc đến sự phấn khích cao độ và cả sự điên dại, tức là thể hiện sự tập trung về tinh thần đối với nhân vật ở lá bài này. Mathers và Hội Bình Minh Vàng cũng nhắc tới những ý tưởng và những hành động mang tính kì dị, kết hợp lại ta thấy các lời đoán thể hiện sự khởi đầu trong sự tương tác với đồng nghiệp qua việc có cùng ý tưởng về một việc, sự tương thích này đem lại trạng thái phấn khích về tinh thần tạo ra động lực cho hành trình. Tuy nhiên lá bài cũng chỉ ra rằng sự kết hợp này hàm chứa sự bất ổn, có thể do ý tưởng còn chưa được suy xét cẩn thận và thiếu kinh nghiệm nên khi thực hiện ý tưởng có thể gặp nhiều khó khăn trở ngại.

1 The Magician:

Lá bài này thể hiện hình ảnh phán quan (đạo sĩ) đang tiến hành nghi thức tiếp nhận những món quà mình có được, qua đó thể hiện sự làm quen tìm hiểu sâu hơn về đồng nghiệp sau sự tiếp xúc bên ngoài ở lá bài trước. Trong môi trường phức tạp của công việc thì để tìm một đồng nghiệp thực sự phải trải qua quá trình tìm hiểu và phân tích, chọn lựa để tìm thấy sự phù hợp, là điều mà Mathers thể hiện là sự nhắm tới mục đích còn Crowley mô tả là sự khôn khéo và giỏi thích ứng. Đặt vào vị trí trong các lá Major thì lá bài này thể hiện sự tiếp thu những kỹ năng trong hành trình thụ pháp, tức là có ẩn ý về việc phải cố gắng học hỏi những kỹ năng làm việc tốt của đồng nghiệp của mình để dễ dàng hợp tác hơn. Mathers diễn tả rõ hơn khi nói đến sự thay đổi cho phù hợp với hoàn cảnh cũng như nói về cả trí năng lẫn kỹ năng, qua đó thể hiện lời khuyên cho lá bài là cần sự chủ động linh hoạt cũng như sự cân bằng trong quá trình học hỏi, cần có kỹ năng mềm và cứng cùng song hành trong công việc. Lá bài này bổ sung cho sự thiếu hụt về kỹ năng và kinh nghiệm ở lá bài trước nên mang tính tích cực và an toàn hơn.

2 The High Priestess:

Lá bài này thể hiện sự tiếp nhận về tri thức trong hành trình thụ pháp của các lá Major, tương ứng với vấn đề đồng nghiệp nó thể hiện vấn đề là sự tiếp thu học hỏi những tri thức được những bậc tiền bối truyền lại. Một vấn đề cực kì quan trọng trong công việc được thể hiện là mối quan hệ của nhân vật với những đồng nghiệp đi trước, qua đó nhân vật tiếp thu những tri thức cũng như kinh nghiệm để xử lý các vấn đề, đây là điểm rất quan trọng trong sự gắn kết của các đồng nghiệp trong công việc. Các ý tưởng luận đoán cho lá bài này được thể hiện tập trung vào sự thay đổi, chứng tỏ nhân vật nhận được những sự chỉ dạy để thay đổi bản thân cho phù hợp, như vậy sự thay đổi này mang tính thụ động hơn là sự linh hoạt ở lá trước. Sự thay đổi bắt buộc này tuy thế vẫn mang nghĩa tích cực vì nó là sự uốn nắn bản thân mình theo một hướng đi đúng đắn trong mối quan hệ với các đồng nghiệp trong công việc. Một ý tưởng khác cũng được nhấn mạnh là sự mơ hồ của tương lai chưa lộ dạng mà Waite và Case nhắc đến, nhắc nhở nhân vật tính chất thay đổi thất thường trong các mối quan hệ liên quan đến công việc, qua đó nhân vật cần có sự chuẩn bị tốt để đề phòng với những biến cố xấu có thể xảy ra.

3 The Empress:

Lá bài này thể hiện hình tượng nữ hoàng, trong thứ tự các lá Major nó thể hiện sự lãnh nhận giúp đỡ và bảo hộ, vì thế nét chính trong lá bài này thể hiện sự an toàn và vui vẻ. Các lời đoán của lá này đều thể hiện trạng thái hạnh phúc và vui sướng, thể hiện sự hòa hợp vui vẻ trong các mối quan hệ với đồng nghiệp, chứng tỏ sự hợp tác trong công việc đang có bước tiến triển tốt và cần tận dụng điều này. Sự thành đạt là điều được cả Hội Bình Minh Vàng, Waite và Case thể hiện để làm sáng tỏ cho lời đoán về trạng thái hạnh phúc, sự hạnh phúc này có được là do những thành quả tích cực do công việc mang lại cho nhân vật cũng như đồng nghiệp, đó chính là yếu tố quan trọng nhất để giữ ổn định mối quan hệ đồng nghiệp. Mathers còn đi sâu hơn khi mô tả sự gia tăng, phát triển và hoạch lợi, đó là những trạng thái đến ngay sau sự hạnh phúc khi thành công, ở đây nhân vật và đồng nghiệp tiếp tục phát triển sự hợp tác qua những kế hoạch và những dự tính tiếp theo. Nhìn chung lá này là sự tiếp nối một cách tích cực những lá bài trước trong hành trình chàng khờ, thể hiện trạng thái tiến triển trong các mối quan hệ với đồng nghiệp sau quá trình tạo dựng niềm tin và học hỏi ban đầu.

4 The Emperor:

Lá bài này là lá bài đánh dấu sự kiện thứ 4 trong chuỗi các sự kiện ở hành trình thụ pháp của các lá Major, ở đây chủ đề được nhắc đến là quyền lực và sự ổn định. Waite và Case thể hiện rõ các ý về quyền lực, lý trí và sự ổn định trong lời đoán của mình, ứng với vị trí ổn định của nhân vật trong công việc cũng như vị thế trong các mối quan hệ với đồng nghiệp, đây là thành quả của nhân vật sau quá trình phát triển tốt các mối quan hệ của mình và thu được những thành công trong công việc. Một luận đoán xuất hiện chủ yếu nữa là sự khống chế và kiểm soát, được Mathers và Case thể hiện nhằm mô tả vị thế mới của nhân vật, từ chỗ là người phải học hỏi, nhận sự giúp đỡ từ đồng nghiệp thì giờ đã có được vị trí mới với quyền lực và có sự ảnh hưởng chi phối đối với các đồng nghiệp. Tuy nhiên từ đó xuất hiện vấn đề về cách sử dụng quyền lực thông qua lời đoán của Mathers và Crowley là sự cứng rắn không linh động cũng như sự ngang bướng, Hội Bình Minh Vàng cũng đưa ra lời đoán về sự chinh phục và tham vọng, chứng tỏ nhân vật không muốn dừng lại với những thứ hiện có và muốn đi xa hơn, tuy nhiên nếu quá lạm dụng quyền lực mà không có sự linh hoạt trong các phương án để cân bằng các mối quan hệ thì sẽ tạo ra những ảnh hưởng tiêu cực trong các mối quan hệ với đồng nghiệp. Lời khuyên là nhân vật cần phải tận dụng những điều kiện đang có để chuẩn bị cho giai đoạn sắp tới chứ không nên tự mãn và có những tham vọng quá đà trong công việc.

5 The Hierophant:

Lá bài này thể hiện một sự chuyển đổi mới về nhận thức của nhân vật trong các mối quan hệ, các lá bài trước đều thể hiện các mối quan hệ với đồng nghiệp đều hướng đến mục đích đạt được thành công trong công việc, còn lá này thể hiện sự tìm kiếm sự tương đồng về tâm hồn, suy nghĩ. Sự thay đổi này là do chủ đề hướng về tâm linh ở lá bài này trong hành trình thụ pháp của nhân vật, các lời đoán của lá bài cũng vì thế mà hướng vào chủ đề này, sự liên minh và kết hợp trong sự phấn khích được Waite và Case thể hiện, qua đó mô tả cảm giác khi nhân vật tìm được người hiểu mình thật sự và liên kết với nhau. Crowley thì thể hiện một khía cạnh khác khi mô tả sự chịu đựng và sự trợ giúp của người trên, giống với lời đoán về sự học hỏi tha nhân của Mathers, chứng tỏ những sự khó khăn gặp phải trong sự chuyển đổi nhận thức với quan hệ đồng nghiệp của nhân vật đòi hỏi phải chấp nhận sự giúp đỡ từ những người đi trước và cả một số tổn thất không thể tránh khỏi. Hội Bình Minh Vàng cũng nhấn mạnh sự minh giảng, giảng dạy trong lá bài này, chứng tỏ yếu tố không thể thiếu trong quá trình này là sự khai tâm từ một bậc tiền bối để giúp nhân vật thay đổi nhận thức của mình, kết hợp với các lời đoán trước có thể thấy sẽ không dễ để nhân vật tiếp thu những ý tưởng mới này nhưng dần dần những kết quả tích cực sẽ đến. Lúc này ta thấy các mối quan hệ với đồng nghiệp đã dần đi tới mục đích hướng về chất lượng hơn số lượng và tất nhiên đi kèm với nó là những sự đấu tranh và sẽ có những mối quan hệ không được chú trọng như trước nữa.

6 The Lovers:

Lá bài này thể hiện chủ đề tình yêu trong hành trình thụ pháp của các lá Major, ứng với vấn đề đồng nghiệp nó đại diện cho một phạm trù khá đặc biệt là tình yêu trong mối quan hệ với đồng nghiệp. Đây thực ra là một vấn đề rất thường bắt gặp trong công việc, trong hành trình thụ pháp nó cũng nằm ở vị trí ngay sau sự kiện chuyển đổi nhận thức hướng về nội tâm trong quan hệ với đồng nghiệp. Các lời đoán đều nhắc tới sự quyến rũ và yêu thương là những chất xúc tác không thể thiếu để làm tiền đề cho tình yêu, Hội Bình Minh Vàng đi sâu vào sự phấn khích và động lực thể hiện những trạng thái tình cảm tích cực mà tình yêu mang lại có thể thúc đẩy công việc phát triển, trong khi Crowley lại thể hiện trạng thái trẻ con, bồng bột, thiếu quyết đoán, chứng tỏ quan hệ tình yêu với đồng nghiệp có thể mang lại cả yếu tố tích cực lẫn tiêu cực. Mathers thì thể hiện một cái nhìn khác qua lời đoán gặp được đối tác, chứng tỏ có những tình yêu trong công việc vẫn bắt nguồn từ những lợi ích nhắm tới trong công việc chứ không hoàn toàn xuất phát từ những yếu tố tình cảm. Lời khuyên của lá bài này là đừng để tình yêu với đồng nghiệp làm ảnh hưởng đến công việc bằng cách hạn chế những suy nghĩ thiếu quyết đoán và quá thiên

7 The Chariot:

Lá bài này mang trong mình chủ đề của sự kiểm soát và quản lí, tương ứng với sự kiện thứ 7 trong hành trình thụ pháp của chàng khờ, và trong vấn đề đồng nghiệp cũng thể hiện điểm đáng lưu ý là sự kiềm chế cũng như sử dụng hợp lí các mối quan hệ của mình. Sau sự kiện mà tình cảm chiếm ưu thế ở lá trước thì lá này mang đến sự điều hòa trở lại khi nhân vật nhận ra những thứ cần làm để giữ ổn định các mối quan hệ của mình, sự chiến thắng là điều được thể hiện trong các lời đoán, chứng tỏ sự chuyển biến trong ứng phó với các mối quan hệ đồng nghiệp của nhân vật đã thành công, ngoài ra sức khỏe cũng là điều được Mathers và Hội Bình Minh Vàng đề cập đến như là nền tảng của những thắng lợi trong sự kiện này. Dường như lá này thể hiện sự chấm dứt của quá trình dấn thân quá sâu vào tình cảm và trở lại với lý trí cũng như sự kiểm soát trong giải quyết vấn đề, hy vọng và sự bảo thủ như Crowley mô tả đã nói lên ý này. Một mặt trái được nhìn thấy ở đây là việc sử dụng sức mạnh để khống chế các mối quan hệ, chỉ cần sức mạnh suy yếu hoặc sự mâu thuẫn xảy ra quá lớn thì sẽ mất đi trạng thái cân bằng và dễ gây ra những hậu quả khó lường. Như vậy lời khuyên ở lá bài này là nhân vật cần phải có sự linh hoạt trong việc kiểm soát các mối quan hệ đồng nghiệp của mình và nên có cả sự quan phòng như Waite mô tả.

8 Strength:
Lá bài này thể hiện sự tiếp nhận sức mạnh trong hành trình thụ pháp của các lá Major, trong hành trình chàng khờ thì

sự kiện này khá quan trọng vì nó mang tính bước ngoặt, sức mạnh ở đây là nguồn lực mà nhân vật cần có để giải quyết những khó khăn lớn nhằm hoàn thành hành trình của mình. Lòng can đảm được nhắc đến trong tất cả các lời đoán, thêm vào đó còn có năng lực cũng như hành động với đam mê mãnh liệt, những điều này được cả Waite, Crowley và Case thể hiện chứng tỏ sự đồng tình cao độ trong luận giải lá bài này. Trong chủ đề về các mối quan hệ đồng nghiệp thì lá này thể hiện sự tiếp nhận hay hướng tới một con đường khả thi để giải quyết các khó khăn và giúp công việc được hoàn thành tốt đẹp, tất yếu đòi hỏi sự quyết đoán trong hành động của nhân vật và cả sự can đảm ở đây. Mathers có một luận đoán tương đối khác biệt là thám hiểm những nơi xa lạ, dường như ám chỉ nhân vật muốn tìm đến một con đường hoàn toàn mới để giải quyết những khó khăn đang gặp phải, có thể là một mối quan hệ đồng nghiệp mới để xúc tiến công việc. Nhìn chung thì điều đáng quan tâm nhất ở đây là mức độ quyết tâm cao của nhân vật và sự đúng đắn trong lựa chọn hướng đi, chỉ cần chọn đúng con đường thì kết quả thu được sẽ rất mĩ mãn.

9 The Hermit:

Lá bài này thể hiện quá trình tiếp theo sau khi lĩnh ngộ được sức mạnh ở lá bài trước, thể hiện một sự tiến triển mới trong các mối quan hệ đồng nghiệp, tuy vậy có sự khác biệt là ở lá trước thể hiện sự chủ động tiếp nhận sức mạnh thì ở lá này thể hiện trạng thái tĩnh tại của nhân vật. Các lời đoán của lá bài này đều thể hiện sự tỏa rạng tương ứng với ngọn đèn trong tay ẩn sĩ cũng như chủ đề trí tuệ của sự kiện trong hành trình thụ pháp mà lá bài thể hiện. Sự khôn ngoan và thận trọng được Waite và Case thể hiện trong lời đoán như là yếu tố căn bản của nhà ẩn sĩ, trong các mối quan hệ đồng nghiệp nó thể hiện nhân vật lúc này đã có đủ kinh nghiệm để đối phó với các vấn đề và hoàn toàn bình thản khi đối diện với các vấn đề và do vậy đã trở thành chỗ dựa cho các đồng nghiệp của mình. Hội Bình Minh Vàng đưa ra lời đoán về trí tuệ nhận được từ bên trên, dường như là kết quả của sự cố gắng tìm hiểu từ các lá trước đã giúp nhân vật hiểu ra được cách thức giải quyết vấn đề của mình, đi liền với đó là lời đoán về sự lui về an nhàn tránh xa thế sự qua lời đoán của Crowley, thể hiện sự rút lui sau khi đã đạt được những thành công trong công việc và có được các mối quan hệ đồng nghiệp tốt đẹp. Lá bài này mang nghĩa tích cực nhưng để đạt được trạng thái khôn ngoan thì bắt buộc cần phải có quá trình tích lũy kinh nghiệm, tức là sự tích lũy các yếu tố tích cực từ các quá trình trước cùng với sự giúp đỡ từ bên ngoài.

10 Wheel of Fortune:

Đây là lá bài thể hiện sự thay đổi vận mệnh, đánh dấu kết thúc hành trình thụ pháp của các lá Major trong hành trình chàng khờ, những khả năng và cơ hội cũng như thách thức được số phận hé mở chính là điều đáng chú ý nhất ở lá bài này. Các lời đoán của lá bài này đều hướng vào những vận may và sự chuyển đổi vận số, hàm ý ám chỉ nhân vật có cơ hội gặp gỡ được những đồng nghiệp tốt và có thể có được sự hợp tác cần thiết trong công việc. Sự tốt đẹp và thành đạt được thể hiện thông qua lời đoán của Waite và Hội Bình Minh Vàng chứng tỏ nhân vật có thể tận dụng những cơ hội này để đạt được những mục đích của mình, qua đó có thể thấy đây là những cơ hội hiếm có và nếu để mất thì nhiều khả năng sẽ không có lại lần nữa. Đối với vấn đề đồng nghiệp, điều này lại càng rõ ràng vì để mất một cộng sự tốt thì gần như không thể tìm được người thay thế, nên lời khuyên cho lá bài này là phải tìm cách tận dụng những vận may và cơ hội sắp có được, không nên bỏ lỡ. Ngoài ra Mathers còn đưa ra lời đoán về chu kì liên hoàn, có thể hàm ý đến một công việc sắp kết thúc và nhân vật cần phải tìm mối quan hệ mới hoặc làm mới lại các mối quan hệ đồng nghiệp của mình để chuẩn bị cho chu kì kế tiếp.

11 Justice:

Đây là lá bài đầu tiên trong hành trình hành pháp của các lá Major, tạo thành một cặp với lá The Magician, nếu như ở lá The Magician là sự tiếp thu những kỹ năng cần thiết thì lá này thể hiện sự chủ động vận dụng những kỹ năng đã học được. Công lý và sự cân bằng là yếu tố xuất hiện ở tất cả các lời đoán, thể hiện điều quan trọng nhất ở lá bài là đảm bảo cân bằng, tức là vai trò của nhân vật là phân xử và đảm bảo sự công bằng cũng như duy trì công lý giữa các mối quan hệ đồng nghiệp của mình, muốn làm được điều này bắt buộc nhân vật phải là người có đủ khả năng và bản lĩnh. Sức mạnh uy quyền và pháp đình là điều được Hội Bình Minh Vàng và Case đề cập, chứng tỏ có những khó khăn đến trong mối quan hệ với đồng nghiệp và cần nhờ tới sự hỗ trợ của pháp luật để giải quyết. Mathers nhấn mạnh thêm khi trực tiếp nói về vấn đề kiện tụng, nhưng dường như nhân vật là người nắm ưu thế trong vấn đề này khi lá bài thể hiện rất rõ công lý được duy trì chắc chắn, còn Crowley thì nói về sự trì hoãn của những quyết định đáng ra phải được thực hành, có thể do vấn đề kiện tụng ở trên. Lời khuyên cho lá bài này là cố gắng dàn xếp các mâu thuẫn trong quan hệ đồng nghiệp theo cách nhẹ nhàng nhất, nhưng tất nhiên vẫn phải đảm bảo công bằng và sự thật, và có thể nhờ cả sự trợ giúp của pháp đình khi cần, nhưng phải cố gắng giữ cho công việc không bị trì hoãn vì những khó khăn này.

12 The Hanged Man:

Lá bài này thể hiện trạng thái treo ngược mình để tự suy ngẫm của nhân vật, là trạng thái chủ động về lĩnh vực tri thức trong hành trình hành pháp khi mà nhân vật chủ động tìm hiểu tri thức để phục vụ cho mục đích của mình. Các lời đoán của lá bài này đều nhắc đến sự hy sinh như là một điều kiện bắt buộc để lĩnh ngộ được tri thức mình cần, ở đây là nhận ra cách thức để giải quyết các rắc rối liên quan đến đồng nghiệp, dường như nhân vật đang rơi vào tình trạng khó khăn và cần những quyết định sáng suốt. Sự thất bại, mất mát không thể tránh khỏi được cả Hội Bình Minh Vàng, Crowley và Case nhắc tới, nhưng cần lưu ý đây không phải là thất bại hoàn toàn mà chỉ là bước lùi tạm thời của nhân vật để tìm ra lối đi đúng đắn. Mathers có đưa ra lời đoán về sự đảo nghịch cùng với sự khuất phục và chấp nhận, càng chứng tỏ trạng thái hiện tại là nhân vật chủ động chấp nhận những khó khăn thử thách để rèn luyện khả năng và bản lĩnh của mình nhằm xoay chuyển được tình trạng khó khăn trước mắt. Lời khuyên cho lá bài này là nên cố gắng tìm những chỗ dựa đáng tin cậy, nhất là những nơi có kinh nghiệm và tri thức vì đó là chìa khóa để tháo gỡ các rắc rối hiện tại liên quan đến quan hệ đồng nghiệp.

13 Death:

Đây là lá bài thể hiện một sự chuyển đổi chủ động để đạt được mục đích mong muốn, tương ứng với nó là quá trình thay đổi chính mình trong các mối quan hệ đồng nghiệp để tìm ra được lối đi đúng đắn cũng như những người phù hợp với mình. Các lời đoán cho lá bài này đều hướng tới sự thay đổi, có thể là thay đổi nằm ngoài dự kiến hoặc tự nguyện như Crowley mô tả, điều này chứng tỏ sự thay đổi này là tất yếu và nhân vật bắt buộc phải làm nếu như muốn tiến hành công việc. Một luận điểm đáng chú ý khác trong lá bài là cái chết, được cả Waite, Crowley và Case nhắc tới, thể hiện những sự mất mát trong quá trình lột xác này là không thể tránh khỏi, nhưng nếu vượt qua được thì nhân vật sẽ trưởng thành và trở thành con người mới mạnh mẽ hơn trước. Điều này phù hợp với sự đổi mới, cải tiến và khởi đầu mới mà Mathers đã thể hiện, ta nhận thấy các mối quan hệ đồng nghiệp đến một lúc nào đó đều cần sự đổi mới, nhất là sau khi vừa hoàn thành mục tiêu, và như vậy cần sự chuyển biến để bắt đầu hành trình mới. Tương ứng với chủ đề là sự bảo hộ trong hành trình hành pháp thì lời khuyên cho lá bài này là cần tìm kiếm sự đồng tình và giúp đỡ trong quá trình lột xác vì khi đó nhân vật sẽ rất cần sức mạnh che chở mình.

14 Temperance:

Lá bài này tạo thành một cặp với lá The Emperor trong hành trình thụ pháp và hành pháp của các lá Major, cùng nhau thể hiện vấn đề về quyền lực, ở lá Temperance là sự chủ động sử dụng quyền lực của mình để thiết lập trật tự và sự cân bằng. Các lời đoán của lá bài này hướng về sự kết hợp, tính kinh tế và sự điều hòa như Waite và Case thể hiện, chứng tỏ vai trò của nhân vật lúc này trong các mối quan hệ đồng nghiệp là quan trọng và nhiệm vụ của nhân vật là cần phải điều phối tốt các mối quan hệ này vì mục đích chung. Có thể nhận thấy đây là trạng thái thể hiện khi nhân vật vừa có bước thăng tiến trong sự nghiệp của mình, do vậy yêu cầu quan trọng là phải điều hòa tốt các mối quan hệ đồng nghiệp cả mới và cũ để không gây tổn hại đến lợi ích của mình. Ngoài ra lời đoán về hành động dựa trên sự tính toán chính xác và thành công sau khi thực hiện kỹ lưỡng của Crowley cũng thể hiện đây là một giai đoạn mà nhân vật cần phải có sự cẩn thận cao vì càng đạt được vị thế cao trong công việc thì khó khăn càng nhiều và lớn, do đó nếu tính sai bước đi thì sẽ gây ra hậu quả lớn. Lời khuyên cho lá bài này vì thế tập trung vào việc vận dụng các nguồn lực cũng như các mối quan hệ mình có một cách có tính toán để tạo sự cân bằng trong các mối quan hệ công việc.

15 The Devil:

Lá bài này là trạng thái hành pháp của vấn đề tâm linh được đề cập trong chuỗi các sự kiện của các lá Major, tạo thành cặp với lá The Hierophant. Cũng như lá The Hierophant thì lá này thể hiện một sự chuyển biến về chất trong các mối quan hệ đồng nghiệp từ vật chất hướng vào nội tâm, tức lá đi sâu hơn một mối quan hệ vì công việc bình thường. Các lời đoán của lá này nói về sự cám dỗ, ràng buộc như là chất xúc tác để hướng nhân vật vào sự chuyển đổi này, thể hiện một xu hướng tách ra khỏi con đường cũ để hướng vào lối đi mới trong các mối quan hệ đồng nghiệp mà nhân vật có ấn tượng mạnh. Ngoài ra còn có lời đoán về sự mù quáng, được Mathers, Waite và Case thể hiện, ám chỉ về chuyện để cảm xúc dẫn đường trong cuộc phiêu lưu mới này nhiều khả năng sẽ mang lại những kết quả không tốt cho nhân vật. Như vậy lời khuyên cho lá bài này là cần tìm được những chỗ dựa đáng tin cậy về mặt tinh thần trong công việc, cần phải tỉnh táo trước khi trở thành tâm giao trong các mối quan hệ như thế này.

16 The Tower:

Lá bài này thể hiện vấn đề tình cảm trong hành trình hành

pháp của các lá Major, tạo thành cặp với lá The Lovers, thể hiện mối quan hệ tình yêu trong công việc. Các lời đoán của lá bài đều tập trung vào sự mâu thuẫn, xung đột, thể hiện một trạng thái rất tiêu cực trong tình cảm, nhiều khả năng là những mâu thuẫn xuất phát từ tình cảm của hai người sẽ kéo theo ảnh hưởng xấu tới quan hệ công việc và nhiều khả năng sẽ dẫn đến thất bại. Ngoài ra còn một số luận điểm đáng chú ý khác như ảo ảnh tan biến của Mathers, thể hiện những mong muốn của nhân vật tan vỡ khi phát hiện ra sự thật khi đi sâu vào chuyện tình cảm; còn có sự lừa gạt trong lời đoán của Waite cũng thêm phần làm rõ chủ ý này. Đáng chú ý nhất vẫn là luận đoán về sự sụp đổ được nhắc đến ở hầu hết các lời đoán dường như cảnh báo một kết quả xấu sắp tới trong các mối quan hệ đồng nghiệp và thể hiện được rằng nhân vật đã để tình cảm cá nhân lấn áp quá nhiều và khiến bản thân mình gặp phải tai họa không tránh khỏi. Lời khuyên cho lá bài này là nhân vật cần nhanh chóng tìm cách thoát ra khỏi mối quan hệ đang mang lại rắc rối đó và tìm kiếm một sự giúp đỡ vì càng mắc kẹt lâu trong mối quan hệ đã phát hiện ra là chứa đựng nhiều khó khăn này thì nhân vật càng dễ gặp nguy hiểm.

17 The Star:

Lá bài này tạo thành cặp với lá The Chariot để cùng miêu tả chủ đề quản lí và điều hành trong hành trình hành pháp và thụ pháp, ở đây tương ứng với việc chủ động dàn xếp điều hòa các mối quan hệ, khác với lá kia ở chỗ việc kiểm soát ở lá The Chariot là nhiệm vụ được giao còn ở đây là nhân vật chủ động. Niềm hy vọng là yếu tố được cả Mathers, Hội Bình Minh Vàng và Waite đề cập đến, như là mô tả động lực cho hành động của nhân vật, tức là nhân vật nhận ra được một phương án sáng sủa nên cố gắng để điều hòa các mối quan hệ đồng nghiệp của mình theo hướng đó. Điều này khá phù hợp với lời đoán của Waite và Crowley về viễn cảnh tươi sáng là đích đến mà nhân vật đang nhắm đến, kết hợp với sự thấu hiểu và ảnh hưởng đến tha nhân mà Case đã mô tả tượng trưng cho uy tín của nhân vật trong các mối quan hệ đồng nghiệp sẽ giúp thực hiện dự tính dễ dàng mà không cần áp đặt. Điều đáng lo ngại nằm trong lời đoán của Crowley về những sự sai sót trong nhận định chứng tỏ nhân vật cũng cần phải tính toán thận trọng vì việc đang làm có mức độ khó cao và có sức ảnh hưởng lớn nên cũng cần tìm sự giúp đỡ. Lời khuyên của lá bài là nên hoạch định những kế hoạch lâu dài và rõ ràng trong các mối quan hệ đồng nghiệp cũng như nên tìm cách tận dụng tất cả các mối quen biết mình có.

18 The Moon:

Lá bài này thể hiện sự ngưỡng vọng, hướng tới sức mạnh trong hành trình hành pháp của các lá Major, đánh dấu một bước ngoặt trên con đường của nhân vật trong việc tìm ra cách giải quyết khó khăn để thu được thắng lợi cuối cùng. Các lời đoán của lá bài này chủ yếu thể hiện sự thay đổi quan trọng như Mathers, Hội Bình Minh Vàng và Crowley đề cập, qua đó cũng thể hiện tính chất cần thiết của việc thay đổi để đạt được mục đích của nhân vật. Tuy nhiên khá nhiều lời đoán của lá bài mang ý nghĩa không sáng sủa như sự lừa dối được tất cả lời đoán nhắc tới, dường như thể hiện mặt trái của việc quá tin tưởng vào con đường mình tìm ra, qua đó nhắc nhở cần phải cẩn thận trong các mối quan hệ đồng nghiệp hiện tại vì có vẻ có người không cư xử thật thà với nhân vật. Ngoài ra còn những điểm đáng lưu ý khác như kẻ thù giấu mặt được Waite và Case nhắc tới, chứng tỏ cần phải cẩn thận với những người đồng nghiệp của mình vì có thể bị phản bội, còn có sức mạnh huyền bí mà Waite nhắc tới, và quan trọng nhất là ảo tưởng, sự lẫn lộn qua lời đoán của Crowley thể hiện nhân vật đang có xu hướng đi nhầm đường và bị đánh lừa. Như vậy lời khuyên cho lá bài này là cần phải thật cẩn thận trong khi ra quyết định và không nên quá tin tưởng người khác trong các mối quan hệ đồng nghiệp, khi nào chắc chắn rồi thì mới nên tiến hành công việc.

19 The Sun:

Lá bài này thể hiện sự khác biệt so với lá bài trước, mang ý nghĩa tích cực và tươi sáng hơn rất nhiều, thể hiện giai đoạn tiền đề cho sự kết thúc của hành trình. Các lời đoán của lá bài đều hướng vào sự thắng lợi cũng như vinh quang và lợi lộc, chứng tỏ đến lúc này nhân vật đã tìm ra được lối thoát và vượt qua được giai đoạn khó khăn nhất của mình. Sự sung sướng về vật chất mà Waite mô tả và sự giàu có mà Hội Bình Minh Vàng nhắc tới, đều thể hiện sự thành công mà nhân vật đã đạt được và vị thế quan trọng đang nắm giữ, như mặt trời – vị trí trung tâm và có được sự tin cậy và ngưỡng mộ của đồng nghiệp, là chìa khóa dẫn tới thành công trong công việc. Tương ứng với chủ đề trí tuệ trong hành trình chàng khờ thì ta thấy nhân vật đạt được thành cong này là do lĩnh ngộ được sự khôn ngoan trong hành trình của mình và đã đủ để giải quyết những rắc rối gặp phải trong các mối quan hệ đồng nghiệp. Lời khuyên cho lá bài là hãy sử dụng khả năng của mình vào mục đích tốt, vun vén cho các mối quan hệ một cách không vụ lợi và sẽ đổi lại được sự thành công và thắng lợi lâu dài và ổn định.

20 Judgement:

Lá bài này thể hiện sự kết thúc của hành trình hành pháp trong các lá Major, nó thể hiện kết quả của những hành động trong cả chặng đường của nhân vật, và những kết quả ở đây mang tính cố định vì nó là hệ quả của những tiền đề ở các lá trước chứ không mang tính ngẫu nhiên như lá Wheel of Fortune. Các lời đoán của lá bài này đều tập trung vào những quyết định sau cùng, như vậy vấn đề ở đây là nhân vật phải định đoạt các mối quan hệ của mình một lần sau cuối, nó sẽ ảnh hưởng trực tiếp đến sự thành công hay thất bại của công việc. Ngoài ra còn có lời đoán về sự thoát khỏi kiềm chế của Mathers cũng như sự làm mới lại của Case, chứng tỏ nhân vật lúc này đã dứt khoát tách rời những mối quan hệ ràng buộc để tiến hành công việc theo ý mình và chỉ giữ lại những người thật sự ủng hộ mình. Như vậy các tác động từ bên ngoài trong các mối quan hệ đồng nghiệp lúc này đã không còn ảnh hưởng được đến nhân vật và kết quả của công việc lúc này hoàn toàn phụ thuộc quyết định của chính nhân vật. Do đó lời khuyên dành cho lá bài này là sự quyết đoán cũng như sự khôn ngoan và tính toán chu toàn khi đưa ra quyết định cuối cùng của mình.

21 The World:

Đây là lá bài Major cuối cùng, thể hiện sự kết thúc của hành trình chàng khờ được bắt đầu từ lá The Fool, khép lại một chu trình với một hình ảnh mở. Các lời đoán cho lá bài này đều thể hiện sự tích cực như sự thành công mà Waite và Case mô tả hay việc đạt được mục đích mong muốn mà Mathers nhắc đến, như vậy có thể thấy được các mối quan hệ đồng nghiệp ở đây đều mang lại kết quả tốt đẹp ở đích đến, và cho dù ở hành trình mới họ không đi chung với nhau nữa thì đây cũng là một kết thúc tươi sáng. Ngoài ra còn có lời đoán về sự thay đổi nơi chốn của Waite và sự thay đổi địa vị của Case, nhưng ở đây sự thay đổi mang tính tích cực vì nhân vật đã hoàn thành tốt nhiệm vụ của mình và được những người cũ quý mến cũng như sẽ được những người mới xem trọng. Tuy vậy vẫn cần chú ý ở lời đoán của Crowley về sự chậm trễ cũng như sự đối nghịch, có thể là sẽ có những rắc rối phát sinh trong quá trình kết thúc và chuyển đổi này nhưng nhìn chung thì mọi thứ cũng sẽ dần đi vào quỹ đạo của nó. Lời khuyên cho lá bài này là cố gắng hoàn thành tốt đẹp mọi sự và đừng để những vấn đề phát sinh vào phút chót làm hỏng những mối quan hệ tốt đẹp đã tốn công gây dựng trong thời gian dài.

V – The Hierophant
XI – Justice
XVII – The Star
IV – The Emperor
X – Wheel of Fortune
XVI – The Tower
XXI – The World
III – The Empress
IX – The Hermit
XV – The Devil
XX – Judgement
II – The High Priestess
VIII – Strength
XIV – Temperance
XIX – The Sun
I – The Magician
VII – The Chariot
XIII – Death
XVIII – The Moon
0 – The Fool
VI – The Lovers
XII – The Hanged Man

WANDS

Ace of Wands:

Đây là lá bài đầu tiên trong hệ gậy vốn tượng trưng cho chủ đề tinh thần và tư tưởng, liên hệ với các quan hệ đồng nghiệp có thể thấy hệ này thể hiện phần tư tưởng bên trong làm nền tảng cho các mối quan hệ. Các lời đoán đều hướng về sự khởi đầu tương ứng với bước đầu tiên trong quá trình khởi đầu làm ăn và nhân vật phải bắt đầu những mối quan hệ đầu tiên của mình. Mathers đưa ra lời đoán về ý chí còn Case đưa ra lời đoán về năng lực, thể hiện những yếu tố cần thiết phải có để khởi đầu mối quan hệ và tạo ra liên kết với các đồng nghiệp của mình khi bắt đầu làm việc. Ngoài ra lá bài này còn là biểu tượng cội nguồn sức mạnh của lửa như Hội Bình Minh Vàng và Crowley đã luận đoán, chứng tỏ yếu tố chủ đạo ở đây là sự nhiệt huyết và quyết tâm chính là nền tảng xây dựng những mối quan hệ đồng nghiệp đầu tiên. Lời khuyên ở đây là sử dụng tinh thần vừa nhiệt huyết vừa chân thành để thu hút các đồng nghiệp khi khởi đầu công việc, ý tưởng chung mãnh liệt sẽ là động lực đi suốt hành trình nếu giữ được nó.

Two of Wands:

Đây là lá bài thứ hai trong hệ gậy, thể hiện vấn đề tiếp thu và vận dụng tri thức, trong trường hợp này là sự mở rộng và phát triển các mối quan hệ khi đã bắt đầu làm quen với môi trường công việc. Các lời đoán của lá bài này đều tập trung vào sự thống trị, điều này dường như là một sự tiếp nối tích cực từ lá bài trước khi tư tưởng của nhân vật nhận được sự tán thành của đồng nghiệp nên đã trở thành tư tưởng chủ đạo trong công việc. Điều này thể hiện sự hòa nhập nhanh của nhân vật trong các mối quan hệ công việc và cũng ám chỉ sự thăng tiến nhanh chóng, vai trò quan trọng sớm có được trong môi trường làm việc. Mathers còn đưa ra lời đoán về giải pháp và sự kiểm soát, tức là nhấn mạnh hơn vào những việc cần làm để duy trì được vị thế hiện tại của nhân vật, cụ thể là cần phải chú trọng kiểm soát các mối quan hệ cũng như sớm hoạch định các giải pháp cho tương lai. Lời khuyên cho lá bài này là nên chăm chú kĩ đến những mối quan hệ đang có được để tiếp tục phát triển thêm, đồng thời cần lên kế hoạch kĩ cho các bước tiếp theo.

Three of Wands:

Đây là lá bài thể hiện bước tiếp theo trong hành trình của hệ gậy, có thể nhận thấy các lá đầu tiên của hệ gậy có sự liên kết khá chặt chẽ với nhau. Các lời đoán của lá này tập trung vào quyền uy, qua đó tiếp tục thể hiện được sức ảnh hưởng của nhân vật trong các mối quan hệ đồng nghiệp, ở đây tiếng nói của nhân vật mang tính quyết định trong quá trình tiến hành các dự tính. Phân tích sâu hơn có luận đoán về sức mạnh ổn định của Mathers, quyền lực chân chính của Waite và đức hạnh của Crowley, qua đó thể hiện sự phát huy những phẩm chất tốt đẹp đã có từ trước ở lá bài này và chính điều đó giúp nhân vật có được sự tin tưởng từ đồng nghiệp trong quá trình tiến hành làm việc. Có thể nhận thấy vấn đề tư tưởng rất cần được chú trọng trong các mối quan hệ đồng nghiệp vì khi thống nhất về mặt tinh thần thì sẽ tạo động lực rất lớn giúp công việc tiến triển. Lời khuyên cho lá bài này là nhân vật cần phải vận dụng hết khả năng để giữ vững được vị trí hiện tại của mình trong công việc và cố gắng tận dụng cơ hội để thu về những kết quả tốt.

Four of Wands:

Lá bài này vẫn thể hiện sự kết nối chặt chẽ với lá trước đó và cả hai lá The Emperor và Temperance trong các lá Major cùng thể hiện về quyền lực và sự ổn định. Các lời đoán của lá bài tập trung vào sự hoàn thành công việc dường như thể hiện sự chấm dứt một giai đoạn hoặc sự kết thúc của một dự án. Mathers đưa ra lời đoán chi tiết hơn khi mô tả sự hoàn thiện và những kết luận rút ra từ kiến thức thu thập trước đó, điều này thể hiện nhân vật đã học hỏi được rất nhiều thứ trong các quá trình trước đó và đã biết cách áp dụng để đạt được thành công, chính sự tích cực trong tiếp thu tư tưởng này đã khiến nhân vật có được thiện cảm cũng như sự đề cao từ đồng nghiệp. Lá bài thể hiện trạng thái dừng chứng tỏ đây là giai đoạn thu hoạch kết quả nên các mối quan hệ đồng nghiệp tương đối yên ả và ở trong trạng thái không có nhiều biến động, thuận lợi để nhân vật nghỉ ngơi. Lời khuyên ở đây là nhân vật cần tận dụng trạng thái yên bình này để đầu tư cho những mối quan hệ quan trọng cũng như lên kế hoạch cho giai đoạn sau.

Five of Wands:

Lá bài này nằm ở vị trí thứ 5, tương ứng với chủ đề tâm linh trong hành trình thụ pháp và hành pháp, tương ứng với sự bắt đầu giai đoạn mới trong hành trình của hệ gậy. Các lời đoán của lá bài hầu hết đều hướng vào xung đột, chứng tỏ giai đoạn này các mối quan hệ đồng nghiệp có nhiều bất ổn, chủ yếu là đến từ sự bất đồng quan điểm trong cách giải quyết vấn đề. Mathers đi sâu hơn khi ngoài sự xung đột và chống đối ông còn nhắc tới nỗ lực, chứng tỏ nhân vật có lòng tin rất lớn với những quyết định của mình và đang cố thúc đẩy công việc dù gặp khó khăn. Như vậy dường như khi chuyển sang dự tính mới và tiến hành thì nhân vật gặp rắc rối vì đồng nghiệp không cùng chung ý tưởng như trước nữa nên làm ảnh hưởng đến tiến độ của công việc. Do đó lời khuyên cho lá bài này là nhân vật cần nỗ lực hoặc tìm sự giúp đỡ để các đồng nghiệp hiểu ra và cùng thống nhất lại về mặt tư tưởng, chỉ có thể mới vượt qua được những khó khăn đang gặp phải.

Six of Wands:

Lá bài này thể hiện kết quả của giai đoạn trước, là sự giải quyết khó khăn trong sự tiến lên cao của hành trình để đạt được những thắng lợi lớn hơn. Các lời đoán của lá bài đều hướng vào sự thắng lợi là một biểu hiện rất tích cực chứng tỏ nhân vật đã lại khẳng định được vị thế của các ý tưởng và lại trở thành chỗ dựa về mặt tinh thần cho các đồng nghiệp của mình. Case đã nói rõ qua lời đoán của mình đây là thắng lợi sau sự xung đột cam go, nghĩa là để tới được thắng lợi này nhân vật bắt buộc phải đấu tranh với các đồng nghiệp để chứng tỏ ý tưởng của mình là đúng và nỗ lực để thực hiện nó nhằm được mọi người công nhận. Mathers còn đưa ra lời đoán về quyền hành, chứng tỏ nhân vật cần cố gắng tận dụng vị trí của mình hoặc nhờ sự giúp đỡ từ người cấp trên có quyền lực để hỗ trợ cho mình. Do đó lời khuyên cho lá bài này là không nên tránh né mà cần đối mặt trực tiếp với các khó khăn, vận dụng khả năng cũng như những sự trợ giúp từ bên ngoài để thực hiện ý tưởng của mình và khẳng định tính đúng đắn của nó với các đồng nghiệp.

Seven of Wands:

Lá bài này nằm ở vị trí thứ 7 trong các lá Minor hệ gậy, ứng với sự quản lí và kiểm soát trong hành trình thụ pháp và hành pháp của chàng khờ, tiếp theo hành trình từ lá bài trước, lá này thể hiện chặng đường phiêu lưu của nhân vật đang tới một giai đoạn cao trào hơn. Các lời đoán của lá bài hầu hết đều hướng về sự dũng cảm (Waite, Crowley và Case đều đề cập), chứng tỏ yêu cầu cần thiết nhất cho nhân vật trong quá trình này là sự dũng cảm, qua đó gián tiếp thể hiện những khó khăn và nguy hiểm ở mức độ lớn hơn giai đoạn trước nhiều, nếu không có lòng can đảm thì nhân vật không thể phát triển được những ý tưởng của mình. Mathers đưa ra những lời đoán sâu hơn khi mô tả sự can đảm đương đầu với sự chống đối, ám chỉ nhân vật tiếp tục gặp phải những trở ngại và mâu thuẫn về ý tưởng với các đồng nghiệp của mình và lại phải đấu tranh để chứng minh con đường của mình là đúng đắn. Như vậy khó khăn ở giai đoạn này lớn hơn giai đoạn trước, nhất là khi liên kết với vị thế cao hơn mà nhân vật vừa đạt được do thành công từ lá trước, điều tất yếu là ở vị trí mới thì tính chất các mối quan hệ đồng nghiệp cũng thay đổi và khó kiểm soát hơn trước. Do đó lời khuyên cho lá bài là nên tập trung toàn bộ vào việc bảo vệ quan điểm của mình, cố gắng tác động tới những người gần gũi nhất trong môi trường làm việc để họ hiểu và ủng hộ ý tưởng của mình.

Eight of Wands:

Lá bài này thể hiện trạng thái biểu trưng cho sức mạnh của hệ gậy, hình ảnh trên lá bài ngầm cho thấy sự mạnh mẽ và quyết đoán trong việc thực thi các ý tưởng của nhân vật. Mathers đã đưa ra lời đoán về một quan điểm mới, có thể là một giải pháp mới cho những khó khăn từ vấn đề trước mà nhân vật vừa ngộ ra. Các lời đoán về sự nhanh nhẹn mà cả Hội Bình Minh Vàng, Waite và Crowley đưa ra cũng như sự hoạt động mà Case nói tới đều thể hiện trạng thái hành động dứt khoát nhanh chóng của nhân vật khi tìm ra được lối đi thích hợp cho mình. Cần lưu ý ở đây là có rất nhiều phương án để giải quyết rắc rối mà nhân vật gặp phải chứ không chỉ là đối đầu trực diện như ở lá trước nên nhân vật cần phải sáng suốt chọn ra ý tưởng đúng nhất, khi chọn được rồi thì chỉ cần quyết đoán thực hiện nó mà không hối hận. Lời khuyên cho lá bài chủ yếu là nên giữ được sự quyết đoán cũng như chớp được thời cơ mà thực hiện ý tưởng của mình cách nhanh nhất, và nếu đã quyết chí thì không nên dính dáng tới những ràng buộc ở các mối quan hệ đã không còn giúp ích cho mình.

Nine of Wands:

Lá bài này thể hiện một bước chuẩn bị cho sự kết thúc trong hành trình của các lá Minor hệ gậy, là bước chuyển tiếp từ sự thay đổi bước ngoặt ở lá bài trước tới sự kết thúc ở lá bài sau. Các lời đoán của lá bài này đều hướng vào những yếu tố cần thiết để kết thúc công việc, đó là uy lực như Hội Bình Minh Vàng và Crowley nhắc tới hay sự sẵn sàng mà Case đề cập, quan trọng nhất là sự mạnh mẽ trong đối đầu mà Waite thể hiện, những yếu tố này đều thể hiện việc nhân vật phải giải quyết những khó khăn cuối cùng để đạt tới thành công. Như vậy ta thấy những ý tưởng của nhân vật lúc này tuy rằng có nhưng muốn thực hiện được thì còn gặp những trở ngại đòi hỏi sự nỗ lực chiến đấu cũng như sự sẵn sàng chấp nhận những tổn thất để đạt được thành công cuối cùng. Ngoài ra Mathers còn nhắc tới nội lực, sức mạnh phi thường và sự tự tin như là những động lực để thực hiện các ý tưởng này, qua đó thể hiện ý tưởng của nhân vật có sức mạnh lớn lao có thể tác động tới các đồng nghiệp và qua đó từ từ giải quyết được những khó khăn trước mắt. Lời khuyên cho lá bài cũng là sự khôn khéo trong việc tác động tới tinh thần trong các mối quan hệ đồng nghiệp, như thế dần dần sẽ giúp nhân vật thoát khỏi những rắc rối và dễ dàng hơn trong việc hoàn thành mục đích của mình.

Ten of Wands:

Đây là lá bài cuối cùng trong các lá Minor hệ gậy, thể hiện đích đến cuối cùng của vấn đề tư tưởng trong các mối quan hệ đồng nghiệp, cũng là bước cuối cùng hoàn thành mục đích mà nhân vật nhắm tới trong các mối quan hệ này. Các lời đoán cho lá bài này chủ yếu nói về sự áp bức, thể hiện những áp lực và gánh nặng về mặt tinh thần mà nhân vật phải chịu đựng, nhưng đây là những áp lực cuối cùng, trước khi kết quả cuối cùng của quá trình xuất hiện, khi kết quả xuất hiện thì những gánh nặng này sẽ không còn. Mathers còn đưa ra những lời đoán khác về sự suy thoái cũng như sự lạc hướng, chứng tỏ một mối nguy tiềm ẩn khác, tức là những áp lực về mặt tinh thần trong các mối quan hệ đồng nghiệp này sẽ dễ khiến nhân vật rời bỏ con đường mình đã chọn hoặc làm trì trệ công việc. Qua đó ta thấy điều cần thiết là nhân vật phải có đủ sức mạnh để đối phó với những khó khăn cũng như sự kiên định trong lập trường của mình. Lời khuyên cho lá bài này là cần phải nỗ lực đến giờ phút cuối cùng, không được mất cảnh giác kể cả khi thắng lợi đã gần kề, ngoài ra còn phải cố gắng tận dụng những sự giúp đỡ có ích từ các đồng nghiệp, gạt bỏ những yếu tố có hại để thu được thắng lợi cuối cùng.

Page of Wands:

Đây là lá bài đầu tiên trong các lá Court của hệ gậy, chủ yếu thể hiện sự chuyển tiếp trong các giai đoạn chính về tư tưởng trong các mối quan hệ đồng nghiệp. Mathers thể hiện lời đoán cho lá bài này gồm sự nóng nảy hoặc quá nhiệt tình, còn có sự sáng trí, liều lĩnh và vị kỷ, điều này thể hiện một trạng thái tinh thần khá tích cực của nhân vật nhưng lại đặt không đúng chỗ trong quan hệ đồng nghiệp. Xét tới vị trí của lá Page là sự chuyển tiếp từ giai đoạn tiếp thu tri thức tới giai đoạn bắt đầu tiến bước đầu tiên dưới sự bảo hộ thì ở đây tinh thần của nhân vật quá hăng hái nên rất dễ có những hành động và cư xử nóng nảy làm ảnh hưởng tới quan hệ với các đồng nghiệp, dù có thể sự hăng hái đó không sai. Như vậy lá này mang ý nghĩa tiêu cực nhiều hơn tích cực, đặc biệt nếu đang ở giai đoạn bắt đầu gây dựng quan hệ với các đồng nghiệp vì nó ẩn chứa những yếu tố gây bất hòa. Do đó lời khuyên cho lá bài là nhân vật cần phải biết kiềm chế và thận trọng trong việc thể hiện ý tưởng cá nhân của mình, tuy rằng có thể đó là ý kiến đúng nhưng lúc này chưa phải thích hợp do chưa có được sự tin tưởng và ủng hộ của những người xung quanh nên chưa thể triển khai như mong muốn được.

Knight of Wands:

Lá bài này thể hiện sự biến chuyển tố chất của nhân vật từ Page lên Knight, thể hiện giai đoạn vừa đạt được những thành công đầu tiên và nhân vật đang chuẩn bị có bước đi tiếp theo của mình. Sự năng động mạnh mẽ trong lời đoán của Hội Bình Minh Vàng tiếp tục thể hiện động lực tinh thần như ngọn lửa thôi thúc nhân vật trở thành trung tâm trong các mối quan hệ đồng nghiệp. Tuy nhiên Crowley đưa ra lời đoán về sự dữ dội và làm liều, chứng tỏ ở lá này vẫn thể hiện vấn đề còn lưu lại từ lá trước lá sự bất chấp hậu quả của nhân vật và chỉ hăm hở thực hiện mỗi khi ý tưởng nảy ra. Sự năng nổ này ban đầu có thể mang lại những thành quả tương đối tích cực nhưng càng đi sâu trên hành trình thì những hành động mang tính bộc phát này rất dễ làm ảnh hưởng đến công việc chung và từ đó làm mất thiện cảm của đồng nghiệp đối với nhân vật. Như vậy lời khuyên dành cho nhân vật vẫn là cần phải biết tiết chế, tuy rằng lúc này năng lực và kinh nghiệm của nhân vật đã phần nào được thể hiện nhưng vẫn cần củng cố vị thế của mình trong các mối quan hệ cho thật ổn định thì mới thực hiện được những ý tưởng lớn.

Queen of Wands:

Lá bài này thể hiện hình ảnh nữ hoàng, tượng trưng cho sự chuyển đổi để đạt đến vị thế cao hơn của nhân vật, mặc dù chưa đạt tới đích đến cuối cùng nhưng đã có bước tiến lớn lao. Hội Bình Minh Vàng đưa ra lời đoán về tính thích ứng cũng như sự cai trị ổn định thể hiện trạng thái tiến bộ hơn nhiều so với sự nóng vội ở hai lá trước, chứng tỏ nhân vật đã tích lũy được những kinh nghiệm cần thiết để hạn chế những khuyết điểm trong việc thể hiện tư tưởng của mình. Crowley thì đưa ra lời đoán về năng lực bền bỉ và quyền hành ngầm, như vậy về căn bản không phải nhân vật không có những ý tưởng táo bạo như trước nhưng đã có sự chuyển biến trong cách thực hiện, ở đây là phương pháp thực hiện gián tiếp, vẫn có thể từ từ thu được thành quả mà vừa lèo lái được các mối quan hệ đồng nghiệp theo ý mình. Như vậy sự biến chuyển ở đây mang tính tích cực và cần được thúc đẩy mạnh hơn bằng sự thu hút mà nhân vật tạo ra xung quanh (Waite có đưa ra lời đoán về tính cách thu hút). Nếu hội tụ được đầy đủ các yếu tố đó thì sẽ đảm bảo thắng lợi nằm trong tầm tay của nhân vật cũng như sự chắc chắn về vị thế của nhân vật trong các mối quan hệ đồng nghiệp.

King of Wands:

Đây là lá bài cuối cùng trong các lá Court hệ gậy, thể hiện sự hoàn tất trong quá trình phát triển và thay đổi về tố chất của nhân vật. Mathers đưa ra lời đoán về trung tâm của sự chú ý, chứng tỏ giờ đây ý tưởng của nhân vật đóng vai trò then chốt trong công việc và ảnh hưởng lớn tới các đồng nghiệp, khác hẳn so với trạng thái của lá Page. Sự mạnh mẽ nhưng ngay thẳng, quảng đại và quý phái được Hội Bình Minh Vàng đưa ra thể hiện sự thay đổi về chất trong những ý tưởng của nhân vật, lúc này trong tinh thần của nhân vật đã có sự trưởng thành và những suy nghĩ đã hướng đến những vấn đề to lớn nên mang phong thái hơn rất nhiều so với tư tưởng của người vẫn đang ở trong những mối quan hệ công việc bình thường. Sự sáng trí và can trường trong lời đoán của Case thể hiện hai mặt quan trọng nhất, đó là sự mạnh mẽ về tinh thần kế thừa từ những lá bài trước nhưng thêm vào đó là sự khôn ngoan tích lũy qua suốt hành trình đã biến nhân vật thành người chiến thắng và có vai trò quan trọng với các đồng nghiệp. Như vậy ý nghĩa của lá bài là rất tích cực và nhân vật cần cố gắng phát huy hết năng lực của mình để thu về thành công, đồng thời tránh việc lạm dụng quá mức địa vị, vẫn cần phải có sự kiểm soát nhất định để ổn định tinh thần nhằm giữ cân bằng cho các mối quan hệ đồng nghiệp.

Ace of Wands
Two of Wands
Three of Wands
Four of Wands
Five of Wands
Six of Wands
Seven of Wands
Eight of Wands
Nine of Wands
Ten of Wands
Page of Wands
Knight of Wands
Queen of Wands
King of Wands

CUPS

Ace of Cups:

Đây là lá bài đầu tiên trong các lá Minor thuộc hệ cốc, thể hiện cho vấn đề tình cảm ứng với các mối quan hệ đồng nghiệp trong chương này, hành trình tình cảm trong các mối quan hệ vẫn được thể hiện xuất phát từ lá Ace tượng trưng cho sự khởi đầu. Cội nguồn sức mạnh của nước, tức biểu trưng cho sự xuất phát tình cảm là lời đoán của Hội Bình Minh Vàng và Crowley, thể hiện sự bắt nhịp về mặt tình cảm là tiền đề trong các mối quan hệ đồng nghiệp, ở điểm khởi đầu thì nó mang ý nghĩa tích cực. Sự màu mỡ phì nhiêu nằm trong lời đoán của Mathers và Case, thể hiện tình cảm là chìa khóa mở ra một chân trời mới để tìm hiểu và khám phá lẫn nhau, đồng thời sự hòa hợp còn dẫn đến sự giúp đỡ lẫn nhau trong rất nhiều việc khác. Nhưng Mathers còn đưa ra lời đoán về cảm xúc và ảo ảnh tình yêu, chứng tỏ một nguy hiểm tiềm tàng là sự cả tin vào tình cảm sẽ dễ khiến nhân vật bị mất kiểm soát và có thể dẫn đến những tổn hại, điều này có thể tương ứng với lời đoán của Waite về sự chân thật, tất nhiên thành thật là yếu tố căn bản trong giao tiếp tình cảm nhưng vấn đề là nhân vật chưa biết liệu đồng nghiệp của mình có hồi đáp tương tự không. Do vậy lời khuyên cho lá bài này là đừng đặt hết tất cả mọi thứ vào trạng thái tình cảm này, hãy nhớ rằng mọi thứ chỉ mới bắt đầu và còn cả quãng đường phía trước, có thể thật thà nhưng đừng quá ngây thơ.

Two of Cups:

Đây là lá bài thứ hai trong các lá Minor của hệ cốc, tiếp nối với lá bài trước lá này thể hiện sự tăng tiến thêm về mặt tình cảm trong quan hệ đồng nghiệp của nhân vật. Sự hỗ tương là điều được Case thể hiện và sự hài hòa trong lời đoán của Mathers mô tả trạng thái phù hợp về mặt tình cảm giữa nhân vật và đồng nghiệp tiếp tục phát triển sau bước khởi đầu ở giai đoạn trước và ngày càng tốt đẹp, hỗ trợ lẫn nhau trong công việc. Ngoài ra các lời đoán còn lại đều hướng vào tình yêu, ý này thể hiện sự rung động trong tình cảm khi tìm ra những nét tương đồng nơi đồng nghiệp, tuy vậy sự rung động này không hoàn toàn từ tự nhiên mà do những yếu tố của công việc đem lại nên nhân vật vẫn cần giữ sự tỉnh táo trong tình cảm. Nếu tình yêu trong quan hệ này có thể thúc đẩy công việc của đôi bên cùng tốt đẹp thì nên gìn giữ còn nếu chỉ là cảm xúc nhất thời chóng qua thì nên cố gắng giữ nó ở mức vừa phải, không nên quá dấn thân vào cảm xúc của mình. Lời khuyên của lá bài này là cố gắng đặt tình cảm ở đúng vị trí của nó, tránh chạy theo những cảm xúc nhất thời một cách quá mãnh liệt vì nó có thể ảnh hưởng đến công việc của mình.

Three of Cups:

Đây là lá bài thứ 3 trong các lá Minor hệ cốc, ứng với sự bảo hộ và che chở trong hành trình thụ pháp và hành pháp của chàng khờ. Các lời đoán của lá bài chủ yếu nói về sự phong phú, dư thừa (cả Mathers, Hội Bình Minh Vàng và Crowley đều đề cập), ám chỉ tới sự vui vẻ về mặt tinh thần trong các mối quan hệ đồng nghiệp ở mức độ cao và thậm chí dư thừa, có thể thấy sự vui vẻ này sẽ giúp ích rất nhiều cho công việc của nhân vật. Niềm hoan lạc và sự thỏa mãn các giác quan cũng được Case và Waite thể hiện, có vẻ như dù là tình cảm thông thường hay tình yêu thì mối quan hệ tốt đẹp này không chỉ giúp ích cho nhân vật và đồng nghiệp mà còn có sức lan tỏa rất mạnh và nếu biết tận dụng thì sẽ rất tốt cho công việc của nhân vật. Mathers còn đưa ra lời đoán về sự kết hợp và tính hiếu khách, chứng tỏ lợi ích nếu biết tận dụng những lợi thế từ trạng thái tình cảm tốt đẹp này mang lại. Lời khuyên cho lá bài này là phải gìn giữ được tình cảm tốt đẹp trong các mối quan hệ đồng nghiệp này và nhờ tới sự giúp đỡ đó để đạt được thành công, nhưng phải tránh lạm dụng cho những mục đích không có lợi vì sẽ gây tổn hại cho mối quan hệ về sau này.

Four of Cups:

Lá bài này thể hiện trạng thái nghỉ sau khi kết thúc giai đoạn đầu tiên của cuộc hành trình, tương ứng với sự kiện ổn định vị thế và quyền lực trong hành trình thụ pháp và hành pháp của các lá Major. Mathers nhắc đến sự hoàn thành trong lời đoán của mình, chứng tỏ tình cảm trong mối quan hệ đồng nghiệp lúc này đã đạt đến trạng thái hoàn thiện khi các bên đều đạt được những điều mình mong muốn. Sự sang trọng và vui sướng là trạng thái tình cảm được Mathers và Crowley nhắc tới như bổ sung cho lời đoán ở trên và sự hoàn thành, chứng tỏ dư vị của sự thành công để lại những tình cảm đẹp trong các bên và đây là điều kiện tốt để tiếp tục duy trì các mối quan hệ hợp tác khi dự án mới trong công việc bắt đầu. Nhưng Mathers còn đưa ra lời đoán về sự chưa hài lòng với những thành tựu hiện có, cũng như lời đoán của Case về sự suy niệm ám chỉ sự suy tính nhiều hơn trong quan hệ tình cảm và dần dần các vấn đề thực chất sẽ thay thế các vấn đề cảm giác đơn thuần trong các mối quan hệ này. Lời khuyên cho lá bài này cần giữ sự hài hòa vui vẻ và chia sẻ niềm vui với mọi người, tránh để những chuyện không vui nhỏ làm ảnh hưởng đến các mối quan hệ lớn mà thay vào đó là tự tìm cách giải quyết cũng như dành nhiều thời gian suy nghĩ về các mối quan hệ nhằm tìm ra lối đi đúng đắn trong tương lai.

Five of Cups:

Lá bài này thể hiện một quá trình chuyển tiếp về mặt tình cảm trong các mối quan hệ đồng nghiệp, đánh dấu việc nhân vật bắt đầu một cuộc phiêu lưu mới. Các lời đoán của lá bài này thể hiện trạng thái cảm xúc tương đối mạnh nhưng mang ý nghĩa tiêu cực nhiều hơn tích cực: Mathers và Crowley nhắc tới sự thất vọng, Mathers còn nói rõ hơn là do sự đánh mất niềm vui sướng và cảm xúc không được đáp ứng, có lẽ đến đây thì nhân vật nhận ra sự hòa hợp tình cảm với đồng nghiệp không còn như trước và không thể đạt tới những điều mình từng mong muốn, điều đó đem lại sự thất vọng lớn. Thật ra những kết quả tiêu cực này một phần không nhỏ là do nhân vật tự gây ra cho mình qua việc quá chìm đắm vào tình cảm từ những cảm xúc ban đầu, dẫn tới thiếu sáng suốt trên hành trình dài để rồi không thể thoát ra, lời đoán của Case nói tới sự mất hết vì lạc thú đã diễn tả rất rõ trạng thái này. Tuy vậy Waite vẫn đưa ra ý kiến về sự mất mát nhưng còn đôi chút, thể hiện niềm tin vào tình cảm chân thành của nhân vật vẫn còn và sự chuyển biến hay hành trình tìm kiếm lại những thứ đã mất sẽ sớm bắt đầu. Lời khuyên cho lá bài này là nên chấp nhận một số mất mát tổn thương để gạt bỏ những vướng mắc trong tình cảm, tránh để tiếp tục gây tổn hại trong quan hệ đồng nghiệp, cũng cần chú ý về sau không nên đặt quá nhiều tình cảm vào các mối quan hệ này và tránh kì vọng quá sâu vì sự biến đổi thất thường sẽ dễ mang đến những kết quả không tốt cho nhân vật.

Six of Cups:

Đây là lá bài thể hiện trạng thái kết của giai đoạn thứ hai của cuộc hành trình, được mở ra ở lá bài trước, cũng tương ứng với vấn đề tình cảm trong hành trình thụ pháp và hành pháp của các lá Major. Các lời đoán của lá bài do vậy cũng tập trung vào tình cảm, Hội Bình Minh Vàng và Crowley nói về sự hoan lạc, qua đó ám chỉ việc nhân vật đã tìm lại được nguồn mạch của sự vui vẻ trong các mối quan hệ đồng nghiệp. Bổ sung vào đó là hạnh phúc qua lời đoán của Waite và niềm vui với nhóm thân hữu của Mathers, qua đó ta thấy ở đây nhân vật đã chú trọng vào việc tìm lại niềm vui với những người cùng sát cánh với mình, một cách đơn giản nhưng hiệu quả trong việc gây dựng lại tình cảm trong công việc, vì thế niềm hoan lạc ở đây không phải hoan lạc mãnh liệt như ở những lá trước. Case và Mathers còn đưa ra lời đoán về sự khởi đầu của lợi lộc, chứng tỏ nhân vật đang đi đúng con đường và nên tiếp tục phát huy để có được những thành công trong công việc. Tuy vậy Mathers cũng chỉ ra điểm tiêu cực là sự thiếu sót kiến thức mà nhân vật cần phải bổ sung nếu muốn theo kịp tiến độ cũng như không bị lệ thuộc vào người khác trong công việc.

Seven of Cups:

Đây là lá bài thứ 7 trong các lá Minor hệ cốc, thể hiện trạng thái của việc quản lí và kiểm soát trong hành trình của các lá Major, đây là một vấn đề khá quan trọng nếu xét tới trường hợp tình cảm trong các mối quan hệ đồng nghiệp. Các lời đoán của lá bài chủ yếu hướng tới những mong muốn của nhân vật đối với những mối quan hệ của mình như sự khát vọng qua lời đoán của Waite. Tuy nhiên điều đáng lưu ý ở đây là lá bài thể hiện mặt trái của khát vọng, đó là sự xa rời thực tế và đi vào viển vông, lời đoán của cả Mathers, Hội Bình Minh Vàng và Case đều nhắc đến sự thành đạt ảo chứng tỏ nhân vật đã hoàn toàn kỳ vọng sai vào những thứ mà tình cảm hiện có mang lại cho mình, sự nhận thức sai này sẽ dẫn đến rất nhiều nguy hại cho nhân vật. Crowley thậm chí còn đưa ra lời đoán về sự trác táng như một cảnh báo về việc phung phí những thứ mình đang có vào những việc không đem lại lợi ích gì, chắc chắn những chuyện đó sẽ ảnh hưởng xấu đến các mối quan hệ đồng nghiệp đang có. Như vậy lời khuyên của lá bài này là nhân vật cần phải tỉnh táo trong vấn đề tình cảm của mình, phải nhìn nhận rõ những thứ mà các mối quan hệ công việc có thể mang lại và những thứ không thể có được, từ đó mới có thể có những bước đi đúng đắn, và quan trọng hơn là không được dồn quá nhiều đam mê hay cảm xúc vào những mối quan hệ không chắc chắn.

Eight of Cups:

Đây là lá bài thể hiện sự chuyển biến từ trạng thái mơ hồ ở lá bài trước trở về nền tảng của thực tại trong vấn đề tình cảm của các mối quan hệ đồng nghiệp, trạng thái của lá bài tương ứng với chủ đề sức mạnh trong hành trình thụ pháp và hành pháp. Sự thành công đã qua được Hội Bình Minh Vàng và Case nhắc tới như một sự hồi tưởng về quá khứ trong tâm trạng, chứng tỏ cảm xúc hiện tại đối với các đồng nghiệp của nhân vật không được tốt, có thể do không tìm được những người phù hợp như giai đoạn trước. Điều này là tiền đề cho những lời đoán về nỗi ân hận, quên đi quá khứ để làm cho hiện tại tốt đẹp của Mathers hay sự hủy bỏ giao ước của Waite, thể hiện sự chuyển đổi trong tâm trạng nhân vật, có vẻ như sự hối tiếc vì đã lãng phí những điều tốt đẹp đã khiến nhân vật quyết tâm từ bỏ những người không phù hợp trong hiện tại và đi tìm những con người phù hợp hơn, có thể là trong quá khứ hoặc cũng có thể là người mới. Điều đáng nói ở đây là tình cảnh hiện tại của nhân vật vẫn được thể hiện là không quá tiêu cực nhưng nhân vật vẫn quyết định ra đi, có thể là từ kinh nghiệm từ những chặng đường đã qua giúp nhân vật sớm nhìn ra kết quả nên đã dứt khoát đưa ra quyết định. Lời khuyên cho lá bài là nên cẩn thận vì khi đưa ra quyết định đồng nghĩa với việc bắt đầu lại từ đầu nên phải thật cẩn thận trong việc kết giao tình cảm đồng nghiệp mới, cũng như khi đưa ra quyết định quan trọng tiếp theo.

Nine of Cups:

Đây là lá bài thứ 9 trong các lá Minor hệ cốc, thể hiện phạm trù trí tuệ ứng với hành trình thụ pháp và hành pháp, là bước chuẩn bị cuối cùng trước khi cuộc hành trình tình cảm này đi đến hồi kết. Sự an nhiên tự tại là lời đoán của Mathers và cũng có thể nhìn thấy trong hình ảnh lá bài, chứng tỏ những tiền đề và tình cảm trong các mối quan hệ đồng nghiệp hiện tại của nhân vật là tốt và sẽ dẫn tới kết thúc tốt đẹp và nhân vật chỉ cần chờ đợi điều tốt đẹp đang tới. Mathers cũng nhắc tới hạnh phúc và sự chế ngự cảm xúc, như là biểu hiện của sự trưởng thành trong nhân vật khi đã trải qua những thăng trầm, do đó đã học được cách kiềm nén và thể hiện tình cảm của mình cách chín chắn hơn nhiều, do vậy cũng thu được những sự nể trọng trong các mối quan hệ đồng nghiệp. Ngoài ra sự thành đạt cũng được Waite và Case nhắc tới như để thể hiện vai trò và vị thế của nhân vật trong mắt các đồng nghiệp, chính vị thế này khiến cho nhân vật trở thành người có tiếng nói và ảnh hưởng lớn đến công việc đang tiến hành. Do đó lời khuyên cho lá bài này là cần phải vận dụng trí tuệ để sử dụng tốt năng lực cũng như những tình cảm tốt đẹp với các đồng nghiệp để thu được những thắng lợi trọn vẹn, gia cố thêm thiện cảm trong môi trường làm việc.

Ten of Cups:

Đây là lá bài cuối cùng trong các lá Minor của hệ cốc, thể hiện trạng thái kết thúc trong vấn đề liên quan đến tình cảm đối với đồng nghiệp, là một kết quả của cả quá trình trước đó tổng hợp lại. Sự thành công là điều được nhắc tới trong hầu hết các lời đoán, thể hiện rằng đến cuối cùng nhân vật đã tìm được niềm vui thật sự và trọn vẹn trong các mối quan hệ với đồng nghiệp. Liên hệ thực tiễn ta thấy hầu hết chỉ khi chấm dứt công việc hoặc đã hoàn thành mục đích thì mối quan hệ với đồng nghiệp mới thoát được khỏi ràng buộc vật chất mà hướng tới sự chân thành thật sự, như vậy lá bài này cũng đồng nghĩa với việc những khó khăn trong công việc đã được giải quyết trọn vẹn. Sự mãn nguyện trong lời đoán của Waite cũng như sự trợ giúp của gia đình và bạn bè trong lời đoán của Mathers thể hiện nhân vật đã hoàn thành rất tốt vai trò của mình và có được tình cảm tốt đẹp với mọi người xung quanh, bây giờ đã đến lúc mọi người quay lại giúp đỡ để hồi đáp lại những tình cảm tốt đẹp mà nhân vật đã cho đi. Như vậy lá bài này mang ý nghĩa tích cực rất lớn và nhân vật nên trân trọng những mối quan hệ với những người bên cạnh mình lúc này vì đây chính là trạng thái hạnh phúc thật sự mà các mối quan hệ đồng nghiệp cần hướng tới.

Page of Cups:

Đây là lá bài đầu tiên trong các lá Court của hệ cốc, thể hiện về vấn đề tình cảm trong các mối quan hệ đồng nghiệp. Lá bài này thể hiện hình ảnh thằng hề tượng trưng cho trạng thái đầu tiên của nhân vật trong sự phát triển tình cảm với các đồng nghiệp của mình. Mathers đưa ra lời đoán về sự sẵn sàng tiếp nhận tình cảm và sự dâng hiến yêu thương, chứng tỏ một trạng thái tình cảm rất tích cực của nhân vật, ở đây đó là sự mở lòng để dành cho tình cảm những vị trí hết sức to lớn trong công việc và các mối quan hệ với đồng nghiệp của mình. Một ý tưởng khác của Mathers là người lãng mạn và dễ ưng thuận, chứng tỏ ở đây nhân vật khá dễ dàng trong việc chấp thuận những lời mời chào làm quen và kết giao với những người mới. Ở vào thời điểm vừa mới bắt đầu làm việc thì sự cởi mở này giúp nhân vật nhanh chóng hòa nhập với môi trường làm việc và những người xung quanh, nhưng đừng quá hy vọng vào những điều đó vì chúng chỉ là sự mở đầu mà hầu như ai cũng phải trải qua, thay vào đó là cần hướng suy nghĩ tập trung vào những vấn đề chuyên môn.

Knight of Cups:

Lá bài này thể hiện sự chuyển đổi trong bản tính nhân vật, thể hiện qua sự biến đổi từ thằng hề thành kỵ sĩ. Lá này thể hiện cho trạng thái chuyển tiếp từ trạng thái ổn định sau khi hoàn thành giai đoạn một sang sự bắt đầu hành động ở giai đoạn 2, tức là có sự tăng thêm các mối quan hệ và xảy ra sự xung đột lợi ích giữa các mối quan hệ đó. Hội Bình Minh Vàng đưa ra lời đoán về sự biếng nhác nhưng sẽ trở nên nhiệt tình nếu được kích thích hợp lý, chứng tỏ vấn đề ở đây là nhân vật chưa tìm được nguồn động lực về tình cảm cho mình, vì thế nên các mối quan hệ đồng nghiệp dường như chững lại và không mấy phát triển. Ngoài ra Crowley còn đưa ra lời đoán về sự linh hoạt, nhạy cảm với những tác động từ bên ngoài nhưng không bị ảnh hưởng sâu đậm, chứng tỏ ở đây nhân vật vẫn có sự cởi mở trong giao tiếp với đồng nghiệp nhưng giờ đã không dễ bị tình cảm của người khác chi phối như lá Page mà đã nhận thức được không nên hoàn toàn tuân theo sự chi phối tình cảm của người khác. Lời khuyên cho lá bài là cần cố gắng tận dụng tốt thiện cảm và sự giúp đỡ của người khác để phát triển công việc của mình, nhưng cũng đừng quá ngả về ai trong các mối quan hệ mà nên có giới hạn cho từng mối quan hệ để tránh sa lầy vào rắc rối.

Queen of Cups:

Lá này tiếp tục thể hiện một sự trưởng thành của nhân vật trong hành trình các lá Court hệ cốc qua hình tượng nữ hoàng, đánh dấu một vị trí mới của nhân vật trong quan hệ với các đồng nghiệp. Waite mô tả khả năng thấu thị cũng như sự ham mê tri thức như là đặc điểm tích cực của nhân vật, ở đây nhân vật đã có thể nhìn ra được những vấn đề ẩn sâu bên trong của các trạng thái tình cảm trong các mối quan hệ đồng nghiệp và đã biết cách học hỏi, tích lũy tri thức để xử lý các vấn đề phát sinh. Crowley thì mô tả sự mơ mộng, kiên nhẫn, trầm lặng, một người trung gian lý tưởng để nhận và chuyển giao mọi thứ mà bản thân không bị ảnh hưởng, chứng tỏ nhân vật đã biết đặt tình cảm của mình đúng chỗ trong các mối quan hệ, không để tình cảm ảnh hưởng tới mục đích công việc mà mình đang theo đuổi. Tuy vậy vẫn có những yếu tố đáng lo ngại ẩn chứa trong lá bài, Hội Bình Minh Vàng đã nêu ra khả năng dễ bị ảnh hưởng từ các yếu tố bên ngoài, như vậy dù bên ngoài tỏ ra bình thản nhưng bên trong nhân vật vẫn không tránh khỏi những trạng thái tình cảm phức tạp do các sự tác động này và rõ ràng nếu kéo dài sẽ khiến tinh thần rơi vào trạng thái thiếu ổn định, tất yếu ảnh hưởng đến công việc. Như vậy lời khuyên là nhân vật cần cố gắng đơn giản trong suy nghĩ của mình và chỉ nên nhìn vào mặt tích cực của các mối quan hệ, tránh để các yếu tố khác tác động đến tình cảm của mình, và nên tính toán cẩn thận khi cảm thấy muốn phát triển tình cảm trong một mối quan hệ nào đó.

King of Cups:

Đây là lá bài cuối cùng trong các lá Court của hệ cốc, thể hiện sự đạt đến trạng thái cao nhất về tình cảm trong các mối quan hệ đồng nghiệp. Hình ảnh của lá bài cũng đã cho thấy sự mãnh liệt của tình cảm song hành với lí trí và sự quyết đoán trong hành động, chứng tỏ sự mạnh mẽ xuất phát từ bản thân nhân vật. Mathers đưa ra lời đoán về người có dáng vẻ bình thản bên ngoài nhưng bên trong rất mạnh mẽ và nhiều đam mê, chứng tỏ giờ đây nhân vật đã đủ kinh nghiệm và khôn ngoan để không bộc lộ mục đích tình cảm trong các mối quan hệ đồng nghiệp của mình, nhưng đồng thời vẫn biết cách lèo lái các mối quan hệ để hướng tới mục đích mình mong muốn. Tuy vậy Mathers cũng nhắc tới người có uy lực và thích phô trương quyền hành như mặt trái trong tính cách nhân vật, thể hiện sự độc đoán ở bên ngoài và sự ưa thích dùng quyền hành để ép người khác làm theo ý mình, như vậy vô hình tạo ra ác cảm trong mắt đồng nghiệp xung quanh vì họ không thấy được tình cảm mà nhân vật đã che giấu. Như vậy lời khuyên cho lá bài là cần cố gắng cân bằng giữa tình cảm bên trong và bên ngoài, dù không cần thể hiện nhiều nhưng rất cần thiết trong việc giúp các mối quan hệ thêm lâu bền, ngoài ra cũng cần lưu ý không nên quá dựa vào quyền lực mình có được để thúc ép các mối quan hệ phát triển theo ý mình, nên để nó đi theo hướng tự nhiên.

Ace of Cups
Two of Cups
Three of Cups
Four of Cups
Five of Cups
Six of Cups
Seven of Cups
Eight of Cups
Nine of Cups
Ten of Cups
Page of Cups
Knight of Cups
Queen of Cups
King of Cups

SWORDS

Ace of Swords:

Đây là lá bài đầu tiên trong các lá Minor của hệ kiếm, thể hiện chủ đề giao tiếp, là chủ đề liên hệ rất mật thiết với vấn đề đồng nghiệp đang xét ở đây. Hệ kiếm tương ứng với nguyên tố khí nên Hội Bình Minh Vàng đưa ra lời đoán về cội nguồn sức mạnh của khí thể hiện sự thống nhất trong hành trình của các lá Minor là luôn xuất phát từ lá Ace. Waite và Crowley có cùng ý tưởng khi cùng đưa ra lời đoán về uy lực, chứng tỏ nhân vật là người nắm quyền chủ động trong việc khởi đầu các mối quan hệ và làm quen với các đồng nghiệp của mình. Mathers đi sâu hơn khi đưa ra lời đoán về lý tưởng, chân lý và nhờ vào sức mạnh bản thân, chứng tỏ nhân vật có sự tự tin và bản lĩnh khi bắt đầu làm quen và tạo lập những mối quan hệ với đồng nghiệp. Lời khuyên cho lá bài là nên vận dụng bản lĩnh cũng như sự tự tin để tạo lập các mối quan hệ khi bắt đầu công việc này, nhưng không nên quá phô trương mà chỉ dừng ở mức vừa đủ để thể hiện khả năng của mình.

Two of Swords:

Đây là lá bài thứ hai trong các lá Minor hệ kiếm, thể hiện sự tiếp nối về giao tiếp trong các mối quan hệ đồng nghiệp. Ở đây các lời đoán tập trung vào sự giữ gìn những thứ đang có được, Mathers và Hội Bình Minh Vàng đều đưa ra lời đoán về sự lập lại hòa bình, có thể là nhân vật phải tìm cách cân bằng lại trong vấn đề giao tiếp với đồng nghiệp của mình vì có thể sự quá táo bạo ở lá trước có thể đã ảnh hưởng xấu đến một số người. Waite thể hiện sự đối trọng trong khi Case nhắc tới lực lượng tương xứng, chứng tỏ các thế lực trong các mối quan hệ đồng nghiệp của nhân vật có sức ảnh hưởng như nhau và nhân vật không nên vì cảm tính mà thiên về bên nào mà nên có sự giao tiếp đều đặn với cả hai. Mục tiêu quan trọng nhất ở đây là cần thiết lập lại trật tự để cùng giải quyết công việc như Crowley đã miêu tả trong lời đoán của mình là sự yên bình, và sự yên bình này phụ thuộc nhiều vào nỗ lực của nhân vật trong sự giao tiếp của mình. Lời khuyên ở đây là nhân vật phải thể hiện khả năng của mình trong giao tiếp để thuyết phục được các bên đồng nghiệp cùng gác qua mâu thuẫn để hướng tới mục đích chung, ít ra là giải quyết được các khó khăn trước mắt.

Three of Swords:

Lá bài này thể hiện bước tiếp theo từ tiền đề của hai lá trước, thông thường các lá ở vị trí số 3 sẽ thể hiện bước phát triển lên cao của giai đoạn đầu của hành trình ứng với sự bảo hộ trong hành trình thụ pháp và hành pháp của các lá Major. Tuy nhiên trạng thái ở lá bài này lại thể hiện quá trình đi xuống chứ không đi lên như ở các lá số 3 khác, nỗi muộn phiền là điều xuất hiện trong hầu hết các lời đoán, chứng tỏ nhân vật đang gặp vấn đề trong giao tiếp với các đồng nghiệp của mình và điều đó khiến tinh thần của nhân vật bị ảnh hưởng tiêu cực. Waite dường như đã chỉ ra nguyên do của tình trạng này đó là sự xa lánh trong tâm tưởng, chứng tỏ trong giao tiếp dường như các đồng nghiệp chỉ chú trọng bên ngoài mà không thực sự hiểu được tư tưởng của nhân vật, điều đó làm nhân vật cảm thấy lạc lõng. Như vậy mặc dù bên ngoài công việc có thể chưa phát sinh nhiều biến động nhưng trong nội tâm nhân vật đã chịu nhiều áp lực và nếu kéo dài sẽ dễ phát sinh những mâu thuẫn bất đồng. Tuy vậy Mathers đưa ra lời đoán về sự chấp thuận hơn đối kháng, có thể ám chỉ rằng nhân vật lúc này đang ở thế bất lợi và đơn độc, không có nhiều đồng nghiệp ủng hộ nên tốt nhất cần phải nhẫn nhịn để chờ đợi thời cơ.

Four of Swords:

Đây là lá bài thể hiện trạng thái ổn định tương ứng với các lá số 4 trong các lá Minor hệ khác và cũng liên kết với trạng thái ổn định quyền lực trong hành trình thụ pháp và hành pháp của các lá Major. Ở lá này cũng thể hiện sự khác biệt là không mô tả trạng thái chấm dứt giai đoạn hoàn toàn như các hệ khác, Mathers và Crowley đưa ra lời đoán về sự hoãn binh còn Hội Bình Minh Vàng và Case nhận xét đây là sự ngưng xung đột, chứng tỏ lúc này nhân vật vẫn đang còn vướng mắc vào những rắc rối khó khăn và chưa giải quyết được, tuy thế nhân vật tự tách mình ra khỏi các mối quan hệ rắc rối để chủ động tìm đến sự bình yên nhằm tìm cách thoát khỏi khó khăn. Waite nhận xét đây là sự thoái lui, thực ra cũng là một ý đúng vì tự tách mình ra riêng trong giao tiếp với đồng nghiệp là tự cô lập mình và là một bước lùi trong cuộc chiến ở nơi làm việc. Tuy vậy xét tình cảnh nhân vật đang ở trong tình thế không tìm được mối quan hệ ưng ý (dựa trên tiền đề từ các lá trước thì việc tự thoát ra chứng tỏ sự kiên quyết tìm con đường đúng của nhân vật). Như vậy lời khuyên ở đây là cố gắng giữ an toàn cho bản thân trong giao tiếp với đồng nghiệp, tránh bị lôi vào những tranh đấu mâu thuẫn cho tới khi tìm được những chỗ dựa ổn định và những sự giúp đỡ chân thành.

Five of Swords:

Đây là lá bài đánh dấu bước phiêu lưu mới của nhân vật trên hành trình của mình trong các lá Minor hệ kiếm. Tiếp nối với sự hoãn binh ở lá trước, lá này dường như thể hiện phần tiếp theo của cuộc đấu tranh, tuy thế kết quả có vẻ khá tiêu cực, sự bại trận được thể hiện trong hầu hết các lời đoán, thực ra xét khách quan thì đó có vẻ như là kết quả tất yếu dựa trên tình trạng bị cô lập trong các mối quan hệ với đồng nghiệp của nhân vật đã được thể hiện từ các lá trước. Mathers mô tả tâm trạng nhân vật khá chi tiết khi đưa ra lời đoán về nhận thức sai cũng như chấp nhận sự phê phán, qua đó thể hiện thất bại này xuất phát từ những đánh giá sai lầm của nhân vật về vai trò giao tiếp với đồng nghiệp, từ đó đưa đến việc không có được những người ủng hộ quan điểm của mình nên thất bại, nhưng đồng thời cũng chỉ ra rằng nhân vật cần nhìn rõ những sai sót của mình và chấp nhận sửa sai, như vậy vẫn có thể tạo được thiện cảm với những người xung quanh và do đó vẫn có thể tìm kiếm sự giúp đỡ cho giai đoạn sau. Nhìn chung lá bài này mang ý nghĩa khá tiêu cực nhưng nó là sự kết thúc của một giai đoạn tồi tệ kéo dài qua nhiều bước và là thất bại khó tránh khỏi. Tuy nhiên nếu sớm nhận ra những khuyết điểm của mình và nhanh chóng tìm cách sửa chữa thì có thể hạn chế những tổn thất và tạo ra tiền đề tốt đẹp hơn cho giai đoạn sau, đó chính là lời khuyên cho lá bài này.

Six of Swords:

Đây là lá bài thể hiện quá trình tiến hành giao tiếp với đồng nghiệp trong giai đoạn mới của nhân vật, sau những kết quả không tốt ở những lá trước thì giờ đây nhân vật có vẻ như đã biết suy xét nhiều hơn trong giao tiếp của mình. Mathers đã thể hiện điều đó qua lời đoán của mình là sự minh bạch, thấu hiểu và tập trung cũng như nghiên cứu và chú tâm hết mức, chứng tỏ vấn đề giao tiếp với các đồng nghiệp lúc này được nhân vật đặt lên hàng đầu và có vai trò quan trọng trong việc thực hiện công việc. Sự khoa học là điều được thể hiện qua lời đoán của Crowley, chứng tỏ mục đích của nhân vật ở đây không phải là có những mối quan hệ hoành tráng hoặc có quá nhiều mối quan hệ mà chỉ hướng tới mục đích mà những mối quan hệ này đem lại. Chính nhờ sự tập trung này mà nhân vật sẽ thu được những lợi ích như lời đoán của Waite, ngoài ra Case còn nhắc tới sự thành công sau nhiều lo toan, chứng tỏ giai đoạn này vẫn chứa đựng nhiều khó khăn và rất cần những tính toán cẩn thận để có thể thành công. Lời khuyên ở đây là cần tận dụng tối đa những mối quan hệ ổn định mà mình có được để vượt qua khó khăn, đồng thời cẩn thận tránh những hiềm khích phát sinh trong mối quan hệ với các đồng nghiệp mà chỉ nên chú trọng đến kết quả công việc.

Seven of Swords:

Lá bài này thể hiện một bước đấu tranh mới nữa trong vấn đề đồng nghiệp, ứng với vấn đề quản lí trong hành trình thụ pháp và hành pháp nên có vẻ quy mô của vấn đề ở lá bài nằm ở mức độ cao hơn. Vì thế nên lá bài này cũng thể hiện những sự khó khăn lớn hơn, Waite đưa ra lời đoán về kế hoạch có thể thất bại ám chỉ việc nhân vật cần xem xét lại những kế hoạch và những mối quan hệ xung quanh mình để tìm ra những điểm bất ổn. Ngoài ra Hội Bình Minh Vàng và Case còn đưa ra lời đoán về nỗ lực không bền, thể hiện vấn đề là nhân vật không kiên trì đến cùng để thực hiện công việc, không nỗ lực hết mình để duy trì các mối quan hệ, điều này sẽ gây ảnh hưởng không nhỏ tới kết quả cuối cùng của công việc. Ngoài ra Mathers còn đưa ra lời đoán về phương pháp không chính thống, chứng tỏ nhân vật có xu hướng đi lạc đường và sử dụng những phương pháp không ngay thẳng trong giao tiếp công việc, và nếu không nhanh chóng sửa chữa thì sẽ dẫn đến những nguy hiểm về sau này. Như vậy lời khuyên cho lá bài này là cần phải kiên trì theo đuổi những mục đích ban đầu, đừng vội nản chí vì cần có thời gian để có được thành công, đừng nóng vội mà thay đổi phương pháp cũng như có sự thay đổi trong giao tiếp với đồng nghiệp vì điều đó sẽ chỉ mang lại những cái nhìn không tốt của đồng nghiệp mà thôi.

Eight of Swords:

Lá bài này thể hiện một bước ngoặt trong các lá Minor hệ kiếm, vẫn tiếp diễn theo chiều hướng đi xuống của hệ kiếm nên lá này cũng thể hiện một bước ngoặt theo chiều hướng tiêu cực trong vấn đề đồng nghiệp. Lời đoán của Hội Bình Minh Vàng về uy lực ngắn hạn cùng với lời đoán của Case về sự thiếu quyết đoán cho thấy ở đây nhân vật thiếu đi bản lĩnh và không sử dụng hết khả năng của mình, điều đó đã ảnh hưởng trực tiếp đến sự giao tiếp với đồng nghiệp và làm cho vị thế của nhân vật bị giảm sút. Mathers nhắc đến sự dè dặt trước cái mới cũng như quá chú tâm đến chi tiết, chứng tỏ vấn đề mà nhân vật gặp phải là sự bảo thủ cố chấp không dám thay đổi trong giao tiếp, vì thế không tiếp thu được những ý kiến sáng tạo từ đồng nghiệp, cũng như quá xét đoán chuyện nhỏ nên không nhìn thấy mục đích lớn, điều đó rất dễ gây mâu thuẫn trong quan hệ đồng nghiệp. Thêm vào đó là lời đoán của Waite về sự đối nghịch và của Crowley về sự ngăn cản, chứng tỏ ngoài những vấn đề từ bản thân nhân vật thì những sự chống đối từ bên ngoài cũng khiến cho khó khăn thêm chồng chất, nhân vật ở đây rơi vào tình thế khá khó khăn. Lời khuyên ở đây là đừng tự cô lập mình trong giao tiếp với đồng nghiệp mà hãy sẵn sàng lắng nghe và làm theo những ý kiến khả thi để tìm ra lối thoát trong khó khăn, quan trọng là phải tìm lại bản lĩnh cũng như phát huy hết năng lực của mình để vượt qua thử thách.

Nine of Swords:

Đây là lá bài thể hiện giai đoạn chuyển tiếp cuối cùng trước khi đạt tới kết quả cuối cùng trong giao tiếp với các đồng nghiệp xung quanh, vấn đề này ứng với chủ đề trí tuệ trong hành trình thụ pháp và hành pháp của các lá Major. Tiếp nối với sự tiêu cực từ lá bài trước nên lá này thể hiện dấu hiệu của sự bế tắc trong các mối quan hệ, Waite thể hiện sự tuyệt vọng, Crowley nhắc đến sự tàn nhẫn còn Hội Bình Minh Vàng thì thể hiện cả hai ý, chứng tỏ lúc này nhân vật đã tỏ ra bất lực khi không thể đạt tới những gì mình mong muốn trong giao tiếp mà ngược lại còn bị các mối giao tiếp này đẩy vào ngõ cụt. Mathers đưa ra lời đoán về sự thiếu quyết đoán và chán nản, nói lên nội tâm nhân vật sau khi liên tiếp rơi vào những trạng thái khó khăn và những cố gắng cải thiện đều không đạt được kết quả như ý. Case nhắc đến sự lo âu thể hiện trạng thái lo lắng trước những chuyện sắp tới, mọi thứ đã không còn nằm trong tầm kiểm soát của mình nên nhân vật không thể cảm thấy bình yên được. Lời khuyên cho lá bài là nhân vật cần cố gắng tìm đến những mối quan hệ thân nhất để tìm sự che chở và an ủi khỏi giai đoạn khó khăn này, không nên một mình đối phó mà phải chân thành tìm sự đồng cảm trong các mối quan hệ công việc của mình.

Ten of Swords:

Đây là lá bài cuối cùng trong các lá Minor hệ kiếm, thể hiện trạng thái cuối cùng trong các mối giao tiếp đồng nghiệp. Hình ảnh của lá bài cho thấy sự tiêu cực ở mức độ cao nhất, thể hiện một cái kết có thể dự đoán từ những lá bài trước, sự lụi tàn là điều được thể hiện ở hầu hết các lời đoán cho chúng ta thấy các mối quan hệ đồng nghiệp của nhân vật kết thúc theo cách tiêu cực và không để lại những niềm vui hay lợi ích gì cho nhân vật. Mathers chỉ rõ hơn khi nhận xét về thất bại của dự án, có thể nguyên nhân trực tiếp mà các mối quan hệ này tan vỡ là do thất bại trong công việc, bắt nguồn từ những sai lầm của nhân vật mà Mathers nói là ý tưởng ngông cuồng, để rồi cuối cùng chính nhân vật phải chịu thất bại. Những thất bại này hầu hết có thể thấy đều xuất phát từ cách ứng xử không thích hợp của nhân vật trong giao tiếp với đồng nghiệp nên đã dẫn đến việc không thể thực hiện được mục đích đã đề ra. Như vậy lời khuyên cho nhân vật là khi bắt đầu lại hành trình và xây dựng lại những mối quan hệ mới thì cần chú trọng đến giao tiếp, cố gắng tạo ra sự cân bằng và lợi ích cho cả hai phía cũng như sẵn sàng nhường bước đôi lúc vì mục đích chung..

Page of Swords:

Đây là lá bài đầu tiên trong các lá Court của hệ kiếm, chủ yếu thể hiện về vấn đề giao tiếp trong các mối quan hệ đồng nghiệp. Các lời đoán của lá bài thể hiện một trạng thái tích cực hơn nếu so với các lá Page của các hệ khác, chứng tỏ nhân vật có cách thức tiếp cận các mối quan hệ ban đầu tốt hơn. Hội Bình Minh Vàng đưa ra lời đoán về sự thông minh, tráng kiện, tháo vát, uy nghi, lanh lợi, thể hiện những phẩm chất tốt của nhân vật, rất phù hợp để thu hút mọi người trong giao tiếp, giúp nhân vật có được nhiều mối quan hệ khi mới bắt đầu công việc. Waite còn đưa ra lời đoán về sự nhạy bén với điều lạ, sự quan sát kỹ, xem xét tường tận, chứng tỏ không chỉ giỏi mở rộng quan hệ mà nhân vật còn có sự xét đoán khá tốt trong việc nhìn ra bản chất của các mối quan hệ này, nhưng do yếu tố công việc mà lúc này vẫn cần duy trì giao tiếp với một vài mối quan hệ có chứa sự nguy hiểm, và có vẻ nhân vật làm khá tốt việc này. Như vậy lời đoán cho lá bài này là cần phải khôn khéo trong giao tiếp với các đồng nghiệp để tận dụng sự giúp đỡ của tất cả mọi người, tránh để lộ những suy nghĩ thật sự của mình ra ngoài trước khi hoàn thành công việc.

Knight of Swords:

Đây là lá bài thứ hai trong các lá Court hệ kiếm, thể hiện sự phát triển về tính cách của nhân vật trong giao tiếp với đồng nghiệp. Kế thừa từ lá trước, hình ảnh nhân vật ở lá này vẫn tiếp tục hướng vào khả năng của nhân vật trong giao tiếp với đồng nghiệp nhằm thực hiện điều mình muốn, Mathers đã thể hiện điều này qua lời đoán của mình về người chỉ biết có mục đích trong đời và người tinh tế, khôn khéo, thích áp đặt. Khả năng dẫn dắt trong giao tiếp nhằm gián tiếp đạt được mục tiêu tuy vậy cũng dẫn tới những hậu quả qua lời đoán của Crowley là sự phát động công kích, tài giỏi nhưng thiếu quyết đoán, có thể những sự áp đặt ngầm này không ảnh hưởng trực tiếp tới nhân vật nhưng sẽ làm hại tới những người xung quanh, làm trì trệ trong công việc chung. Hội Bình Minh Vàng nhắc tới sự thích thống trị và đánh giá quá mức các việc nhỏ chứng tỏ sự tự tin thái quá của nhân vật vào khả năng của mình sẽ dẫn tới những quyết định sai lầm, có thể ảnh hưởng xấu tới các mối quan hệ hiện có. Lời khuyên cho lá này là nhân vật cần phải dấn thân vào công việc để có thêm những bài học bổ ích, đừng quá lạm dụng những phương pháp gián tiếp mà chưa chắc chắn kết quả vì nếu không thành công sẽ để lại ấn tượng xấu trong mắt những đồng nghiệp xung quanh.

Queen of Swords:

Đây là lá bài thể hiện sự chuyển biến trong nội tâm nhân vật qua sự chuyển hóa hình ảnh nhân vật từ kỵ sĩ sang nữ hoàng. Khả năng của nhân vật vẫn là chủ đề được thể hiện nhiều ở đây, Hội Bình Minh Vàng đưa ra lời đoán về sự tiếp nhận mạnh mẽ, sự quan sát tinh tường và nhanh trí, nghe qua có vẻ khá giống với lá Page, nhưng hoàn cảnh lúc này của nhân vật là ở vào vị trí có quyền lực cao hơn lá Page nhiều. Mathers mô tả về một người có cá tính mạnh và luôn ổn định trong những cuộc khủng hoảng, chứng tỏ vị thế trung tâm và là chỗ dựa vững chắc của nhân vật trong mắt các đồng nghiệp. Tuy thế sự thiếu ổn định và tin cậy mà Mathers nhắc tới cũng như tính vị kỷ cao độ trong lời đoán của Crowley lại thể hiện sự tự tách mình ra khỏi các đồng nghiệp của nhân vật, vẫn là sự tự tin thái quá dẫn tới những sai sót đã xuất hiện từ những lá trước mà dường như nhân vật vẫn chưa khắc phục được. Như vậy lời khuyên ở đây là nhân vật cần phải loại bỏ những tính xấu của mình, phải vận dụng những kỹ năng giao tiếp tốt của mình vào việc làm lợi cho mọi người, như vậy sẽ gặt hái được những thành quả tốt, ngược lại sẽ bị mọi người xa lánh và dù bản thân có tài giỏi cũng gặp phải những khó khăn.

King of Swords:

Đây là lá bài cuối cùng trong các lá Court của hệ kiếm, thể hiện trạng thái kết thúc của vấn đề giao tiếp trong mối quan hệ với các đồng nghiệp. Waite thể hiện lời đoán về nhân vật ngồi nơi ghế xét xử với quyền uy và thế lực, chứng tỏ lúc này nhân vật đã khẳng định được mình, có được vị trí cao và đã nắm quyền định đoạt trong giao tiếp với các đồng nghiệp của mình. Bản lĩnh của nhân vật là điều không phải bàn cãi nữa, nhưng ở đây không phải các rắc rối đã chấm hết mà dường như đã chuyển vào bên trong nhân vật thành cuộc đấu tranh nội tâm, như Crowley đã mô tả là người có tri thức và lý tưởng cao đẹp nhưng hay thay đổi, chứng tỏ nhân vật vẫn chưa xác định được đích đến cuối cùng của mình là gì nên vẫn chưa thể hoàn thiện bản thân mình. Case thì nhắc đến sự đa nghi, dường như là hệ quả của sự không rõ ràng trong nội tâm nhân vật nên trong giao tiếp thường không tin tưởng vào đồng nghiệp của mình. Như vậy lời khuyên cho nhân vật trước tiên là phải thống nhất trong tư tưởng của mình và cần có sự chân thành hơn trong giao tiếp, nếu cứ tiếp tục trạng thái độc đoán và thúc ép mọi việc theo ý mình thì sẽ rất dễ dẫn tới sự đổ vỡ trong các mối quan hệ công việc.

Ace of Swords
Two of Swords
Three of Swords
Four of Swords
Five of Swords
Six of Swords
Seven of Swords
Eight of Swords
Nine of Swords
Ten of Swords
Page of Swords
Knight of Swords
Queen of Swords
King of Swords

PENTACLES

Ace of Pentacles:

Đây là lá bài đầu tiên trong các lá Minor của hệ sao, chủ yếu thể hiện vấn đề vật chất và sở hữu tương ứng với chủ đề đồng nghiệp mà chúng ta đang xét, qua đó trực tiếp đề cập tới vấn đề then chốt mà các mối quan hệ đồng nghiệp hướng tới đó là thành công trong công việc. Hội Bình Minh Vàng và Crowley đưa ra lời đoán về cội rễ sức mạnh của đất, biểu thị sự chắc chắn và bền vững trong tính chất của mối quan hệ hiện có và cần có nó để làm nền móng cho tương lai. Lợi lộc vật chất là điều mà Case mô tả, chứng tỏ trong giai đoạn đầu của hành trình, những mối quan hệ như vậy có tác dụng giúp đỡ rất tốt cho công việc của nhân vật mà cụ thể là về vật chất. Waite đi xa hơn khi mô tả sự hoàn toàn mãn nguyện, chứng tỏ những lợi ích đem lại từ các mối quan hệ này tạo ra sự hài lòng cho nhân vật, tuy nhiên hãy nhớ rằng đây là sự giúp đỡ từ ngoài, nó chỉ mang tính trợ giúp nhất thời. Do vậy lời khuyên cho lá bài là nhân vật không được quá ỷ lại vào sự giúp đỡ mà phải tranh thủ nó để hoạch định các kế hoạch phát triển, nếu chỉ lo hưởng thụ sẽ có nguy cơ đánh mất mối quan hệ.

Two of Pentacles:

Đây là lá bài thứ hai trong các lá Minor hệ sao, thể hiện bước tiếp theo về sự phát triển vật chất mà các mối quan hệ đồng nghiệp đem lại. Sự thay đổi là điều được thể hiện trong hầu hết các lời đoán, chứng tỏ nhân vật đã có sự thay đổi trong nhận thức và hành động, liên kết với lá bài trước có thể hiểu sự thay đổi này chủ yếu hướng vào việc tính toán và sử dụng các nguồn lực vật chất đang có vào mục đích gì cho thích hợp. Case nói rõ hơn khi mô tả sự hài hòa trong quá trình thay đổi, chứng tỏ yêu cầu quan trọng vẫn là sự tính toán sao cho phù hợp, không nên nhắc đến quá nhiều chuyện vật chất trong các mối quan hệ đồng nghiệp cũng như chỉ sử dụng sự giúp đỡ vật chất trong những trường hợp thật cần thiết. Mathers thì đưa ra lời đoán về sự đi đây đó hoặc di dời nơi cư trú, chứng tỏ nếu cảm thấy không phù hợp thì nhân vật có thể thực hiện sự di chuyển môi trường làm việc cũng như thay đổi các mối quan hệ, miễn là cố gắng thực hiện cách hài hòa để giữ được thiện cảm của mọi người về mình. Lá bài này vẫn thể hiện nhân vật có được sự trợ giúp về mặt vật chất trong các mối quan hệ nhưng đòi hỏi sự sử dụng hợp lí và nhân vật phải tính đến mục đích của mối quan hệ ngay lúc này, nếu không phù hợp phải nhanh chóng có sự thay đổi.

Three of Pentacles:

Lá bài này tiếp tục thể hiện sự mở rộng thêm trong các mối quan hệ đồng nghiệp hướng về mục đích vật chất, điều này cũng dễ hiểu vì thành công gắn với vật chất thường luôn là mục tiêu trong các mối quan hệ làm việc. Case đưa ra lời đoán về sự xây dựng cũng khá giống với lời đoán của Mathers về tạo dựng, thiết lập, sáng chế, qua đó thể hiện người chủ động gây dựng mối quan hệ ở đây là nhân vật chứ không phải là nhận sự quan tâm giúp đỡ như ở hai lá bài trước. Waite mô tả lao động có kỹ năng còn Crowley mô tả việc làm, chứng tỏ nhân vật tự tìm được chỗ đứng trong công việc nhờ vào kỹ năng của mình và đó chính là cơ sở tốt để có được những đồng nghiệp ưng ý, giúp cho vấn đề vật chất của các bên tiếp tục có tiến triển. Mathers còn nhắc tới vấn đề giao dịch kinh doanh, ám chỉ đến vai trò nổi bật trong các mối quan hệ của nhân vật, có thể là trung tâm hay là bên gián tiếp trong các mối quan hệ, nếu biết tận dụng có thể có được quan hệ tốt với cả đôi bên. Như vậy lời khuyên cho lá bài là phải biết áp dụng những kĩ năng đã học được cũng như các lợi ích vật chất tích lũy được để vun đắp cho những mối quan hệ quan trọng với mình, đồng thời cũng phải tự thân nỗ lực trong công việc để được ghi nhận.

Four of Pentacles:

Lá này là kết quả của sự tích lũy từ 3 lá trước, đánh dấu sự kết thúc của giai đoạn đầu tiên trong cuộc hành trình ở hệ sao. Tương ứng với vấn đề quyền lực trong hành trình thụ pháp và hành pháp nên dễ hiểu vì sao các lời đoán của lá bài đều tập trung vào vấn đề quyền lực, thể hiện vị thế mà nhân vật đạt được sau khi hoàn thành được nhiệm vụ của mình. Từ việc phải nhận sự giúp đỡ từ người khác và là người phụ thuộc trong công việc thì giờ đây nhân vật đã khẳng định được khả năng của mình và trở thành người nắm quyền chi phối trong các mối quan hệ với đồng nghiệp. Mathers đưa ra lời đoán về quà tặng bằng hiện kim, mãnh lực đồng tiền và cất giấu tài sản thể hiện mặt trái của vấn đề, lúc này dù ổn định và dư dả hơn về vật chất nhưng nhân vật vẫn được tặng tài sản, nhưng hàm ý của những món quà này có thể không tốt và ràng buộc nhân vật vào các mục đích xấu, sự cám dỗ của đồng tiền là rất lớn do vậy nhân vật cần phải cảnh giác cao. Lời khuyên cho lá bài vì thế tập trung vào việc ổn định vị trí của mình trong các mối quan hệ, quan trọng nhất là cần phải chậm rãi trong việc đưa ra quyết định, sự nóng vội vì những lợi ích trước mắt có thể khiến nhân vật bị mắc bẫy và sẽ dẫn tới những tổn thất.

Five of Pentacles:

Lá bài này thể hiện sự bắt đầu giai đoạn kế tiếp của hành trình sau sự khép lại giai đoạn trước ở lá trước đó. Sự bắt đầu giai đoạn mới bao giờ cũng chứa đựng nhiều sự khó khăn và cần sự đầu tư nhiều về vật chất, tất yếu hàm chứa những mất mát khó tránh khỏi, do vậy hầu hết các lời đoán đều hướng đến vấn đề tiêu cực. Hội Bình Minh Vàng đưa ra lời đoán về chúa tể của sự khó khăn vật chất thể hiện biểu tượng chung nhất mà lá bài hướng tới, Mathers đã nói rõ hơn khi chỉ ra lý do ở lời đoán của mình là sự mất tiền hoặc địa vị, như vậy đã thể hiện những điều lo lắng từ lá bài trước đã trở thành hiện thực. Ngoài ra Waite và Crowley còn nói tới sự nghèo túng và lo lắng, chứng tỏ những khó khăn về vật chất ập đến sẽ kéo theo sự suy sụp về tinh thần, điều này chắc chắn sẽ ảnh hưởng xấu đến các mối quan hệ với đồng nghiệp, có thể sẽ mất đi vài mối quan hệ. Tuy nhiên cũng cần nhớ là những khó khăn này cũng một phần đến từ một số người muốn lợi dụng quan hệ với nhân vật để nhằm mục đích xấu nên việc này giúp nhận rõ bản chất và như vậy nhân vật sẽ có thể nhận ra được ai là người mình thật sự cần.

Six of Pentacles:

Lá bài này thể hiện sự khép lại của giai đoạn phát triển thứ hai của hành trình các lá Minor hệ sao, tương ứng với chủ đề tình cảm trong hành trình thụ pháp và hành pháp. Hình ảnh của lá bài khá tương đồng với lời đoán về sự thịnh vượng mà Case đưa ra, chứng tỏ một trạng thái dồi dào về vật chất khác hẳn với lá bài trước. Mathers nhắc tới sự thành công sau nhiều nỗ lực và quyền thế, sự ảnh hưởng, tiếng tăm, qua đó chứng tỏ sau những thất bại ở giai đoạn trước thì nhân vật đã nỗ lực nhiều để vươn lên trở lại và tiếp tục trở thành tâm điểm trong mối quan hệ đồng nghiệp, trở thành chỗ dựa cho những đồng nghiệp ở vị trí thấp hơn. Điểm đáng chú ý là ở đây nhân vật chú trọng đến việc cho đi vật chất nhằm củng cố các mối quan hệ mà mình có được, sự tiêu hao về của cải có thể có nhưng hầu như không đáng kể, trái lại vị thế và danh tiếng của nhân vật được củng cố và dễ dàng tạo lập được những mối quan hệ với những đồng nghiệp tốt hơn giai đoạn trước. Lời khuyên cho lá bài là nhân vật cần nỗ lực trong làm việc và phải biết quan tâm nhiều hơn đến các đồng nghiệp của mình, sẵn sàng trợ giúp khi họ gặp khó khăn, như vậy sẽ giúp các mối quan hệ được mở rộng và củng cố, rất có ích cho các kế hoạch trong tương lai của nhân vật.

Seven of Pentacles:

Lá bài này thể hiện bước tiếp theo trong cuộc hành trình của các lá Minor hệ sao, ứng với chủ đề quản lí trong hành trình thụ pháp và hành pháp, là một vấn đề đáng chú ý đặc biệt khi ứng với vấn đề vật chất trong quan hệ đồng nghiệp. Sau chặng đường tương đối tươi sáng ở lá bài trước thì lá này là lúc nhân vật dừng lại suy nghĩ về những thứ mình đạt được và lên kế hoạch cho giai đoạn kế tiếp, lời đoán về sự việc chưa hoàn tất của Case đã nói lên rằng nhân vật đã nhận ra các mối quan hệ đồng nghiệp hiện tại không mang lại hiệu quả như mong muốn. Mathers và Waite đều thể hiện sự lo lắng về mặt tiền bạc qua lời đoán về mất khoản tiền được hứa và nguyên nhân gây lo lắng về tiền bạc, điều này khiến nhân vật phải tính toán lại vì có thể các mối quan hệ vẫn bình thường bên ngoài nhưng khi tiến hành công việc lại không thể đạt được hiệu quả như trước. Crowley còn nghiêm trọng hơn khi thể hiện sự thất bại, chứng tỏ khó khăn ở mức độ cao hơn mà nhân vật phải tìm cách giải quyết với đồng nghiệp của mình. Lời khuyên ở đây là sự thay đổi mang tính bắt buộc mà nhân vật phải đưa ra, có thể là thay đổi hoặc thậm chí ngưng những mối quan hệ đã không còn phù hợp trong bước đi tiếp theo để tránh những tổn thất về vật chất có thể lại xảy đến.

Eight of Pentacles:

Đây là lá bài thể hiện bước ngoặt trong cuộc hành trình của nhân vật, ứng với chủ đề sức mạnh trong hành trình thụ pháp và hành pháp của chàng khờ. Cả Mathers, Hội Bình Minh Vàng và Waite đều nhắc đến sự thận trọng trong lời đoán của mình, chứng tỏ nhân vật cần phải cẩn thận trong các mối quan hệ đồng nghiệp vì đây là giai đoạn thực hiện bước chuyển đổi quan trọng trong hành trình của mình, do vậy cần xem xét phản ứng từ phía đồng nghiệp. Mathers còn nhắc đến sự kiên trì và chịu đựng cũng như nỗ lực đều đặn, chứng tỏ những dự tính mà nhân vật đang tiến hành cần phải trải qua thời gian lâu dài để kiểm chứng hiệu quả, nên cần có sự kiên nhẫn và thông cảm từ phía các đồng nghiệp, thậm chí có thể chấp nhận một số hiểu lầm miễn là nhân vật vẫn chắc chắn và tự tin với con đường mình đi. Ngoài ra Waite còn nhắc tới sự giỏi giang về thủ công nghiệp như ngầm ý rằng nhân vật có thể chọn một con đường mới để đi, có thể nhân vật có những tài năng nhưng chưa nhận biết tới để phát huy thì đây chính là cơ hội, qua đó có thể có thêm những mối quan hệ tốt. Như vậy lời khuyên cho lá bài là cần cố gắng sáng tạo và tìm ra cách để thoát khỏi những sự ràng buộc không có lợi, cũng như sẵn sàng bắt đầu những mối quan hệ mới, miễn là cảm thấy đồng nghiệp đó thật sự giúp đỡ tốt cho mình.

Nine of Pentacles:

Đây là lá bài thể hiện bước chuyển tiếp cuối cùng trước khi dẫn tới sự kết thúc trong hành trình của các lá Minor hệ sao, tương ứng với chủ đề trí tuệ trong hành trình thụ pháp và hành pháp của các lá Major. Hệ bài này gắn liền với nguyên tố đất nên ở giai đoạn gần cuối này thì hình tượng vụ mùa được thể hiện rõ, cả Mathers, Hội Bình Minh Vàng và Crowley đều nhắc tới sự hoạch lợi trong lời đoán của mình, chứng tỏ các mối quan hệ mà nhân vật bỏ công sức ra vun đắp giờ đang dần cho kết quả và nhân vật đã có thể cảm nhận được thành quả của mình. Mathers còn nói tới sự thanh thản, an toàn và yên tâm vững chí như để khẳng định vị thế chắc chắn của nhân vật, đến đây nhân vật đã có được xung quanh mình đầy đủ những cộng sự ủng hộ mình và có thể thoải mái chờ đợi kết quả cuối cùng, không sợ bị những thế lực xung quanh phá hoại. Tuy nhiên Case vẫn nhắc tới sự thận trọng để nhắc nhở nhân vật rằng đây chỉ là giai đoạn báo hiệu chứ chưa phải sự kết thúc thật sự, mọi thứ vẫn đang ở phía trước và để đảm bảo thành công trọn vẹn thì vẫn cần sự quan tâm chăm lo cho các mối quan hệ của mình để đẩy nhanh quá trình. Như vậy lời khuyên cho lá bài này là cần tiếp tục quan tâm đến những đồng nghiệp đã ủng hộ mình, tiếp tục theo sát công việc và đừng chủ quan khi thấy những dấu hiệu tốt đẹp để phòng tránh những tai họa bất ngờ có thể xảy ra vào phút chót.

Ten of Pentacles:

Đây là lá bài cuối cùng trong các lá Minor hệ sao, đánh dấu sự kết thúc trong hành trình của vấn đề liên quan đến vật chất trong các mối quan hệ đồng nghiệp. Lá này cũng có chung chủ đề như lá trước là mô tả về sự thu hoạch, lời đoán của Waite về sự hoạch lợi đã chỉ ra điều đó, ở đây sự kết thúc đã là chắc chắn rõ ràng chứ không chỉ ở mức tiền đề như lá bài trước nữa. Cả Hội Bình Minh Vàng và Case đều đưa ra lời đoán về sự thịnh vượng, cũng tương tự như lời đoán của Crowley và Mathers về sự giàu có, đều cùng thể hiện kết quả tốt đẹp mà các mối quan hệ đồng nghiệp mang lại cho nhân vật, chứng tỏ công sức bỏ ra trong các mối quan hệ này của nhân vật đã được đền đáp, và với vị thế hiện tại nhân vật có thể an nhàn hưởng thụ những thành quả của mình. Ngoài ra Mathers còn đưa ra lời đoán về sự khôn khéo trong giao dịch tiền bạc, thể hiện sự già dặn cũng như trí tuệ khôn ngoan của nhân vật lúc này đã đạt tới mức có thể dễ dàng xử lý các vấn đề vật chất trong các mối quan hệ với đồng nghiệp của mình để đạt được điều mình muốn. Lời khuyên cho lá bài này là đừng nên quá hà tiện mà cần hào phóng trong việc giúp đỡ vật chất cho các đồng nghiệp của mình, chắc chắn thứ mà nhân vật nhận lại được sẽ bội thu hơn thứ đã cho đi..

Page of Pentacles:

Đây là lá bài đầu tiên trong các lá Court của hệ sao, tượng trưng về vấn đề vật chất và sở hữu trong các mối quan hệ đồng nghiệp. Case đã mô tả trong lời đoán của mình sự siêng năng, cẩn thận và chín chắn trong hành động, chứng tỏ nhân vật ở đây có sự khởi đầu quan hệ một cách khá dè dặt và kỹ lưỡng, có thể nhận thấy sự khác biệt rõ với sự bắt đầu khá nhanh chóng và dễ dãi của hệ cốc. Mathers giải thích rõ ràng hơn khi đưa ra sự thụ động, tốt bụng, tận tụy, cẩn thận, tức là tuy nhìn bề ngoài có vẻ như nhân vật khá chậm chạp và không theo kịp tiến độ công việc nhưng bên trong thì lại là người làm việc khá chắc chắn và về lâu dài có thể chứng minh với các đồng nghiệp thấy vai trò của mình. Như vậy có thể thấy sự khởi đầu này tương đối chậm chạp và kéo dài và có thể lúc đầu nhân vật sẽ không kết giao được nhiều mối quan hệ. Tuy vậy về sau chuyện này sẽ dần dần được cải thiện nên không có gì phải quá lo lắng với lá bài này, chỉ cần lưu ý cân nhắc đầu tư vật chất của mình sao cho sinh lợi ích về lâu dài, tránh vung tay quá trán.

Knight of Pentacles:

Lá bài này thể hiện sự chuyển đổi hình thức từ Page sang Knight, qua đó ám chỉ sự thay đổi về bản chất bên trong nhân vật. Mathers thể hiện sự cần mẫn, kiên nhẫn trong công việc, sự lo toan về vật chất, chứng tỏ nhân vật càng ngày càng tích lũy được kinh nghiệm và tiếp tục có những quyết định chu đáo trong các vấn đề liên quan đến vật chất trong các mối quan hệ với đồng nghiệp. Waite thì mô tả sự chậm chạp nhưng có khả năng hữu dụng và trách nhiệm cao, chứng tỏ nhân vật kế thừa khá đầy đủ tính cách từ lá bài trước, vẫn tập trung cao nhất vào công việc của mình mà không mấy quan tâm đến những thứ xung quanh nên bị xem là chậm chạp. Tuy thế Crowley vẫn chỉ ra sự thành công trong lá bài này qua lời đoán về thành công do bản thân và sự hài hòa với xung quanh, chứng tỏ chính vì sự chậm rãi chắc chắn này mà nhân vật không làm mất lòng ai và do đó không gặp sự ngăn trở nào từ phía các đồng nghiệp để đạt được mục đích. Dù sao đi nữa thì đây cũng là lá bài tích cực, thể hiện sự thăng tiến dù không mấy nhanh của nhân vật, nhưng nhân vật vẫn nên tích cực hơn trong việc làm thân với các đồng nghiệp để có sự giúp đỡ cần thiết trong công việc, càng lên cao càng nhiều khó khăn và có những thứ không thể giải quyết một mình.

Queen of Pentacles:

Lá bài này tiếp tục thể hiện sự thay đổi bản chất của nhân vật, phát triển lên hình tượng nữ hoàng. Lá bài thể hiện nhân vật có sự sung túc về vật chất do thành quả mà hai lá trước đem lại và cần phải tính toán cách sử dụng nó để tiếp tục đem lại những kết quả như ý. Hội Bình Minh Vàng đưa ra lời đoán về sự quảng đại, thông minh nhưng hay thay đổi tính khí, tâm trạng, chứng tỏ dường như những khó khăn gặp phải khiến nhân vật không thể tiếp tục giữ bình lặng như trước mà phải chấp nhận những sự biến động do các mối quan hệ đem lại, nhưng dù sao bản chất tốt của nhân vật vẫn được thể hiện. Mathers đưa ra lời đoán về người có tham vọng, thực tiễn, thiện tâm và thành thật, chứng tỏ nhân vật vẫn đang hướng tới những mục đích to lớn trong công việc và thật sự cần những mối quan hệ chắc chắn và sự giúp đỡ từ các đồng nghiệp của mình. Do đó điều quan trọng ở đây là nhân vật phải cố gắng mở rộng các mối quan hệ của mình chứ không thể tiếp tục như ở các lá trước, đây là yếu tố quyết định tới thành công của công việc mà nhân vật đang thực hiện.

King of Pentacles:

Đây là lá bài cuối cùng trong các lá Court của hệ sao, thể hiện trạng thái kết thúc trong vấn đề vật chất với các mối quan hệ đồng nghiệp. Hội Bình Minh Vàng đưa ra lời đoán về sự gia tăng vật chất, tính thực tiễn, trung kiên đáng tin cậy nhưng dễ hung tợn khi bị khiêu khích, chứng tỏ một sự thành công mang tính ổn định về mặt vật chất của nhân vật nhưng lại đi kèm với một số vấn đề trong quan hệ đồng nghiệp, có lẽ là sự ganh tị và hãm hại của những người không có được thành công như vậy. Tuy vậy có thể thấy những sự hãm hại đó không mấy ảnh hưởng tới nhân vật vì lúc này nhân vật đã trải qua sự rèn luyện và có đủ bản lĩnh mà Waite mô tả là can trường, tháo vát, lanh lợi, giỏi tính toán. Như vậy sự thành công trong lá bài này là khá chắc chắn nhưng cần phải kiên nhẫn và bình tĩnh vì một số vấn đề trong các mối quan hệ có thể làm cho mọi thứ bị trì hoãn ảnh hưởng tới nhân vật. Lời khuyên ở đây là nhân vật cần nhìn ra được mục đích của các đồng nghiệp trong quan hệ với mình để lọc ra tốt xấu nhằm tránh sự hãm hại, ngoài ra sự cẩn trọng tránh vì khiêu khích mà quá tay trong chuyện tiền bạc cũng cần được lưu tâm nhằm tránh những tổn thất không đáng có ở giai đoạn cuối cùng.

Ace of Pentacles
Two of Pentacles
Three of Pentacles
Four of Pentacles
Five of Pentacles
Six of Pentacles
Seven of Pentacles
Eight of Pentacles
Nine of Pentacles
Ten of Pentacles
Page of Pentacles
Knight of Pentacles
Queen of Pentacles
King of Pentacles

VỀ TÁC GIẢ

Lâm Nguyễn, nhà nghiên cứu sử liệu, một người nghiên cứu tarot tại Sài Gòn.

Philippe Ngo, tiến sĩ, một người nghiên cứu tarot tại Pháp. Sáng lập viên của mật hội Ordo Tarocchi Mysticum. Thành viên của cộng đồng Tarot Huyền Bí. Tác giả một số cuốn chuyên luận về tarot như: Dự Đoán Thời Gian Trong Tarot, Quỷ Học Trong Tarot – Vài Luận Đề, Hành Trình Chàng Khờ Trong Tarot…